தெய்வ மனுஷிகள்

வெ.நீலகண்டன்

டிஸ்கவரி பப்ளிகேஷன்ஸ்
எண்: 9, பிளாட் எண்: 1080A, ரோஹிணி பிளாட்ஸ்
முனுசாமி சாலை, கே.கே.நகர் மேற்கு,
சென்னை – 600 078. பேச: 99404 46650

வெளியீட்டு எண்: 0243

தெய்வ மனுஷிகள் (சிறுகதைகள்)
ஆசிரியர்: வெ.நீலகண்டன்©
Deiva Manushigal (Short Stories)
Author: **V. Neelakandan**©
Print in India
1st Edition: Jan - 2023
ISBN: 978-93-95285-52-0
Pages - 216
Rs - 240

Publisher •	*Sales Rights*
Discovery Publications	**Discovery Book Palace (P) Ltd**
No. 9, Plot,1080A, Rohini Flats,	No. 1055-B, Munusamy Salai,
Munusamy Salai,	K.K.Nagar West,
K.K.Nagar West, Chennai - 78.	Chennai-600 078.
Tamilnadu, India.	Ph: (044) 4855 7525
Mobile: +91 99404 46650	Mobile: +91 87545 07070

discoverybookpalace@gmail.com / www.discoverybookpalace.com

இந்த நூலில் பிரசுரமாகியுள்ள எந்த ஒரு பகுதியையும் எழுத்துபூர்வமான முன்அனுமதி பெறாமல் எடுத்தாள்வதோ, மறுபிரசுரம் செய்வதோ, மொழியாக்கம் செய்வதோ, ஊடகங்களில் மறுபதிப்புச் செய்வதோ, காப்புரிமைச் சட்டப்படி தடை செய்யப்பட்டுள்ளது. இந்த நூலிலிருந்து சில பகுதிகளை மேற்கோள்காட்டி நூல்அறிமுகம் செய்யலாம்.

உங்கள் மொபைல் போனிலிருந்து ஸ்கேன் செய்து 'டிஸ்கவரி புக் பேலஸ்' மொபைல் ஆப்பை டவுன்லோடு செய்து, புத்தகங்களை வாங்குங்கள்.

சமர்ப்பணம்

அம்மா வெ.விஜயாவுக்கும்
அத்தை மெ.லெட்சுமிக்கும்

உள்ளே

மரணத்திலிருந்து உயிர்க்கும் கதைகள்!		08
1.	நல்லா	12
2.	செம்பா - நீலா	19
3.	பொய்யா	25
4.	முத்தா	29
5.	பொயிலா	34
6.	காளிகாத்தா	40
7.	நீலி	47
8.	நல்லம்மா	52
9.	கருப்பாயி - பாப்பாத்தி	58
10.	வீமாயி	63
11.	தங்கம்மா - தாயம்மா	70
12.	கற்பகம்	76
13.	பாவாயி	80
14.	சிங்கம்மா	85
15.	வடிவு	91
16.	வெள்ளைச்சி	97
17.	மாசி - மல்லி	103
18.	பட்டி	108
19.	குழலி	114
20.	தொட்டி	119
21.	பூவுளத்தா	124
22.	பொன்னி	129

23.	சோனமுத்து	135
24.	நாகு	140
25.	பாப்பு	145
26.	பொம்மி - திம்மி	151
27.	பெரியாயி	156
28.	சாமாயி	161
29.	அனந்தாயி	166
30.	ஆரியமாலை	170
31.	கோப்பி	175
32.	சயணி	179
33.	சிங்களநாச்சி	184
34.	சீதளா	189
35.	பளிச்சி	194
36.	பொம்மு	199
37.	மாடத்தி	204
38.	வீரவை- சின்னவை	210

மரணத்திலிருந்து உயிர்க்கும் கதைகள்!

எங்கள் ஊருக்குப் பக்கத்தில்தான் வீமநாயகி இருக்கிறாள். கருவேல முட்கள் சூழ்ந்த புதர்களுக்கு மத்தியில் பீடவடிவில் இருந்தவளுக்கு சமீபத்தில்தான் உருவம் கொடுத்தார்கள். உள்ளூரில் இருக்கும் மண்பாண்டக் கலைஞர் அந்த உருவத்தை வடித்தார். எங்கள் ஊர் வடுவம்மா அக்காவை நினைவுபடுத்தும் முகம் வீமாயிக்கு. கண்களில் கோபமும் பதற்றமும் படிய அந்தச் சிலைக்கு உயிர் கொடுத்திருந்தார் அந்த ஊரின் மூத்த மண்பாண்டக் கலைஞர். பண்டிகைக் காலங்களிலும் திருவிழா நாள்களிலும் வீமநாயகிக்கு பொங்கலிட்டுப் படைப்பார்கள் பெண்கள். மற்ற நாள்களில் எவரும் அத்திசையில் நடமாடவே தயங்குவார்கள். அவ்வப்போது நள்ளிரவில் அத்திசையில் இருந்து ஒரு பெண்ணும் ஆணும் எழுப்புகிற அபயக்குரல் கேட்கும் என்று பெரியவர்கள் சொல்வார்கள். கர்ப்பிணிகள், திருமணம் நிச்சயிக்கப்பட்ட பெண்கள் வீமநாயகி கோயிலிருக்கும் பக்கம் செல்ல அனுமதிக்கமாட்டார்கள்.

வீமநாயகிக்கு எதிரில் ஒரு அகன்றத் திடல். அந்தத் திடலுக்கு நடுவிலும் ஒரு பீடம் இருக்கும். புதர்களுக்குள் மூழ்கியிருக்கும் அந்தப் பீடத்தை திருவிழா நாள்களில் மட்டும் சுத்தம் செய்து வெளிக்கொணறுவார்கள். அக்காலத்தில் மட்டும் அந்தப்பீடத்துக்குப் படையல் போடுவதுண்டு. வீமநாயகியை சற்றுக் கூர்ந்து பார்த்தால் அந்தப் பீடத்தை அவள் ஏக்கத்தோடு பார்த்துக்கொண்டிருப்பதைப் போல தோன்றும்.

வீமநாயகி ராமநாதபுரத்தில் சகோதர்கள் சூழ்ந்த ஒரு பெருந்தனக்காரர் குடும்பத்தில் பிறந்தவள் என்பதோ, உறவுகளின் கடும் எதிர்ப்பை மீறி ஓர் ஒடுக்கப்பட்ட சமூகத்தைச் சேர்ந்த தன் காதலனோடு பெருங்கனவுகளைச் சுமந்துகொண்டு தப்பி வந்து, வனமாகக் கிடந்த இந்த இடத்தில் ஒளிந்து வாழ்ந்தவள் என்பதோ பலருக்குத் தெரியாது.

அவளின் இருப்பிடம் தேடி வந்த சகோதரர்கள், வீமநாயகியையும், அவளின் காதலனையும் வெட்டி வீழ்த்திய

இடம்தான் வீமதேவிக்கு எதிரிலிருக்கும் திடல் என்பதையும் பலர் அறிந்திருக்க வாய்ப்பில்லை. ஊரில் இருக்கும் மூப்பாள் ராமாயிக் கிழவிக்கு மட்டும் அந்தத் திடலைப் பார்க்கும்போது கண் கலங்கும். கண்ணீர் மல்காமல் அவள் வீமநாயகியை வணங்கி நான் பார்த்ததேயில்லை.

ராமாயிக்கிழவி ராமநாதபுரத்தில் வாக்கப்பட்டவள். எங்கிருந்தோ வீமநாயகியின் கதையைக் கேட்டறிந்திருக்கிறாள். ஒருநாள் மாலை, படுகளமான அந்தத் திடலில் என்னை அமர்த்தி வீமநாயகியின் கதையைச் சொல்லிமுடித்தாள் ராமாயி. முடிக்கும்போது அவளின் முந்தானை கண்ணீரால் நனைந்திருந்தது. சில இடங்களில் வாய்விட்டுக் கதறினாள். வீமநாயகியின் அண்ணன்காரன்களை கெட்ட வார்த்தைகளால் திட்டினாள். வீமநாயகியின் கதையை ராமாயி பாட்டியின் மொழியில் கேட்க இதயம் நடுங்கிப்போனேன். அந்த படுகள மண்ணில் திடீரென ரத்தவாடை அடிப்பதைப் போலிருந்தது.

வீமாயியைப் போல நாட்டார் வழிபாட்டில் நாம் வணங்குகிற பல பெண் தெய்வங்கள், வஞ்சிக்கப்பட்டவர்களாக, கொலை செய்யப்பட்டவர்களாக, ஏமாற்றப்பட்டவர்களாக, புறக்கணிக்கப்பட்டவர்களாவே இருக்கிறார்கள். காதல், நட்பு, வறுமை, அச்சுறுத்தல் என ஒவ்வொரு தெய்வத்தின் கதையிலும் ஒரு வன்முறை புதைந்திருக்கிறது. கொல்லப்பட்ட பெண்களின் மீதான அச்சத்திலிருந்துதான் வழிபாடு பிறந்திருக்கிறது.

தமிழகமெங்கும் சுற்றி, சிறு தெய்வங்களாக, குலதெய்வங்களாக, இனதெய்வங்களாக, ஊர்த்தெய்வங்களாக இருந்த 50க்கும் மேற்பட்ட பெண் தெய்வங்களைத் தேடிக் கண்டடைந்தேன். அத்தெய்வங்களை தலைமுறையாக வணங்குபவர்கள், தொடர்புடைய மூப்பர்கள், மரபாக பூசை வைக்க உரிமைபெற்ற அருளாடிகளென பலரிடமும் உரையாடி அத்தெய்வங்களின் கதைகளைச் சேகரித்தேன்.

உயிரென நேசித்த கூத்துக்கலையில் இருந்து விலக்கப்பட்டதால் கூத்து நடந்த இடத்திலேயே தற்கொலை செய்துகொண்ட பெண், சாதியைச் சொல்லி ஊரார் பிரிக்க முயல, தன் தோழியின் கைபற்றியபடி கிணற்றில் குதித்து தற்கொலை செய்துகொண்டவள், அரச வன்முறைக்கு அஞ்சி பெற்றோராலேயே கொலை செய்யப்பட்ட பெண் என ஒவ்வொரு கதையும் அதிர்ச்சியும் துயரமும் படிந்ததாகவே இருக்கிறது.

தமிழகமெங்குமே நாட்டார் கோயில்களில் பெருந்தெய்வ வழிபாட்டின் தாக்கம் பெருமளவு படிந்துவரும் நிலையில், இந்தத் தெய்வமனுஷிகளின் கதையை ஆவணப்படுத்த வேண்டியது அவசியமென்று கருதினேன். ராமாயி பாட்டி சொன்ன தொனியிலேயே அவள் விகடனில் அந்தக் கதைகளைத் தொடராக எழுதினேன். கிட்டத்தட்ட இரண்டாண்டுகள்... ஒவ்வொரு கதையையும் எழுதி முடிக்கும்போது பெரும் பாரம் மனதில் நிறையும்.

அத்தனைக் கதைகளும் வழிவழியாக, செவிவழியாக மட்டுமே உயிர்ப்பித்திருப்பதால் விடுபடல்கள், தொடர்பின்மைகள் இருந்தன. அவற்றை இட்டுநிரப்புவதற்காக சிற்சில புனைவுகள் இணைக்கப்பட்டதைத் தவிர, எவ்வித இடைச்செருகலையும் இந்தத் தெய்வ மனுஷிகளின் கதைக்குள் நான் அனுமதிக்கவில்லை.

இந்தத் தருணத்தில் என் மனமார்ந்த நன்றியினையும் மரியாதையையும் அவள் விகடன் இதழாசிரியராக இருந்த திரு.வள்ளிதாசன் அவர்களுக்குத் தெரிவித்துக் கொள்கிறேன். உற்சாகப்படுத்தி எழுதத் தூண்டுவதோடு நல்லனவற்றைக் போற்றிக்கொண்டாடும் பெரும் மனது அவருக்கு. அவர்தான் 'தெய்வ மனுஷிகள்' எழுதும் ஆர்வத்தை எனக்குள் விதைத்தவர். அவள் விகடனின் ஆசிரியர் திரு அறிவழகன் அவர்களையும் இந்தச் சூழலில் நன்றியோடு நினைவில் கொள்கிறேன். நூலை வெளியிடும் டிஸ்கவரி புக் பேலஸ் திரு மு.வேடியப்பனுக்கும் என் நன்றி. எப்போதும் எல்லாவற்றிலும் என்னுடனிருக்கும் என் மனைவி ஹேமாவதிக்கு என் அன்பு. இந்நூலை வாசிக்கும் எனதன்பு வாசகர்களையும் கரம் பற்றிக்கொள்கிறேன்.

என்றும் அன்புடன்
வெ.நீலகண்டன்
ilamurasu@gmail.com

ஆசிரியர் குறிப்பு

வெ.நீலகண்டன்

தஞ்சாவூர் மாவட்டம் பேராவூரணிக்கு அருகில் உள்ள முடச்சிக்காட்டைச் சேர்ந்தவர். 20 ஆண்டுகளுக்கும் மேலாக இதழியல் துறையில் பணியாற்றிவரும் இவர், தற்போது ஆனந்த விகடனில் துணை நிர்வாக ஆசிரியராக உள்ளார். பண்பாடு, உணவு, மரபு, இசை, கலை, வாழ்வியல் சார்ந்து 20க்கும் மேற்பட்ட நூல்களை எழுதியுள்ளார்.

1. நல்லா

நல்லா வசதியான குடும்பத் தைச் சேர்ந்தவ. அவங்க அப்பங்காரன் ராமலிங்கம் பெரிய ஜமீனு. அம்மாக்காரி பேரு இந்துராணி. ஒத்தை அண்ணன். இவ `நல்லா'ன்னா, அவன் `நல்லான்'. ஊருக்காட்டு விவசாயத்துல பெரும்பங்கு, மூட்டை மூட்டையாக வீட்டுக்கு வந்திரும். வெள்ளித்தட்டுல வெஞ்சனம் வெச்சு, தங்கத்தட்டுல சாப்பாடு சாப்பிடுற அளவுக்கு வளம்னா வளம். அண்ணங்காரனுக்கு தங்கச்சிமேல அம்புட்டுப் பிரியம். தங்கை கேட்டா வானத்தையே வளைச்சுக் குடுத்திடுவான். வத்திராயிருப்பு பக்கத்துல இருக்கிற அர்ச்சுனாபுரத்துல நாலு தெரு மரிச்ச பெரிய அரண்மனை.

ராஜா வூட்டுப் பொண்ணுங்கிறதால ஊருல தேவதையா திரிவா நல்லா. எல்லாரும் அவங்க வீட்டுப் பிள்ளையாவே அள்ளி,அரவணைச்சுக் கொண்டாடு வாங்க. அம்மாயும், அப்பனும் நல்லா வைத் தெய்வப் பொறப்பாவே பாவிச்சு வளர்த்தாங்க.

நல்லாவுக்கு ஆறு வயசானப்போ அம்மாவும் அப்பாவும் அடுத்தடுத்துச் செத்துப்போனாங்க. கலங்கி நின்ன நல்லாவை, அம்மைக்கு அம்மையா, அப்பனுக்கு அப்பனாயிருந்து பார்த்துக் கிட்டான் நல்லான்.

`மக்க மனுஷங்க நல்லவுகளா? தங்கச்சிய தங்கமா பார்த்துக்குவாங்களா?'ன்னு எல்லாத்தையும் கேட்டு விசாரிச்சு ஒரு மாப்பிள்ளையைப் புடிச்சான் நல்லான். மானா மதுரை ராஜா, காசிராசன்தான் அந்த மாப்பிள்ளை.

கல்யாணம் கோலாகலமா நடந்துச்சு. கொஞ்சமில்லே, நஞ்சமில்லே... தங்கமா, வெள்ளியா, வைரமா, வைடூரியமா சீதனத்தை அள்ளிக் கொடுத்தான் நல்லான். வேலி நெறைய வெள்ளாடுகளை ஓட்டிவிட்டான். பட்டி நிறைய பால் மாடுகளைக் குடுத்தான். ஊரு உலகத்துல இப்படியொரு கல்யாணம் நடந்ததில் லேன்னு பேசுச்சு. ஊரு முழுசும் பந்தக்காலு... தெருவெல்லாம் தோரணம்... எட்டுப்பட்டி ராஜாக்களும் பரிவாரங்களோட வந்து கல்யாணத்துல கலந்துக்கிட்டாக. விருந்துன்னா விருந்து, பெரு விருந்து. பத்து நாளைக்கு பசியெடுக்காத மாதிரி வேணுங்கிறதை அள்ளி அள்ளி வெச்சு உபசரிச்சு ஓஞ்சுட்டான்.

எல்லாம் முடிஞ்சு, நல்லாளும் காசிராசனும் மானாமதுரைக்குக் கிளம்பினாங்க. ஊரே கலங்கி நின்னுச்சு. நல்லாவுக்கு அண்ணனைப் பிரிய மனசே இல்லை. அழுது புரண்டா. நல்லான் தங்கச்சிக்கு ஆறுதல் சொன்னான். 'தண்ணியும் தரையும் தவளைக்கு... பொறந்த வீடும் புகுந்த வீடும் பொண்ணுக்கு... என்னிக்கு இருந்தாலும் நீ இன்னொரு வீட்டுக்குப் போயிதான் தாயி ஆகணும். காசிராசன், உன்னைக் கண்ணா வெச்சுக் காப்பாத்துவான். கலங்காமப் போ தாயி.... அண்ணன் உசுரு எப்பவும் ஒன்னோடதான். வாரத்துக்கு ஒருமுறை ஒன் வீட்டுக்கு விருந்து சாப்பிட வந்து நிப்பேன்'னு ஆறுதல் சொல்லி அனுப்பி வெச்சான்.

காசிராசனும் நல்லாவும் மானாமதுரைக்குப் போய் சேர்ந்தாச்சு. ஆனா, அதுக்குப்பெறவு, நல்லான் அந்த ஊருப்பக்கமே எட்டிப்பாக்கலே. அதுக்கு அவன் காரணமில்லே... அவன் பொண்டாட்டி மூளி அலங்காரிதான் காரணம். பெரிய கொடுமைக்காரி. தங்கைக்காரி மேல இருக்கிற பாசத்துல எல்லாச் சொத்தையும் அவளுக்கே அள்ளிக் கொடுத்திடப் போறான்னு பயந்து, மானாமதுரைப் பக்கமே எட்டிப் பாக்க விடலே. தங்கையைப் பார்க்கக் கிளம்பறேன்னு நல்லான் சொன்னா, உடம்பு சரியில்லேன்னு படுத்துக்குவா... சரி, நாளைக்குப் போகலாம், நாளைக்குப் போகலாம்னு காலத்தைத் தள்ளிப்போட்டான் நல்லான். அண்ணன் வருவான், வருவான்னு காத்திருந்து கண்ணு பூத்துப்போனா நல்லா.

நல்லா, மானாமதுரைக்கே ராணியாகி நல்லவிதமா வாழ்ந்தா. அடுத்து அடுத்துன்னு ஏழு புள்ளைங்க நல்லாவுக்கு. நாலு பயலுக... மூணு பொண்ணுங்க... மாமங்காரனைப் பத்தி புள்ளைகளுக்குக் கதை கதையா சொல்லி வளர்த்தா நல்லா.

எந்தக் கண்ணு பட்டுச்சோ... மானாமதுரைச் சீமைக்கி வந்துச்சு பெரும் கஷ்டம். பன்னண்டு போகம் மழை நின்னுபோச்சு. துளிப் பூண்டு விளையலே... வயலெல்லாம் பாளம் பாளமா வெடிச்சுக் கிடக்கு. குருதுல இருந்தது, பத்தாயத்துல இருந்தது எல்லாம் தீர்ந்து விதைக்கிருந்ததை எல்லாம் எடுத்து வடிச்சு தின்னு, அதுவும் போக எலிப்பொந்து தோண்டி, அதுக் குள்ள இருக்கிற தானியங்களைச் சுரண்டிக்கொண்டு வந்து சாப்பிட்டாக. ஆடு, மாடு, கோழியெல்லாம் தீனி இல்லாம விழுந்து விழுந்து சாகுது. குடிக்கத் தண்ணி இல்ல. பஞ்சமுன்னா பஞ்சம். கொத்துக்கொத்தா மக்கள் செத்து விழுந்தாங்க.

சீமைக்கு ராஜாவான காசிராசன் கஜானா கரைஞ்சு துரும்பாயிருச்சு. ஏழு புள்ளைகளுக்கும் ஒத்தை வேளைச் சாப்பாடுகூட ஒழுங்கா கொடுக்க முடியலே. எல்லாப் புள்ளைக்கும் எலும்பு துருத்த ஆரம்பிச்சிருக்கு. தானியம் உடைக்கிற உலக்கையில இருந்து, குருணைப் புடைக்கிற மொறம் வரைக்கும் எல்லாத்தையும் வித்துட்டா நல்லா. எதை வித்தாலும் பஞ்சம் விட்டபாடில்லை. வானம் சொல்லிவெச்சு வஞ்சம் தீர்த்திருச்சு.

நாள் பட்டினி, வாரப் பட்டினியாச்சு. இனிமே இங்கிருந்தா புள்ளைகளக் காப்பாத்த முடியாதுன்னு மகராசி நல்லாவுக்குப் புரிஞ்சு போச்சு. ‘இருக்கவே இருக்கான் அண்ணங்காரன் நல்லான். தங்கச்சி பிள்ளைகளைத் தங்கத் தொட்டியில உக்கார வெச்சு தாலாட்டுப் பாடுவான். அண்ணிக்காரி மூளி, தெனமும் அரிசி பருப்புன்னு வாய்க்கு ருசியா சமைச்சுப் போடுவா… கிளம்புவோம்’னு கிளம்பினா. காசிராசன் தடுத்தான்.

‘வேணாண்டி நல்லா… வாழ்ந்து கெட்டவங்களுக்குப் பெறந்த வீட்டுல எப்பவுமே மரியாதை இருக்காது. உறவுகள்லாம் தூத்தி விரட்டும். வேணாம்… வாழ்ந்தாலும் செத்தாலும் மானாமதுரையிலயே நடக்கட்டும். அங்க போயி அவமானப்பட வேணாம். எப்பாடுபட்டாவது நான் உங்களையெல்லாம் காப்பாத்துவேன்’னு எவ்வளவோ எடுத்துச் சொன்னான்.

கேட்கிறவளா நல்லா… ‘அள்ளிக் கொடுக்க அண்ணன் இருக்கும்போது புள்ளைக ஏன் பட்டினி கிடந்து சாகணும்… உங்க பாட்டை நீங்க பாருங்க… நான் பிள்ளைகளை மாமன்கிட்ட ஒப்படைக்கிறேன்’னு உரக்கப் பேசிட்டு கிளம்பிட்டா. நல்லாவை இனி தடுக்க முடியாதுன்னு காசிராசனுக்குப் புரிஞ்சு போச்சு. ‘சரி… பத்திரமாப் போ… பிள்ளைகளைக் கவனமாப் பார்த்துக் கோ’ன்னு அரை மனசோட அனுப்பி வெச்சான்.

பிள்ளைகளோட அர்ச்சுனாபுரத்துக்கு நடக்குறா நல்லா. வர்ற வழியெல்லாம் பிள்ளைங்க பசி, பசின்னு கதறி அழுகுதுங்க. தடுமாறி விழுகுதுங்க. காட்டுவழிப்பாதையில நல்லா பிள்ளைகளை அழைச்சுக்கிட்டு அழுத கண்ணு மாறாம வர்றா. ‘இன்னும் நாலைஞ்சு காதம்தான்… மாமன் வீடு வந்துட்டா தாகம் மட்டுமில்ல… பசியும் தீர்ந்திடும், தைரியமா வாங்க’னு புள்ளைகளை இழுத்துக்கிட்டு நடக்கிறா. நடந்த களைப்பு ஒருபக்கம். பசி மயக்கம் ஒருபக்கம். புள்ளைகளுக்கு ஒரு வாய்ச் சோறு போட முடியலேங்கிற இயலாமை ஒருபக்கம்னு

நல்லாவுக்குக் கண்ணைக் கட்டிக்கிட்டு வருது. ஒரு பெரிய ஆலமரத்துக்குக் கீழே ஏழு பிள்ளைகளையும் போட்டுக்கிட்டு உக்காந்துட்டா மனுஷி.

அந்த நேரம் பார்த்து அண்ணங்காரன் நல்லான் படை பரிவாரங்களோட அந்தப் பக்கமா வர்றான். ஆலமரத்துக்குக் கீழே நம்ம உறவு வாசனை அடிக்குதேன்னு நிதானிச்சுப் பார்த்தவன் அப்படியே கதிகலங்கிப் போனான். 'அய்யோ... என் தங்கச்சி... என் பிள்ளைங்க...' துடிதுடிச்சு அப்படியே பிள்ளைகளை அணைச்சுக் கிட்டு அழுது தீர்த்தான்.

நல்லா, தங்களோட நிலைமையைச் சொன்னா. 'நல்ல காரியம் செஞ்சேம்மா... நம்ம வீட்டுக்குப் போ... தெற்கு அறையில தேங்காய் இருக்கு. மேற்கு அறையில மாங்காய் இருக்கு. வாசல்ல காட்டு யானை கட்டியிருக்கு. பட்டி நிறைய காராம் பசு இருக்கு. போ... போய் நல்ல சாதம் சாப்பிடு. எல்லாம் உன்னோடது. உம் பிள்ளைகளுக்கு எல்லாத்தையும் வாரிக்கொடு. நான் எம் மருமக்கள் விளையாட மான் பிடிச்சுக்கிட்டு வாரேன். வீட்டில் உன் அண்ணி உன்னை வரவேற்று உபசரிப்பா... போ'னு வழியனுப்பி வெச்சான்.

அண்ணி நம்மளை அள்ளி அரவணைச்சுக்குவாங்கிற நம்பிக்கையில புள்ளைகளைக் கூட்டிக்கிட்டு அர்ச்சுனாபுரம் வந்து சேர்ந்தா. தன் நாத்தனா, புள்ளைகளைக் கூட்டிக்கிட்டு வர்றதைத் தூரத்துலயே பார்த்துட்ட மூளி, 'அய்யய்யோ... வெனை வருதே... இருக்கிறதை எல்லாம் சுருட்டிக்கிட்டுப் போகப்போகுதே'ன்னு நினைச்சு, விறுவிறுன்னு ஓடி முன்கதவைச் சாத்தி வெச்சா. சமையற்கட்டுக்குள்ள ஓடி சோத்துப் பானையை மறைச்சு வெச்சா. தன்னோட பட்டாடையை அவுத்துப் போட்டுட்டு கிழிஞ்சுபோன பழந்துணி ஒண்ணைக் கட்டிக்கிட்டு தலைக்குப் பத்துப்போட்டுக்கிட்டு மூலையில போய் முடங்கிக்கிட்டா.

நல்லா, ஆசையா வந்து அண்ணன் வீட்டுக் கதவைத் தட்டுனா. 'அண்ணி', 'அண்ணி'ன்னு அன்பாக் கூப்புட்டா. அண்ணி ஓடியாந்து, தன்னையும் தம் புள்ளைகளையும் கட்டி அணைப்பா, என்னப்பா இப்பிடியாயிருச்சேன்னு கதறித்துடிப்பான்னு எதிர்பார்த்தா. ஆனா, நல்லா நினைச்ச எதுவும் நடக்கலே. கதவும் திறக்கலே.

ஒரு புள்ளை தண்ணிக்குத் தவிக்குது... இன்னொன்னு பசின்னு அழுகுது. கடைக்குட்டிப்பய மயங்கியே விழுந்துட்டான். கத்தித் தீர்க்குறா நல்லா. 'அண்ணி, என்னாச்சு அண்ணி'னு.

ஒரு சத்தமும் உள்ளேயிருந்து வரலே... உடல்ல இருந்த கொஞ்சநஞ்ச பலத்தைத் திரட்டி ஓங்கி ஓர் எத்து எத்துனா கதவை. படார்னு திறந்துக்குது கதவு. புள்ளைங்க ஆவலா உள்ளே ஓடுச்சுங்க. தண்ணிப் பானையைத் திறந்தா தண்ணியில்லே. சோத்துப்பானை இல்லவே இல்லை. மூளி ஒரு மூலையில முக்காடு போட்டுக் கிட்டு படுத்துக்கிடந்தா. அவ படுத்திருந்த அறைக்குள்ள மாங்காயும் தேங்காயும் துணிக்குள்ள மறைச்சு குவிஞ்சு கிடந்துச்சு.

மூத்த பய ஓடிப்போயி ஒரு மாங்காயை எடுத்துக் கடிச்சான். இளைய பய போயி தேங்காயை எடுத்தான். விருட்டுன்னு எழுந்தா மூளி. மாங்காயைப் பறிச்சு குவியல்ல வெச்சா. தேங்காயைப் பறிச்சு பரணியில வெச்சா.

நல்லா துடிச்சுப்போனா. இந்தக் கொடுமையை எங்கே போயிச் சொல்ல... 'அண்ணி எம்புள்ளைங்க பசியாத்துங்க அண்ணி'ன்னு அழுது புரண்டா. 'எங்கிட்ட ஒண்ணுமில்லே. இதோ உடைஞ்ச திருகை கிடக்கு. ஓட்டைப் பானை கெடக்கு. ஈர மட்டை கெடக்கு. கொஞ்சூண்டு மக்கிப்போன கேப்பை இருக்கு. அதையெல்லாம் எடுத்து ஒம்புள்ளைகளுக்குக் கூழு காய்ச்சிக் கொடுத்துக்கோ'ன்னு எடுத்தெறிஞ்சு பேசுனா.

நடக்குறது நடக்கட்டும்னு மக்கிப் போன கேப்பையை, உடைஞ்ச திருகை யில போட்டுத் திரிச்சு ஓட்டைப் பானையில போட்டு ஈர மட்டையை வெச்சு எரிச்சு கூழு காய்ச்சுனா நல்லா. கடவுள் புண்ணியத்துல கூழு கொதிச்சு வந்துச்சு. ஒண்ணுக்கும் உதவாததைக் கொடுத்தா ஓடிப்போயிருவான்னு நினைச்சா, கூழைக் காச்சிப்புட்டாளேன்னு திகைச்சுப்போன மூளி, கொதிச்ச கஞ்சிப்பானையை காலால எத்திவிட்டா. பானை ஒடைஞ்சு கூழெல்லாம் வழிஞ்சு தரையில ஓடுச்சு. காணாததைக் கண்ட புள்ளைங்க, தரையில விழுந்ததை அள்ளிக் குடிச்சதுங்க.

நல்லாளுக்கு இதைப் பார்க்கச் சகிக்கலே. சீமைக்கே ராணி... ஊருக்கே நியாயம் சொன்ன நமக்கு இப்படியொரு அவமானமா? தரையில வழிஞ்சோடுற கூழை வழிச்சுத் திங்கிற அளவுக்கு நம்ம புள்ளைகளைக் கொண்டுவந்துட்டமேன்னு குற்ற உணர்வு. இனிமே வாழணுமானு கேவிக்கேவி அழுகுறா.

ஒரு முடிவோட புள்ளைகளைக் கூட்டிக்கிட்டு தெருவுல இறங்குறா நல்லா. புள்ளைகள்லாம் தவிச்சுப்போய் பின்னாடியே

வருதுங்க. தலைவிரி கோலமா, கண்ணீர் வடிய தங்க ராஜா வீட்டுப்பொண்ணு நடந்துபோறதைப் பார்த்து ஊரு சனமெல்லாம் பரிதாபப்பட்டு நின்னுச்சு.

'வா தாயி... எங்க வீட்டுக்கு வா... நெல்லுக் குத்தி சோறு வடிச்சுத் தாரோம். காராம்பசு பாலெடுத்துத் தாரோம்... புள்ளைகளை அழைச்சுக்கிட்டு வீட்டுக்குள்ள வா தாயி'ன்னு அழைச்சுப் பார்த்தாங்க.

நல்லா, யாருக்கும் பதில் சொல்லலே... கால்போன போக்குல போனா... புள்ளைகள்லாம் அவ போன தடத்துல நடந்துச்சுங்க. அண்ணங்காரனுக்குத் தான் போன பாதை தெரிய ஆவாரங்குச்சிகளை ஒடிச்சுப் போட்டுக்கிட்டே போனா.

காடு கடந்தா. கரைகடந்து நடந்தா. ஒரு வயல்காட்டு ஓரமா இருந்துச்சு ஒரு பாழுங்கிணறு. அரை பாகத்துக்குத் தண்ணி, வா வான்னு வாயைப் பிளந்துக்கிட்டு கிடக்கு.

தன் புருஷங்காரனுக்கு அடையாளம் காட்ட, தாலியைக் கழற்றிக் கரையில வெச்சா. புள்ளைகள எல்லாம் கட்டியணைச்சு முத்தங்கொடுத்தா... ஒவ்வொண்ணாத் தூக்கி கிணத்துக்குள்ள வீசுனா... கடைசிப்புள்ள அம்மாக்காரி காலைக் கட்டிக்கிட்டு விசும்புது. மனசைக் கல்லாக்கிக்கிட்டு அதையும் தூக்கிப் போட்டா. கடைசியா தானும் குதிச்சா... கிணறே ஸ்தம்பிச்சுப் போச்சு. நல்லாவோட ஆறடிக் கூந்தல் தண்ணிய நிறைஞ்சு விரிஞ்சு கிடக்கு.

நல்லா, அர்ச்சுனாபுரத்துக்குக் கிளம்பின கொஞ்சநாள்லயே, மானாமதுரைச் சீமையில நல்ல மழை. மழைன்னா மழை... 12 வருஷம் காணாத மழை. ஏரி, குளமெல்லாம் நிரம்பி வழியுது. விளைச்சல் நிறையுது. காசிராசன் தம் புள்ளைகளையும் பொண்டாட்டியையும் அழைச்சுக்கிட்டு வர அர்ச்சுனா புரத்துக்கு வர்றான்.

நல்லானும் வேட்டை முடிச்சு ஊருக்கு வந்தான். 'எங்கே என் தங்கச்சி, எங்கே என் மருமக்கள்'ன்னு ஆவலா ஓடிவந்த நல்லானுக்கு அண்டைவீடு, அடுத்த வீட்டுக்காரங்க நடந்ததைச் சொன்னாங்க... அய்யோ... அர்ச்சுனாபுரம் இளவரசி, மானாமதுரை ராணி சோத்துக்கு வழியில்லாம தெருவில நின்னாளா... தாங்க முடியலே... அரிவாளை எடுத்து மூளி அலங்காரியை ஒரே வெட்டு. தலை துண்டாகி, தனியா விழுந்திடுச்சு.

தங்கச்சி போனதிசையில பைத்தியம் பிடிச்சதைப்போல அழுது புலம்பிக்கிட்டு ஓடுறான் நல்லான். தங்கச்சிக்காரி ஓடிச்சுப்போட்ட ஆவாரம் செடி வழிகாட்டுச்சு. பாழுங்கிணற்றுக்குள்ள தங்கச்சியும் மருமக்களும் பிணமா கிடக்குறதைப் பார்த்து அலறித் துடிச்சான். பொண்டாட்டி, புள்ளை களைத் தேடி ஓடிவந்த காசிராசனும் அந்தக் காட்சியைப் பார்த்துக் கதறி அழுதான். தங்கச்சியை இப்படியொரு நிலைக்கு ஆளாக்கிட்டோமேன்னு குற்ற உணர்வுல நல்லான் ஈட்டியில பாய்ஞ்சு உசுர விட்டான். பொண்டாட்டி புள்ளைக்கு சோறுபோட வழியில்லாம இப்படிச் சாகவிட்டோமேன்னு காசிராசனும் ஈட்டியில பாய்ஞ்சு செத்துப்போனான்.

விருதுநகர் மாவட்டம் வத்திராயிருப்புக்குப் பக்கத்துல இருக்கிற அர்ச்சுனாபுரம் போனீங்கன்னா, இப்பவும் நீங்க நல்லாவைப் பார்க்கலாம். முகத்துல அவ்வளவு உக்கிரம்.

அந்த ஊர்ல இப்போ அவளுக்குப் பேரு நல்லதங்காள். ஊரைவிட்டு விலகி அரைகிலோமீட்டர் உள்ளே நடந்தா வயக்காடுகளுக்கு மத்தியில தெய்வமா குடியிருக்கா நல்லா. பக்கத்திலயே ஏழு பிள்ளைகளும் சிலையா இருக்காங்க. அண்ணங்காரன் நல்லானும் இங்கே இருக்கான். இப்போ அவனுக்குப் பேரு நல்லதம்பி.

இந்த இடத்துல இருந்து கொஞ்சதூரம் நடந்தா, நல்லாவும், அவ பிள்ளைகளும் குதிச்சுச் செத்த கிணறு இன்னமும் உசுரோட இருக்கு. அந்தக் கிணத்துக்கிட்ட நிக்கும்போது நல்லாவும் அவளோட ஏழு பிள்ளைகளும் நம்மைப் பார்த்துக் கெக்கலிக்கிறதை உணர முடியுது.

2. செம்பா - நீலா

அந்த அக்கா தங்கச்சியைப் பாத்து ஊரே பொறாமைப்படும். அழகுன்னா அழகு, அப்படியொரு அழகு. எப்பப் பாத்தாலும் ரெண்டு பொண்ணுகளும் ஒன்னாதான் திரிவாளுக... ரெண்டு பேருக்குமே இடுப்புக்குக் கீழே தலைமுடி தொங்கும். நிலாப் போல வட்டமான முகம்.. வாழைத்தண்டு போல வாட்டமான உடல்ன்னு ஊரே அந்தப் புள்ளைகளை மகாலட்சுமி கணக்கா கொண்டாடித் தீக்கும்.

மூத்தவ பேரு செம்பா. சின்னவ பேரு நீலா. இந்தப் புள்ளைகளோட அப்பா, கோதண்டம் பத்மநாபபுரம் நீலகண்டேஸ்வரன் கோயில்ல குருக்களா இருந்தாரு. பக்தின்னா பக்தி... நீலகண்டேஸ்வரன் மேல அப்படியொரு பக்தி. பரம்பரை, பரம்பரையா கோதண்டம் குடும்பம் தான் கோயிலுக்குப் பூஜை பண்ணும். கோதண்டம் பொண்டாட்டி பேரு மல்லிகை. கல்யாணமான அடுத்த வருஷமே செம்பா பெறந்துட்டா. அடுத்து ஆம்பிளைப் புள்ள வேணுங்கிறது கோதண்டத்தோட ஆசை.

மல்லிகை முழுகாம இருந்தா. "கடவுளே... நல்லபடியா பிரசவம் ஆகனும்... எனக்கு ஆம்புளைப் புள்ளையக் கொடு... உம் திருப்பேரையே அதுக்குச் சூட்டுறேன்"னு அந்த நீலகண்டர்கிட்ட வேண்டிக்கிட்டே இருந்தாரு கோதண்டம். ஆனா, பெறந்ததென்னவோ பொண்ணு. ஆனாலும் ஆண்டவன் கொடுத்தது, ஏத்துக்கனும்ன்னு மனசைத் தேத்திக்கிட்டாரு கோதண்டம். வாக்கு மீறாம, 'நீலா'ன்னே பேரு வச்சு சீராட்டி வளர்த்தாரு.

ரெண்டு புள்ளைகளையுமே நல்லவிதமாப் படிக்க வச்சாரு. ஊர் வாத்தியார்மாரு, இந்தப் புள்ளைகளோட அறிவைக் கண்டு வியந்துபோய், "அய்யா கோதண்டம், உமக்கு வாய்ச்சது ரெண்டும் இறைவன் பிறப்புய்யா... அந்த ஈஸ்வரன் ரெண்டையுமே அறிவால படைச்சிருக்கான்யா"ன்னு வாய் நிறைய பாராட்டினாங்க. ஊரெல்லாம் தம் பிள்ளைகளைப் பாராட்டுறப்போ கோதண்டத்துக்குப் பெருமையா இருக்கும். மல்லிகைக்கிட்ட சொல்லி சந்தோஷப்படுவாரு. பாவம் மல்லிகை... அவளுக்குப்

பெரிசா வெளியுலகம் தெரியாது. புருஷன் தான் உலகம். அவன் சொல்றது தான் வேதம்.

புள்ளைக வளர்ந்துச்சுக... பார்வைக்கு லட்சணமா, பாக்குற கண்ணு பூக்குற மாதிரி ரெண்டும் திரியும். தன்னோட வருமானத்துக்குத் தக்கமாதிரி நகை, நட்டுன்னு வாங்கிப்போட்டு அழகு பாப்பாரு கோதண்டம். ஆனாலும் கண்டிப்பும், கட்டுக்கோப்பும் குறையலே. அப்பா சொல்லே வேதம்ன்னு வளர்ந்துச்சுக. தன்னோட குலம் மாறாம, கோத்திரம் குலையாம முறைப்படி ரெண்டு புள்ளைகளையும் கரை சேத்திடனும்ன்னு கனவு கண்டாரு கோதண்டம். நிறைய வரன்களும் வந்துபோக ஆரம்பிச்சுச்சு. ஆனா, வந்த வரனெல்லாம் அக்கா, தங்கச்சிகளுக்குப் பிடித்தமானதா இல்லை.

பத்மநாபபுரம் அரண்மனையில வீரர்களுக்கு வாள்பயிற்சி கொடுக்கிறவன் பத்மநாபன். ராஜா மார்த்தாண்ட வர்மனுக்கு தனிப்பட்ட தளபதியாவும் இருந்தான். ஆளு, பெரிய வீரன். வாட்டசாட்டமா இருப்பான். பெரிய வித்தைக்காரன். நாட்டுக்குள்ள பெரிய மரியாதை. புலியூர்க்குறிச்சியில இருந்துச்சு பத்மநாபன் வீடு.

ஒருநாளு, வீட்டுல இருந்து குதிரையில அரண்மனைக்கு வந்துக்கிட்டிருந்தான் பத்மநாபன். அப்போ, கோயிலுக்குப் போயிட்டு வீட்டுக்கு வந்துக்கிட்டிருந்தாங்க செம்பாவும், நீலாவும். ரெண்டு பேரையும் பார்த்த பத்மநாபன் அழகுல மயங்கிப்போனான். அந்தப் புள்ளைகளையே திரும்பித் திரும்பிப் பாத்துக்கிட்டுப் போனான்.

செம்பாவும், பத்மநாபனைப் பாத்தா. இந்தமாதிரி நமக்கொரு கணவன் வாய்ச்சா எப்படியிருக்கும்ன்னு ஒரு கணம் யோசிச்சா... அதுக்குள்ள செம்பா நினைச்சதை நீலா கண்டுபிடிச்சுட்டா... “என்னடி... அவரு அத்தானா வந்தா எப்படி இருக்கும்ன்னு யோசிக்கிறியா... செமப்பொருத்தம்டி”ன்னு அவ கிண்டல் பண்ண, செம்பாவுக்கு வெட்கம் . “அடிப்போடி... அதெல்லாம் இந்த ஜென்மத்துல நடக்காது...”ன்னு எதார்த்தம் புரிஞ்சுக்கிட்டுப் பேசுனா. ஆனாலும் வாய்தான் சொன்னதே ஒழிய மனசு அவனைத் தேடுச்சு. அவன் முகம் அப்படியே அச்சா மனசுல பதிஞ்சிடுச்சு. அவளை அறியாம திரும்பிப் பாத்தா. பத்மநாபன் ஒரு இடத்துல நின்னு அவளையே பாத்துக்கிட்டிருந்தான்.

பயமும், வெட்கமும் தொரத்த, வேகவேகமா வீட்டுக்குப் போயிருச்சுக ரெண்டு புள்ளைகளும்.

அரண்மனைக்குப் போன பத்மநாபனுக்கு இருப்புக் கொள்ளல. யாரைப் பாத்தாலும் செம்பாவைப் பாத்த மாதிரி இருக்கு. பசிக்கலே. வித்தையில மனசு இறங்க மறுக்குது. கண்ணை மூடுனா செம்பா தான் வந்து நிக்குறா... இன்னொரு முறை அவளைப் பாக்கனும் போலருக்கு.

பத்மனாபனோட தவிப்பைப் பாத்த அவனோட நண்பன், என்ன ஏதுன்னு விசாரிச்சான். பத்மநாபன் விஷயத்தைச் சொல்ல, “நாளைக்கே யாரு என்னன்னு விசாரிச்சு பேசி முடிச்சுப்புடுவோம்”ன்னு தைரியம் குடுத்து தவிப்பைப் போக்குனான். ஆனாலும் பத்மநாபனுக்கு எந்த வேலையும் ஒட்டலே. எதையோ இழந்தமாதிரி இருக்கு.

செம்பாவுக்கும் நிலைக் கொள்ளல. பத்மநாபன் முகம் கண்ணை விட்டு அகலலே. சாப்பாடு இறங்கலே. உறக்கம் பிடிக்கலே. அக்காவோட நிலையைப் பாத்து தங்கச்சிக்காரிக்கு வேடிக்கையா இருக்கு. சிரிச்சுக் கேலி பண்றா.

பத்மநாபனோட நண்பன், மறுநாளே யாரு என்னன்னு கண்டு பிடிச்சுட்டான் . நீலகண்டேஸ்வரர் கோயில் குருக்கள் கோதண்டம் புள்ளை தான் அதுன்னு தெரிஞ்ச உடனே, பத்மநாபனுக்கு சந்தோஷம். உடனே ஆட்களை அனுப்பிப் பேசச் சொன்னான்.

கோதண்டம், பூசை முடிச்சு கோயில் நடையைச் சாத்திட்டு வீட்டுக்கு வந்துக்கிட்டிருந்தாரு. பத்மநாபன் அனுப்பின ஆட்கள் அவரை வழிமறிச்சாக... ஆளு, அம்புன்னு சேனையே வந்து வழிமறிக்கிறதைப் பாத்துக் கொஞ்சம் பயந்து போனாரு கோதண்டம். நடந்த கதையெல்லாம் சொல்லி, “பத்மநாபன் உங்க பொண்ணு மேல ஆசைப்படுறார். நீங்களே முகூர்த்தத்துக்கு நல்ல நாளாப் பாத்து சொல்லி அனுப்புங்க, சீக்கிரமே கல்யாணத்தை முடிச்சுப்புடலாம்”ன்னு சொல்லிட்டு, இவரோட பதிலைக் கூட கேட்காம திரும்பிப் போயிட்டாங்க.

கோதண்டம் மிரண்டு போனாரு. உடம்பெல்லாம் நடுங்குது. ‘அய்யோ... நீலகண்டரே... என்ன இது சோதனை’ன்னு கலங்கி கண்ணீர் வடிச்சாரு... தட்டுத்தடுமாறி வீடுபோய்ச் சேர்ந்து பொண்டாட்டியைக் கூப்பிட்டு உக்கார வச்சு நடந்த கதையைச்

சொல்லி ஓ...ன்னு அழுதாரு. "அவன் குலம் என்ன, கோத்திரம் என்ன... நம்ம வீட்டுப் பொண்ணை அவனுக்கு எப்படி கொடுக்கமுடியும்... அரசனுக்கு வேண்டிய ஆளு... இல்லேன்னு சொன்னா கொலை செய்யக்கூட அஞ்சமாட்டானே... தர்மத்துக்குத் தகுமா? நம்ம பொண்ணுங்க இருக்கிற இருப்பு என்ன? இவன் இருக்கிற இருப்பு என்ன? இவன்கூட இவா போயி வாழமுடியுமா? நீலகண்டா, ஏன் இப்படி சோதிக்கிறே"ன்னு கதறி அழுதாரு. மல்லிகையும் கூட அழுதா... அவளுக்கு வேற என்ன தெரியும்..? அன்னைக்கு ராத்திரி அந்த வீட்டுல யாருக்கும் உறக்கமில்லை.

ஒரு வாரம் ஓடுச்சு. நீலகண்டேஸ்வரனுக்குக் காப்புக்கட்டித் தேரோட்டம் நடக்குது. பத்மநாபனுக்கு உறக்கம் பிடிக்கலே. ஊர் பிடிக்கலே. வேலை பிடிக்கலே. வித்தை பிடிக்கலே. செம்பா, செம்பான்னு பித்துக்கொண்டு திரிஞ்சான். எப்படியும் செம்பா தேரு பாக்க வருவா. அப்போ பாத்துப் பேசலாம்ன்னு நினைச்சான். அவன் நினைச்ச மாதிரியே செம்பாவும் நீலாவும் தேரு பாக்க கிளம்புனாங்க. மல்லிகையும் கூடப் போனா. கோயில்ல நின்னு பூசை பண்ண வேண்டிய கோதண்டம், அந்த வேலையை விட்டுப்புட்டு வந்து இவங்களை வழிமறிச்சாரு. "யாரும் தேரு பாக்கப் போகவேணாம். புள்ளைகளுக்குத் தீட்டுக் கழிக்கனும். அப்பளம், பாயசத்தோட சமையல் செஞ்சு தானம் கொடுக்கனும்... வீட்டுக்குப் போயி ஆகவேண்டிய வேலையப் பாருங்க"ன்னு சொல்லி அனுப்பிட்டாரு.

செம்பாவுக்கு ஏமாற்றமாப் போச்சு. தேரு பாக்குற சாக்குல பத்மநாபனையும் பாக்கலாமேன்னு நினைச்சா. அப்பாவால கெட்டுப்போச்சேன்னு வருத்தப்பட்டுக்கிட்டே வீட்டுக்குப் போயி தானத்துக்கு சமைக்க ஆரம்பிச்சாங்க. வாசனை ஊரையே கூட்டுச்சு. அப்படியொரு சமையல்.

தெருவுல திரிஞ்ச ஏழு பேரைக் கூட்டிவந்து அன்னதானம் பண்ணினார் கோதண்டம். அன்னதானம் முடிஞ்சதும், கோட்டைக் கிணத்துல போயி கால் அலம்பி தோஷம் கழிச்சுட்டு வந்திடலாம்ன்னு பிள்ளைகளைக் கூப்பிட்டார். மல்லிகையும் கிளம்பினா. "இல்லேயில்லை... நீ வீட்டுல இருந்து பூஜைக்கு ஏற்பாடு பண்ணு. புள்ளைகளைக் கூட்டிக்கிட்டுப் போயிட்டு வாரேன்"னு சொல்லிட்டு, ரெண்டு பேத்தையும் அழைச்சுக்கிட்டுக் கிளம்பினாரு.

புள்ளைங்க ரெண்டுக்கும் ஒன்னும் புரியலே... இப்போ என்ன தோஷம் நமக்கு... தெருகூடப் பாக்கவிடாம அப்பா ஏன் கோட்டைக் கெணத்துக்குக் கூட்டிக்கிட்டுப் போறாருன்னு ஒரே குழப்பம். ஆனாலும் தந்தை சொல் மீறாத புள்ளைகளாச்சே... மறுபேச்சுப் பேசாம கூடப்போகுதுக.

செம்பா, ஜரிகை பார்டர் போட்ட பச்சைக்கலர் தாவணி கட்டியிருக்கா... நீலா செவப்புல மினுமினுக்கிற தாவணி... தலை நிறைய மல்லிப்பூ... வாசனை, காத்தைக் கிறங்க வைக்குது. ஜல் ஜல்லுன்னு மணிக்கொலுசு சத்தம் காதை வருடுது. ரெண்டு புள்ளைகளும் தேவதைங்க மாதிரி நடந்து வருதுக. கோதண்டம் இறுகின முகத்தோட நடக்கிறாரு.

இதுவரைக்கும் அடிச்சுக்கொளுத்தின வெயிலு திடீர்ன்னு கம்மிக்கிச்சு. வானம் திரண்டு நிக்குது. காத்து உஸ் உஸ்ஸுன்னு பாம்பு கணக்கா வந்து மோதுது. கோதண்டமும் புள்ளைகளும் நடையை எட்டி எட்டிப்போட்டு நடக்கிறாங்க.

கோட்டைக் கெணறு வந்திடுச்சு. கெணத்துல இருபத்திநாலு கல்லுப் படி. பிள்ளைகளை இறங்கச் சொல்றாரு கோதண்டம். முதல்ல செம்பா இறங்க, அடுத்து இறங்குறா நீலா... ஆழத்துல கெடக்கு தண்ணி... எப்பவும் மழை பெய்யலாங்கிற மாதிரி காத்து ஈரத்தை கொண்டு வந்து அப்புது. கீழே குனிஞ்சு பாத்தாலே பயமாயிருக்கு. இருந்தாலும் அப்பன் வாக்காச்சே... சரசரன்னு இருப்பதோறாவது படியில வந்து நிக்குறா செம்பா. அதுக்கு மேப்படியில நீலா. அதுக்கும் மேல கோதண்டம். கண்ணை மூடி நீலகண்டேஸ்வரன் திசையில திரும்பி வணங்கினாரு. கண்ணெல்லாம் தண்ணி. அப்பாவோட செயலை, புரியாமப் பாக்குதுக புள்ளைக. ஒரே தள்ளு... முதல்ல கிணத்துக்குள்ள விழுந்தது நீலா. அய்யோன்னு கத்தக்கூட அவகாசமில்லை. வலுவெல்லாம் திரட்டி செம்பாவையும் தள்ளி விட்டாரு. ‘அய்யோ... அய்யோ’ன்னு ஆழத்துல எழுந்த குரல் மெல்ல மெல்லத் தேயுது..!

கண்ணைத் தொடச்சுக்கிட்டு படியேறி மேல வந்தாரு கோதண்டம். தேரு வலம் சுத்துது. ஆட்டம், பாட்டம்ன்னு பத்மநாபபுரமே கொண்டாட்டத்துல மிதக்குது. மக்கள் களிப்புல இருக்காங்க. நேரா வீட்டுக்குப்போனாரு. தயாரா பறிச்சு வச்சிருந்த விஷக்காயைக் கடிச்சாரு. அஞ்சாறு நிமிசத்துல நுரை தள்ளிப்போச்சு.

புள்ளைகளைக் கூட்டிக்கிட்டுப் போன மனுஷன், தனியா வந்திருக்கார்... அதுமட்டுமில்லாம வாயில நுரை வேற தள்ளுதேன்னு பதறித்துடிச்ச மல்லிகை தலையை மடியில வச்சு 'அய்யோஅம்மா'ன்னு கத்துறா. அதுக்குள்ள கோதண்டம் கொஞ்சம் கொஞ்சமா அடங்கிப்போனாரு. ஏதோ விபரீதமாகிப்போச்சுன்னு புரிஞ்சுக்கிட்ட மல்லிகை, கோதண்டம் கடிச்சுட்டுப் பாதியாக்கிப் போட்டிருந்த விஷக்காயை தானும் எடுத்துக் கடிச்சுட்டா...

தேரு நிலைக்கு வந்திருச்சு. மெல்ல மெல்ல கொண்டாட்டம் முடிஞ்சு மக்கள் வீடு திரும்புறாங்க. செம்பாவைத் தேடி, பாத்த கண்ணு தோத்துப்போயி சோர்ந்துபோய்க் கெடந்தான் பத்மநாபன். கோட்டைக் கெணத்துக்குள்ள இருந்து செம்பாவையும், நீலாவையும் தூக்கி, கோதண்டம், மல்லிகையோட சேர்த்து அடக்கம் செஞ்சாங்க. செம்பா ஞாபகத்துலேயே அன்னம் தண்ணி குடிக்காம பட்டினியாக் கிடந்து உடல் தேஞ்சு பத்மநாபனும் செத்துப்போனான்.

செம்பாவும், நீலாவும் செத்துப்போனாங்க. ஆனா, காலம் இன்னமும் தூக்கிச் சுமந்துக்கிட்டுத் திரியுது. அந்தப் புள்ளைகளைப் பாக்கனும் போலருந்தா, கன்னியாகுமரி மாவட்டத்துல உள்ள மேலாங்கோட்டுக்கு ஒரு எட்டுப் போயிட்டு வாங்க. இப்போ அக்காக்காரி செம்பாவுக்குப் பேரு செண்பகவல்லி. தங்கச்சிக்காரி நீலாவுக்குப் பேரு எசக்கி. ஊரும் உலகமும் இப்போ கையெடுத்துக் கும்பிட்டு அதுங்கக்கிட்ட மன்னிப்புக் கேட்டுக்கிட்டுக் கிடக்குதுக.

செம்பா, நீலாவோட உயிரைக் குடிச்ச கெணறு இன்னமும் உயிரோடதான் இருக்கு!

3. பொய்யா

பொய்யா இருக்காளே... அவளுக்குப் புள்ளைங்கன்னா அவ்ளோ ஆசை... ஆனா, ஆண்டவன் வஞ்சனை வச்சுட்டான். கல்யாணமாகி 15 வருஷமா வயித்துல ஒரு புழு, பூச்சி வைக்கலே. போகாத கோயில் இல்லே... முழுகாத குளம் இல்லை... ஒரு பயனுமில்லை. பாவம் பரிதவிச்சு நின்னா பொய்யா.

பொய்யாவுக்கு ஒரு தங்கச்சி. வதவதன்னு வருஷத்துக்கொரு புள்ளையா ஏழு புள்ளைங்களப் பெத்துட்டா. அக்காக்காரிக்கு, தங்கச்சி புள்ளைங்க மேல உசுரு. தங்கச்சி புள்ளைகளும் பொய்யாவை இன்னொரு அம்மாவை நினைச்சுச்சுக. வாரமானா, சட்டி நெறைய பலகாரம் சுட்டுக்கிட்டு, தங்கச்சி வூட்டுக்குப் போயிருவா பொய்யா. பெரியம்மாவைக் கண்ட புள்ளைகள்லாம் ‘அம்மா, அம்மா’ன்னு அவ காலையே சுத்திக்கிட்டு கிடக்குங்க. ‘ஆண்டவன் தனக்குத் தரவேண்டிய புள்ளைகளையும் தன் தங்கச்சிக்குச் சேர்த்துக் குடுத்துருக்கான்’ன்னு அதுங்களையே தன்னோட புள்ளைகளை நினைச்சுக்கிட்டா பொய்யா.

ஆனா, என்னதான் அக்காக்காரியா இருந்தாலும் தம்புள்ளைக இன்னொருத்தியை ‘அம்மா, அம்மா’ன்னு காலைச் சுத்திக்கிட்டுக் கிடக்கிறதுல தங்கச்சிக்காரிக்கு விருப்பமில்லை. ‘புள்ளை இல்லாதவ கண்ணு பட்டா இதுகளுக்கு ஒண்ணுல்லாட்டி ஒண்ணு ஆயிருமே’ன்னு பயம் அவளுக்கு. இலைமறைகாயா சொல்லிப்பாத்தா. ஆனா, வெகுளிப்பொண்ணான பொய்யாவுக்கு அவ வார்த்தையில இருக்கிற விஷம் புரியலே. அவ பாட்டுக்கு வெள்ளந்தியா இருந்தா.

ஒருநாள், வழக்கம்போலவே பொய்யா, சட்டி நெறைய பணியாரம் சுட்டு எடுத்துக்கிட்டு தங்கச்சிக்காரி வீட்டுக்குப் போனா. அக்கா வர்றதைத் தூரத்துலயே பாத்துட்ட தங்கச்சி, எல்லாப் புள்ளைகளையும் கோழி அடைக்கிற கொடாப்புக்குள்ள போட்டு, ‘பூச்சாண்டி வாரான்... நான் சொல்ற வரைக்கும் யாரும் வெளியில வரக்கூடாது...வந்தாப் புடிச்சுக்கிட்டுப் போயி கண்ணை நோண்டிருவான்’னு மிரட்டி அடைச்சுப்புட்டா.

இருந்த சாதத்தையெல்லாம் கோழிக்குக் கொட்டி பத்துப் பாத்திரங்களை கழுவாம போட்டுட்டா. குப்பையும், கூளமுமா வீடு கெடக்கு. தலையில மண்ணுப்பத்து போட்டுக்கிட்டு முடியாதவ மாதிரி போத்திக்கிட்டு படுத்துக்கிட்டா. தங்கச்சி

புள்ளைகளை கட்டியணைச்சு உச்சிமோந்து கொஞ்சுற ஆசையில வீட்டுக்குள்ள நுழைஞ்சா பொய்யா. புள்ளைக அரவத்தையே காணோம். தங்கச்சிக்காரி உடம்புக்கு முடியாம படுத்திருக்கா. அவ கோலத்தைப் பார்த்ததும் பதறிப்போன பொய்யா, பக்கத்துல உக்காந்து தலை புடிச்சு விடுறா. 'எங்கடி போச்சுக நம்ம புள்ளைக'ன்னு கேட்க, 'அதையேக்கா கேக்குற... விளையாட போறேன்னுட்டு போன புள்ளைக... வீடு திரும்பலே... எனக்கும் உடம்புக்கு முடியலே... போட்ட பாத்திரம் போட்டபடி கெடக்கு... காலையில இருந்து பசியா கெடக்குறேன்..."ன்னு கண்ணீர் விட்டா தங்கச்சி.

பாவி மகளுக்கு, தங்கச்சிக்காரி பித்தலாட்டம் பண்றான்னு புரியலே. 'அய்யோ, பசியாக் கிடக்குறாளேன்னு பரிதவிச்சு பாத்திரங்களைத் துலக்கி கஞ்சி காச்சப்போனா பொய்யா. 'புள்ளைக இல்லேன்ன உடனே அக்கா, ஊருக்குக் கிளம்பிருவா'ன்னு நினைச்ச தங்கச்சி, இவளை எப்படித் துரத்தலாம்ன்னு யோசிக்க ஆரம்பிச்சா. அதுக்குள்ளாற, அரிசியை அலசி கழனித்தண்ணியை ஊத்த கொல்லைப்பக்கம் போன பொய்யா, கோழிக்கொடாப்புக்குள்ள ஆளரவம் கேக்குறதைக் கவனிச்சுட்டா. மெல்ல, மூடியைத் தெறந்து எட்டிப்பாத்தா.... புள்ளைகள்லாம் அடைஞ்சு கெடக்குதுக...

தங்கச்சியோட தகாதவேலை புரிஞ்சுப் போச்சு. 'அடிப்பாவி மகளே... ஊருதாம் ஆயிரம் பேசுதுன்னா நீயே இப்படி வஞ்சிட்டியேடி... உம்புள்ளைகளை எம்புள்ளைகளா தானேடி நினைச்சேன். என்கிட்டயே நீ பசலித்தனத்தைக் காட்டிப்புட்டியே.... அய்யோ ஆண்டவனே... எனக்குன்னு ஒரு குஞ்சைக் குடுத்திருந்தின்னா, இப்படியொரு அவமானம் வாச்சிருக்குமா. என் வயித்துல நெருப்பை வச்சிட்டியே..?' ன்னு ஒன்னு கத்தி ஒப்பாரி வைக்கிறா பொய்யா...

தன்னோட ஊழல் வெளிப்பட்டிருச்சேன்னு தங்கச்சிக்காரிக்குத் தர்மசங்கடம் ஆகிப்போச்சு. வேஷம் கலைஞ்சிருச்சேன்னு வெட்கம் வந்திருச்சு. 'அக்கா என்னை மன்னிச்சிருக்கா... தெரியாம பண்ணிட்டேன்'னு அழுவுறா... ஆனா, பொய்யாவுக்கு மனசு ஆறலே. 'அம்மா அம்மான்னு காலைச்சுத்துற புள்ளைகள் மேல கண்ணு வக்கிற ஈன ஜென்மமாடி நானு... சின்ன வயசுல, உன்னை என் கையில புடிச்சுக்குடுத்துட்டு செத்துப்போனா நம்ம ஆத்தா... அன்னையில இருந்து நான்தானேடி தாய்க்குத் தாயா இருந்து உன்னை வளர்த்தேன்... என்னை வேத்து மனுஷியா நினைச்சுப் புட்டியேடி... மலடி கண்ணு புள்ளைகளை மண்ணாக்கும்ன்னு

நினைச்சுட்டியே... இனிமே உம் வீட்டுப்பக்கமே வரமாட்டேன்... உம்புள்ளைகளை திரும்பிக்கூட பாக்கமாட்டேன்'னு சொல்லிட்டு தலைவிரிகோலமா ஓடுறா பொய்யா...

'அய்யோ... தப்பு பண்ணிட்டமே'ன்னு தங்கச்சிக்காரிக்கு மனசு அடிச்சிக்குது... 'அக்கா, அக்கா'ன்னு அலறிக்கிட்டு ஓடுறா... பொய்யா போன திசை தெரியலே... வீட்டுக்கு ஓடிவந்து கோழிக்குடாப்பைத் திறந்து பாக்குறா... புள்ளைகள்லாம் மயங்கிக் கிடக்கு.

அக்கா வீட்டுக்கு ஓடுறா தங்கச்சிக்காரி. அக்காவக் காணோம். நாலாதிசையிலும் தேடியலையுறா... தெக்காப்புல இருக்கிற சிவன் கோயில்ல தலைவிரிகோலமா உக்காந்து அழுதபடியிருக்கா பொய்யா. அவ கண்ணுல இருந்து வடியிற கண்ணீர் ஆறுமாதிரி ஓடிக்கிட்டிருக்கு. அவ கால்ல விழுந்து 'அக்கா, என் தெய்வமே... என்னை மன்னிச்சிரு, எம்புள்ளைகளைக் காப்பாத்து'ன்னு கதறி அழுவுறா தங்கச்சி. அவளை ஏறெடுத்தும் பாக்கலே பொய்யா. 'போ... இனி எம் மூஞ்சியில முழிக்காதே.... என் கண்ணீரை அள்ளிக்கொண்டு போய் புள்ளைக மேல தெளி. எல்லாப் புள்ளைகளும் கண் விழிச்சிரும். அம்மா, அம்மான்னு கூப்பிட்ட பெரியம்மா செத்துப்போயிட்டா... இனிமே வரமாட்டா'ன்னு சொல்லு...ன்னு சொல்லிட்டு மயங்கி விழுத்துட்டா...

அவ்வளவுதான்... பொய்யா முடிஞ்சுபோனா... தங்கச்சிக்காரி தவறை நினைச்சு கதறி அழுவுறா... என்ன பிரயோஜனம்... போன உசுறு திரும்பவா போகுது... ஆறா ஓடுன பொய்யாவோட கண்ணீரை அள்ளிக்கிட்டுப் போய் குழந்தைங்க மேல தெளிச்சா. அத்தனை புள்ளைகளும் வாரிச்சுரிட்டிக்கிட்டு எழுந்திருச்சுக.

பொய்யா செத்துப்போன சிவன்கோயில் பக்கம் அதுக்கப்புறம் யாருமே போகலே... குறிப்பா குழந்தைங்க போனா, காய்ச்சல், கழிச்சல்ன்னு நோய் வருதுன்னு வதந்திகள் பரவுச்சு. ஊர்க்காரவுக எவ்வளவோ மந்திரவாதிங்களை எல்லாம் கூட்டியாந்து மந்திரிச்சாக. ஆவிய விரட்ட யந்திரம் அடிச்சாக. ஆனாலும் அச்சம் தீரலே. அப்பப்போ ராத்திரி நேரத்துல ஓ..ன்னு ஒரு ஒப்பாரிக் குரல் மட்டும் கேட்கும்ன்னு ஊர்காரங்க சொல்லக் கேள்வி.

அதுமட்டுமில்லே... பெறக்கிற பிள்ளைங்கல்லாம் கை ஊனம், காலு ஊனம்ன்னு பெறந்துச்சுக. யாருக்காவது பிரசவம்ன்னா ஊரே உசுர கையில புடிச்சுக்கிட்டுக் கெடந்துச்சு.. எல்லாம் பொய்யாவோட சாபம்ன்னு ஊரே பேசுச்சு. ஒருநாளு,

ஊரு சாமியாடி கனவுல வந்த பொய்யா, 'யாரும் என்னைக் கண்டு யாரும் பயப்பட வேணாம். இனி ஒரு பிஞ்சு உயிர்கூட இந்த மண்ணுல போவாது. நான் உசுருவிட்ட இடத்துலர்ந்து மண்ணெடுத்து நம்ம ஊரோட கிழக்கு எல்லையில ஒரு கோயிலு கட்டுங்க. பிரசவ வலியில துடிக்கிற பொம்பளைகளை என்கிட்ட கொண்டு வந்து விடுங்க... நானே மருத்துவச்சியா இருந்து பிரசவம் பாக்குறேன்'னு சொன்னா.

அதேமாதிரி சிவன்கோயில்ல பொய்யா உயிர்விட்ட இடத்துல மண்ணெடுத்து, ஊருக்குக் கிழக்கு எல்லையில பொய்யாவுக்கு ஒரு குடிசை கட்டி குடி வச்சாங்க. பொய்யா சொன்ன சொல்லைக் காப்பாத்திட்டா... அதுக்கப்புறம் எந்தப் புள்ளையும் ஊனமாப் பெறக்கலே. ஒரு உசுருக்கும் பங்கமில்லே. பொய்யா குடியிருக்கிற குடிசைக்கு எதிர்ல ஒரு ஓலைத்தடுப்பு இருக்கும். அதுதான் அந்த ஊருக்கு பிரசவ ஆசுபத்திரி. பிரசவ வலியெடுத்துக் கத்துற யாரும், 'அய்யோ...' 'அய்யோ'ன்னு கத்துறதில்லை. 'பொய்யா...', 'பொய்யா...'ன்னு தான் கத்துவாங்க. மேலே கட்டியிருக்கிற கம்பைப் புடிச்சுக்கிட்டு எல்லாப் பொம்பளைகளும் சுயப்பிரசவம் செஞ்சுக்குவாங்க. அவங்க மனசுக்குள்ள இறங்கித் துணைக்கு துணையா இருந்து அந்தப் பொய்யாவே பிரசவம் பாக்கிறா. இதுவரைக்கும் ஒரு ஆபத்தும் வந்ததில்லை.

இன்னைக்கும், புதுக்கோட்டை மாவட்டத்துல, ஆவுடையார்கோயில் பக்கத்துல இருக்கிற ஒக்கூருக்குப் போனிங்கன்னா பொய்யாகிட்ட பிரசவம் பாத்துக்கிட்ட நூத்துக்கணக்கான பொம்பளைங்களையும், பொய்யா தொப்புள்கொடி நறுக்கிப்போட்ட பிள்ளைகளையும் பார்க்கலாம். இதுவரைக்கும் அஞ்சாறு தலைமுறை ஆகிப்போச்சு. இப்போ கொஞ்சம் பேரு, பொய்யாவுக்கு அபராதம் கட்டிட்டு பெரியாஸ்பத்திரிக்குப் போயி பிரசவம் பாக்குறதும் நடக்குது.

கூறைக் கொட்டகை, இப்போ கோபுரம் ஆயிருச்சு. பொய்யாவைப் பாத்து இப்போ யாரும் பயப்படுறதில்லை. பொய்யா முகத்துல ஆங்காரம் இல்லை. அன்பு பொங்குது. கடுமை இல்லை. கனிவு ததும்புது. ஒத்தப் புள்ளைக்கி ஆசைப்பட்ட பொய்யாளுக்கு இன்னைக்கு ஊரெல்லாம் புள்ளைக்காடாக் கெடக்கு. எல்லாப் புள்ளையும், 'நான் பொய்யாளோட புள்ளை'ன்னு சொல்லிக்கிட்டுத் திரியுது!

4. முத்தா

முத்தா பெரிய கூத்தாடி. ராம்நாடு ஜில்லாவுல அவளுக்கு இணையான கூத்தாடிங்க யாரும் இல்லை. முத்தாளோட அப்பன் முத்துச்சாமி வாத்தி பெரிய கலைஞன். ஒரு நாடகக் கம்பேனி நடத்துனாரு. அவரை நம்பி நாப்பது அம்பது ஆளுங்க பிழைச்சுக்கிட்டிருந்தாங்க. கம்பங்காடு முத்துச்சாமி வாத்தி கூத்துன்னா சுத்துப்பட்டு சனங்கள்லாம் வேலை வெட்டியை விட்டுப்புட்டு வண்டிமாடு கட்டிக்கிட்டு வந்திரும். அவ்வளவு பேரு அந்தாளுக்கு.

அந்தக் காலத்துல கூத்துல பொம்பளைங்களே இருக்கமாட்டாங்க. எல்லா வேஷத்தையும் ஆம்பளைங்க தான் கட்டுவாங்க. காரணம், பொம்பளைங்க கூத்துக்குப்போனா கெட்டுப்போயிருவாங்கன்னு ஒரு கதை. அதனால கூத்துக்காரங்களே அவங்க வீட்டுப் பொம்பளைகளை கூத்துல சேத்துக்கிறதில்லை. ஆனா முத்தாவுக்கு கூத்து தான் உசுரு. வீட்டுக்களத்துல, கூத்தாடிங்க வேஷம் கட்டி முன்னோட்டம் பாக்குறபோதெல்லாம் கண்ணை இமைக்காம பாத்துக்கிட்டு உக்காந்திருப்பா.

முத்தாளோட அம்மாவுக்கு மகளோட போக்கு பிடிக்கலே. ‘வயசுக்கு வந்தபுள்ள இப்படி ஆம்பளைங்க கூத்தாடுற இடத்துல வாயைப் பிளந்துக்கிட்டு உக்காந்து பாக்குறது நல்லாவாடி இருக்கு’ன்னு வஞ்சிக்கிட்டே இருப்பா. ஆனா, முத்தாளுக்கு எதுவுமே மண்டையில ஏறாது. பாட்டு, கூத்துதான்.

அப்பன் ஆத்தா இல்லாத நேரத்துல, கலர் மாவை மூஞ்சியில பூசிக்கிட்டு கண்ணாடிக்கு முன்னால நின்னு வள்ளியாவும் சந்திரமதியாவும், பவளக்கொடியாவும் மாறி ஆடுவா. ஒருநாளு, ஆத்தாகாரி கையும் களவுமா புடிச்சுட்டா. “பொண்ணை கூத்தாட விட்டு சாப்பிடுது முத்துச்சாமி வாத்தி குடும்பம்ன்னு ஊருல நாலுபேரு காரித்துப்பத்தான் இந்தக் காரியத்தை பண்றியாடி”ன்னு கட்டை உரிய அடிச்சா. அன்னைக்கு வாங்கின அடியையும் உதையையும் மறக்கவே மாட்டா முத்தா. ஒடம்பெல்லாம் கண்ணிப்போச்சு. ஆனாலும் மனசுல இருந்து கூத்து அழியலே.

முத்துச்சாமி வாத்திக்கு மகளோட ஆசை புரிஞ்சுச்சு. அவரு வித்தியாசமான ஆளு. கூத்துக்காக உயிரையே கொடுக்கிற மனுஷன். மனசு சுத்தமா இருந்தா எல்லாமே சுத்தமா இருக்கும்ன்னு நம்புறவர். மகளை கூத்துல சேத்துக் கத்துக்குடுக்க ஆரம்பிச்சார்.

முத்தாளுக்கு ஒரு அண்ணங்காரன். பேரு பாண்டித்தொரை. அவனும் கூத்தாடி தான். ஆனா, அகங்காரம் புடிச்ச பய. முன்கோபக்காரன். கூத்தாடுறதுல தன்னை விட பெரியாளு யாருமில்லைங்கிறது அவன் எண்ணம். அவனுக்குத் தங்கச்சிக்காரி கூத்துக்கு வந்தது பிடிக்கலை. 'வயசுக்கு வந்த ஒரு புள்ளையை கூத்தாட விட்டா, நாளைக்கு யாரு அவளைக் கட்டுவா... நம்மளப் பத்தி வெளியில என்ன பேசுவாங்க... ஒழுங்கா அவளை வீட்டுல உக்கார வச்சு எவனுக்காவது, கல்யாணத்தைப் பண்ணிக் கொடுக்கிற வழியைப் பாக்காம வேஷம் கட்ட விடுறியே'ன்னு அப்பங்காரன்கிட்ட சண்டை போட ஆரம்பிச்சுட்டான்.

ஆனா, முத்துச்சாமி வாத்தி உறுதியா நின்னாரு. "முத்தா வருவா... கூத்தாடுவா... அவ அந்த அய்யன் முருகனே கொடுத்த கொடை... கூத்துக்காகவே பெறந்தவ. உனக்கு விருப்பமிருந்தா கம்பேனியில இரு... இல்லேன்னா கௌம்பிக்கே"ன்னு சொல்லிட்டார். பாண்டித்தொரைக்கு வேற வழியில்லை. 'அப்பனுக்கப்பறம், கம்பேனி நம்ம கைக்குத் தானே வரும்... அப்போ பாத்துக்கலாம்'ன்னு கருவிக்கிட்டே அமைதியா இருந்துட்டான்.

முத்தா வேஷம் கட்ட ஆரம்பிச்சுட்டா... அப்பல்லாம் இப்போ மாதிரியில்லை. ஊருக்கு ஊரு கூத்து தான். 'வெளைஞ்சா வள்ளி திருமணம், வெளையாட்டி அரிச்சந்திர மயான காண்டம்'ன்னு பழமொழியே இருந்துச்சு. எது இருக்கோ இல்லையோ, கூத்தும், பாட்டும் இல்லாம இருக்காது. பவளக்கொடி, சத்தியவான் சாவித்திரி, கோவலன் சரித்திரம், சித்ராங்கி விலாசம்ன்னு விதவிதமா கூத்துங்க உண்டு.

முத்தா கூத்துக்கட்டின கொஞ்ச நாள்லயே முத்துச்சாமி வாத்தி கம்பேனி தென் மாவட்டம் முழுவதும் பிரபலமாயிருச்சு. முத்துச்சாமி வாத்தி கம்பேனிங்கிறதை மறந்து 'முத்தா கம்பேனி, முத்தா கம்பேனி'ன்னு மக்களெல்லாம் கூப்பிட ஆரம்பிச்சுட்டாங்க. ரோமத்தை மழிச்சுக்கிட்டு பந்துகளை வச்சுக்கிட்டு பொம்பளைங்க மாதிரி ஆம்பிளைங்க

நடிச்சுக்கிட்டிருந்த காலத்துல, ஒரு பெண்ணே மேடையேறி வள்ளியா, சந்திரமதியா, பவளக்கொடியா நடிக்கிறதப் பாக்க சனங்க வெள்ளமா கூடி வந்தாங்க.

தன்னோட பேச்சை மீறி அப்பன் தங்கச்சியை கூத்துல சேத்துக்கிட்டதையே பொறுக்கமாட்டாமத் துடிச்சான் பாண்டித்தொரை. தங்கச்சிக்கு இவ்வளவு பேரும் புகழும் கிடைச்சா பொறுப்பானா? அப்பப்போ சீண்டுவான். 'நீயெல்லாம் கூத்தாட வல்லேன்னு யாரு அழுதா... போயி வீட்டுல சோறாக்குற வேலையைப் பாத்தா என்ன'ன்னு வைவான். ஆனா முத்தா எல்லாத்தையும் பொறுத்துக்கிட்டா. அப்பன் எப்படியோ அப்படித்தான் அண்ணனும். அவ்வளவு மரியாதி கொடுப்பா. ஒரு வார்த்தை எடுத்தெரிஞ்சு பேசமாட்டா.

ஒரு கட்டத்துல முத்துச்சாமி வாத்திக்கு வயசாகிப் போச்சு. முன்னமாதிரி கூத்தெல்லாம் ஆடமுடியலே. பொறுப்பை மகன்கிட்ட ஒப்படைச்சுட்டு வீட்டுல படுத்த படுக்கையாயிட்டாரு. பாண்டித்தொரை கைக்கு நிர்வாகம் போனபிறகு நிலைமை மாறிப்போச்சு. தங்கச்சிக்காரி உக்காந்தா குத்தம், நிமிர்ந்தா குத்தம்ன்னு பேச ஆரம்பிச்சான். எல்லாத்துலயும் கொறை. நடிப்புல கொறை, உடுப்புல கொறை... சந்தேகம் வேற...

ஒருக்கா, தாழையூர் அய்யனார் கோயில்ல கூத்து. முத்தா வள்ளியா வேஷம் கட்டி ஆடுறான்னு சுத்துப்பட்டு ஊருக்கெல்லாம் விளம்பரம் போயாச்சு. நிக்க இடமில்லை. நண்டு, சிண்டையெல்லாம் கூட்டிக்கிட்டுக் குடும்பம் குடும்பமா சனங்க வந்து குவிஞ்சிட்டாங்க.

கம்பேனி ஆட்கள்லாம் கலர்பவுடர் பூசித் தயாராகிட்டாங்க. இந்தா வாரேன்னுட்டு வெளியில போன முத்தாவைக் காணோம். கூட்டம் கட்டுக்கடங்கலே... பாண்டித்தொரை தவியாத் தவிக்கிறான். 'கூத்தை ஆரம்பிங்கடா', 'கூத்தை ஆரம்பிங்கடா'ன்னு ஒரே கூச்சல். பபூன் போயி திரையை விலக்கி ஜாலவித்தையெல்லாம் காட்ட ஆரம்பிச்சுட்டான். ஆனா முத்தாவைக் காணோம்.

கடுப்புன்னா கடுப்பு பாண்டித்தொரைக்கு... எங்கே போய் தொலைஞ்சா இவா..? அப்பத்தான் அவசரம் அவசரமா ஓடியாறா முத்தா. முகமெல்லாம் வேர்த்து சோர்ந்துப் போய்கெடக்கு. நடக்க முடியாமத் தள்ளாடி வாரா.

வந்துச்சு பாண்டித்தொரைக்குக் கோவம்... "ஏன்டி., குணங்கெட்ட சிறுக்கி... எங்கேடி போய் தொலைஞ்சே... கூத்துக்கு வந்துட்டு எவன்கூட கூத்தடிக்கப் போனே... உன்னையெல்லாம் அப்பவே கூத்துக்குச் சேக்காதேன்னு அந்த வாத்திக்கிட்டச் சொன்னேன்... கேட்டானா அந்த ஆளு... கூத்து, சாமி மாதிரி... வள்ளி வேசம் போட வந்த இடத்துல இப்படி எங்கேயோ போய் சுத்திட்டு வாரியே... உருப்படுவியா நீயி... இனிமே உனக்கு இங்கே வேலேயே இல்லை... எங்கேயாச்சும் போயித்தொலை.."ன்னு திட்டித் தீத்துட்டான். உடனே ஒருத்தனைக் கூப்பிட்டு மீசை மழிச்சு வள்ளியா மாத்திட்டான்.

பாவம் முத்தா... வந்த இடத்துல மாதப்போக்காகி உடையெல்லாம் ரத்தத்தால நனைஞ்சு, உடைமாத்தி சுத்தம் பண்ண பக்கத்துல இருந்த வீட்டுக்குப் போனவ... போக்கு அதிகமாகி மயக்கம் போட்டு விழுந்துட்டா... கிறக்கம் தெளிஞ்சு எழுந்து வந்தா, அண்ணங்காரன் இப்படி அவதூறாப் பேசிப்புட்டான். தாங்கலே அவளுக்கு...

கூத்தை சாமி கொடுத்த வரமா நினைக்கிற சிறுக்கி... உனக்கு கூத்துல வேலையில்லேன்னு சொல்லிப்புட்டான் அண்ணங்காரன். இனிமே வாழ்ந்தென்ன? அதுமட்டுமில்லே... தப்பா வேற பேசிப்புட்டான்... ம்கூம்... இனிவே வாழவே கூடாது...

விறுவிறுன்னு அய்யனார் கோயிலுக்குப் பின்னாடி வாரா... விறகு கட்டிப்போட்ட கயிறு கிடக்கு. எடுத்து ஒசர ஒரு கிளையில கோர்த்து அப்படியே கழுத்துல மாட்டிக்கிட்டா... மேடையில நாரத தர்க்கம் உக்கிரமா நடந்துக்கிட்டிருக்கு... இங்கே விழுக், விழுக்குன்னு ரெண்டு வெட்டு... கழுத்து ஒரு பக்கமா சாஞ்சு போச்சு. பொணமாயிட்டா முத்தா.

கூத்து முடிஞ்சு மங்களம் பாடியாச்சு. களைய மனமில்லாம சனங்கள்லாம் கலையுதுக... விடிஞ்சு வெளிச்சம் வந்திருச்சு. அய்யனாருக்குப் பூஜை வச்சு கற்பூரம் காட்டப்போன பூசாரி, கோயிலுக்குப் பின்னாடி பெணமாத் தொங்குற முத்தாவைப் பாத்து பதறிப்போனாரு.

செய்தியைக் கேள்விப்பட்டு வேஷம் கூட கலைக்காம பதறியடிச்சு ஓடியாறான் பாண்டித்தொரை. காலெல்லாம் ரத்தம் வடிய கழுத்து சாஞ்ச்சு பெணமாத் தொங்குற தங்கச்சியைப் பாத்து பதறித்துடிச்சு கதறி அழுவுறான். ஊரே கூடி நின்னு அந்தக் கூத்துக்காரியைப் பாத்து கண்ணீர் விட்டுச்சு.

கொஞ்ச நாளைக்குப் பிறகு, முத்தா தூக்குப்போட்டுக்கிட்ட

32 தெய்வ மனுஷிகள்

அய்யனாரு கோயிலுப் பக்கம், ராத்திரி நேரத்துல கூத்துச் சத்தம் கேட்க ஆரம்பிச்சுச்சு. சிண்டு சிறுசுகல்லாம் பயந்து போச்சுக...

பெரியவுக கூடி, முத்தா தூக்குப்போட்டுக்கிட்ட மரத்தை வெட்டிப்போட்டாக... ஆனாலும் கூத்தும் பாட்டும் அடங்கலே... ஒருநா, சாமியாடி கனவுல வந்து, 'நான் தூக்குப்போட்டுக்கிட்ட மரத்துலயே எனக்குச் சிலை செஞ்சு வச்சுக் கும்புடு... ஊருக்குக் காவலா இருப்பேன்'னு வாக்குக் கொடுத்தா முத்தா. அதேமாதிரி அந்த மரத்துல சிலை செஞ்சு அய்யனாரு கோயில் வளாகத்துல வச்சுக் கும்புட ஆரம்பிச்சாங்க.

இன்னைக்கும், தேவகோட்டை பக்கத்துல இருக்கிற தாழையூருக்குப் போனீகன்னா, அங்கிருக்கிற அய்யனாரு கோயிலு வளாகத்துல தூக்குல தொங்குன கோலத்துல தலையைச் சாச்சுக்கிட்டு உக்காந்திருக்க முத்தாவப் பாக்கலாம். அவ முகத்துல ஏக்கமும், கோபமும், சோர்வும் தழும்பி நிக்குது.

அந்த அய்யனாரு கோயிலு, கூத்தாடி முத்துப் பெரியநாயகி கோயிலுன்னே பேரு மாறிப்போச்சு!

5. பொயிலா

ஒயிலானுக்கும் உமையாளுக்கும் அவ்வளோ சந்தோசம்... இருக்காதா பின்ன... ஏழு பசங்களுக்குப் பெறவு, அந்தச் சங்கரநாராயணன் அருளால அந்த அம்மனே வந்து மகளா பிறந்திருக்காளே... ஏறாத கோயிலா..? வேண்டாத சாமியா...? வரிசையா ஆம்புள புள்ளைகளக் கொடுத்த சாமி, ஒரு பொம்பளப் புள்ளைய கொடுக்கலையேன்னு வருந்தாத வருத்தமில்லே... கடைசியா அவக வச்ச வழிபாடு பலிச்சிருச்சு. தேவதை மாதிரி ஒரு பொம்பளைப் புள்ளைய பெத்தெடுத்திருக்கா உமையா.

ஒயிலான் பெரிய வெவசாயி. ஏகப்பட்ட நிலபுலத்தோட வாழ்றவன். வசதிக்குக் கொறைச்சல் இல்லை. ஏழு பசங்களோட பெறந்த ஒத்தைப் பொண்ணுங்கிறதால புள்ளையை ஆசை, ஆசையா வளத்தாக. பொயிலான்னு பேரு... ஏழு அண்ணமார்களும் பொயிலாவை உசுருக்கு உசுரா நினைச்சாங்கே. சோத்தை ஊட்டி விடுறதென்ன... காட்டுக்குள்ளாற கூட்டிக்கிட்டுப் போயி மலைத்தேன் எடுத்துத் தாரதென்ன... விளையாட்டுக் காட்டுறதென்ன... ஊரே இந்த அண்ணன் தங்கச்சியை பொறாமையாப் பாத்துச்சு.

பண்ணென்டு வயசுல பொயிலா பூப்பெய்தி நிக்குறா... அவளோட வனப்பும் வாளிப்பும் பாக்குற கண்ணையெல்லாம் பூக்க வச்சுச்சு. சாதி சனத்துக்கிட்டே இருந்து கல்யாண சம்பந்தமெல்லாம் வரத் தொடங்குச்சு... ஏழு நாட்டுல பெரும் மக்க மனுஷங்களைக் கொண்ட, சரிக்குச் சரியான இனத்தாளுக்குத் தான் பொயிலாவை சம்பந்தம் பண்ணிக் கொடுக்கிறதுன்னு அப்பனும், அண்ணங்காரங்களும் ஆசை ஆசையா கற்பனை பண்ணி வச்சிருந்தாங்கே.

பக்கத்தூர்ல வாழ்ந்தான் பூலின்னு ஒரு பெரும் தனக்காரன். எல்லாச் செல்வமும் இருந்தும் பூலிக்கும் அவம் பொண்டாட்டி பேச்சிக்கும் பெரிய மனக்குறை. புள்ளைக இல்லை. ஊரே மலட்டுப் பட்டம் கட்டி பேச்சியை பொறணி பேசுச்சு. இவ்வளவு வளத்தைக் கொடுத்த சாமி தனக்கு ஒரு புள்ளையக் கொடுக்கலேயேன்னு அப்பப்போ ஒப்பாரி வச்சு அழுவா பேச்சி. ஒரு கோயில் விடலே... ஒரு விரதம் விடலே... ஒருக்கா, அவ

அழுகை கடவுளைக் கரைச்சிருச்சு. அழகான ஆண்குழந்தை பெறந்துச்சு. பட்டான்னு பேரு வச்சு ஆசை ஆசையா வளர்த்தாக பூலியும் பேச்சியும்.

பட்டான் வளர வளர அவங்கூட அறுபத்தினாலு கலைகளும் சேந்து வளத்துச்சு. கத்திச்சண்டை, வேல் சண்டைன்னு வீரத்துல மட்டுமில்லாம மலையாள தேசத்துக்குப் போயி மாய மந்திரங்களையெல்லாம் கத்துக்கிட்டு வந்தான் பட்டான். ஊர்ல அவனுக்குப் பெரிய மருவாதி.

என்னதான் பேரு இருந்தாலும் தலைக்கு மேல வளர்ந்த புள்ளைக்கு தொழிலுன்னு ஒன்னு வேணுமே... பூலி, மகனுக்கு ஒரு தொழிலை அமைச்சுக் கொடுத்தான். ஊர்க்காடுகள்ல மாடுகளை வாங்கி பக்கத்தூரு சந்தைகள்ல விக்கிற தொழிலு. ரொம்பத் திறமையான தொழிலாளி பட்டான். தன் முதலுக்கும் பங்கமில்லாம, வாங்குறவனுக்கும் நட்டமில்லாம நுட்பமா தொழில் செய்வான்.

ஒருக்கா, மாடு கன்னுகளை ஓட்டிக்கிட்டு பக்கத்தூரு சந்தைக்கு விக்கப் போய்க்கிட்டிருந்தான் பட்டான். மொட்ட வெயிலு... வேர்த்து விறுவிறுத்துப் போச்சு. தாகமுன்னா தாகம். எங்காவது தண்ணி கிடைக்குமான்னு பாத்தா, ஏரி குளமெல்லாம் வரண்டு கிடக்குது. கிணறெல்லாம் வத்திக் கிடக்குது. தாகத்துல தவிச்சு நிக்கிறான் பட்டான். அப்பன்னு பாத்து, பொயிலா, தண்ணிக்குடம் சுமந்துக்கிட்டு வழியில வர்றா. அவளப் பாத்தவுடனே அவ அழகுல மயங்கிப்போனான் பட்டான். மாடுகளை அதுபோக்குல விட்டுட்டு பொயிலாவையே பாத்துக்கிட்டு நின்னான். தண்ணித்தாகம் போயி காதல் தாகம் பிறந்திருச்சு.

அறிமுகமில்லாத ஒரு ஆம்பளை தன்னையே வெறிச்சுப் பாக்குறதைக் கண்ட பொயிலா, வெட்கப்பட்டு ஒதுங்கிப்போனா. உடனே பட்டான், “பொண்ணே... தாகத்துல தவிச்சு நிக்குறேன்... ஒரு வாய் தண்ணி ஊத்திட்டுப்போறியா”ன்னு கேட்டான்.

என்ன இருந்தாலும் ஒருத்தன் தாகம்ன்னு நிக்குறான்... அவனுக்குத் தண்ணி கொடுக்கிறது தானே முறை.. பொயிலா, குடத்தைச் சாச்சு தண்ணி ஊத்துறா... பாவிப்பய, தண்ணியைப் பாக்காம அவ முகத்தையே பாத்துக்கிட்டு நிக்குறான். பொயிலாவுக்கு வெக்கம் வந்திருச்சு. குடத்தைத் தலையில வச்சுக்கிட்டு ஓடிப்போயிட்டா.

பட்டானுக்கு வந்த நினைப்பு விட்டுப்போச்சு. முதல்ல பாத்த அந்த ஒத்தைப் பார்வையில உள்ள வந்து உக்காந்துட்டா பொயிலா. நமக்கு வாழ்க்கைன்னு ஒன்னு அமைஞ்சா அது இந்தப் பொண்ணோட தான்னு முடிவு செஞ்சுட்டான். அவ போற திசையிலயே நடக்க ஆரம்பிச்சான். மாடு கன்னெல்லாம் திசை தெரியாம கரிசக்காடுகளுக்குள்ள எறங்கி தாறுமாறா நடக்கத் தொடங்கிருச்சுக.

பொயிலாவோட வீட்டைக் கண்டுபிடிச்சுட்டான் பட்டான். தானொரு மாட்டு யாவாரின்னும், இந்த ஊர்ல மாடுகன்னு விக்கிறவக இருந்தா சொல்லுங்கன்னும் நயமாப் பேசி பொயிலாவோட அண்ணங்காரங்களோடவும் அப்பங்காரனோடவும் நட்பாயிட்டான். தெனமும் அவ வீட்டுக்குப் போறதும், வாறதுமா ஆகிப்போச்சு.

பட்டான் தனக்காகதான் வாரான்னு பொயிலாவுக்குப் புரிஞ்சுபோச்சு. அவளைப் பாக்குறதும், அவ கண்ணைப் பாத்துப் பேசுறதும் அவளுக்கும் புடிச்சுப்போச்சு. பட்டானைக் காதலிக்க ஆரம்பிச்சா பொயிலா. காதல், அதுபாட்டுக்குக் காட்டுக்கள்ளி மாதிரி நிலத்தை முட்டி, முளைச்சு வளர்ந்துச்சு.

பணம் காசு, மானம் மருவாதியெல்லாம் நிறைஞ்சிருந்தாலும் சாதின்னு ஒன்னு நடுவுல இருக்கே... பட்டான் ஒரு சாதி, பொயிலா ஒரு சாதி... பொயிலாவை பொண்ணு கேட்டு வந்தாக் கொடுப்பாகளான்னு பட்டானுக்குச் சந்தேகம். 'பட்டானைக் காதலிக்கிறன், கல்யாணம் கட்டி வைங்க'ன்னு சொன்னா அண்ணங்காரங்க வெட்டிப் போட்டுருவாகளேன்னு பொயிலாவுக்குப் பயம்... சிறுசுக ரெண்டும், காதல மெல்லவும் முடியாம, முழுங்கவும் முடியாம தவியாத் தவிச்சுச்சுக.

ஒருநா பட்டான் சொன்னான்...

"அடியே பொயிலா... உன்னை கட்டிவைங்கன்னு நான் உங்க வீட்டுல வந்து நின்னா உங்க அப்பனும், அண்ணங்காரங்களும் என்னை உசுரோட விடமாட்டாங்கே. உன்னோட வாழத்தான் இந்த உசுரு. அதை இழக்க மாட்டேன். ஒருவேளை எதுத்துக் கல்யாணம் கட்டிக்கிட்டு இந்த ஊருக்குள்ள நின்னா நம்மை வாழவிடமாட்டாங்கே... எங்க ஆயி, அப்பனும் நம்பளை சேத்துக்க மாட்டாக. அதனால ஒரு வழி சொல்றேன். ரெண்டு பேரும் காட்டுக்குள்ள ஓடிருவோம். கண்காணாத எடத்துக்குப் போயி ஒத்தை நாள் வாழ்ந்தாலும் சந்தோசமா வாழுவோம்... உன் முடிவைச் சொல்லு".

பொயிலா கலங்கிட்டா...

"பூ மாதிரி, பாசத்தைக் கொட்டிப் பொத்திப் பொத்தி வளத்த ஆயி அப்பனையும், வானத்தைக் கேட்டாலும் வில்லா வளைச்சுத் தர நினைக்கிற ஏழு அண்ணங்காரங்களையும் விட்டுட்டு எப்படியா உங்கூட வருவேன்"னு கதறி அழுதா...

ஆனாலும் பாசத்தை விட நேசம் தான் ஜெயிச்சுச்சு. ஊரை விட்டு, உறவை விட்டு தானே பெரிசுன்னு வந்து நிக்குற பட்டான் தான் முக்கியமா ஆகிப்போச்சு. இன்னொருத்தன் கூட வாழ்க்கை நடத்துறதை நினைச்சுப் பாக்க முடியலே. ஒரு நாள், ரெண்டு பேரும் ஊரை விட்டுக் கிளம்பிட்டாக. கூடவே, பொயிலா ஆசை ஆசையா வளர்த்த நாயும் வருது. அந்த நாய்க்கு பொயிலா வச்ச பேரு பூச்சி... ச்சூ ச்சூன்னு விரட்டி விட்டாலும் போக மறுக்குது பூச்சி. சரி துணைக்குத் துணையா கூட வரட்டும்ன்னு விட்டுட்டாக.

ராவோட ராவா ஊரைவிட்டு கிளம்புனவுக வடக்காப்புல இருக்குற உடைமரக் காட்டுக்குள்ள இறங்கிட்டாக. காட்டுப்பன்னி, கருஞ்சிறுத்தைன்னு மிருகங்களோட சத்தம்... பொயிலா மெரண்டு போனா. நடுக்காடு தாண்டி புதராக் கெடந்த ஒரு ஆலமரத்தடியை சுத்தம் பண்ணி ரெண்டு பேரும் தங்கிக்கிட்டாக. வெளிக்காவலுக்கு காலை நீட்டி படுத்துக்கிச்சு பூச்சி.

கொண்டு வந்த தானியத்தை அடுப்புல வச்சு ஆக்கித்திங்க முடியலே. காட்டுக்குள்ள இருந்து பொகை கிளம்புறதைப் பாத்தா காட்டாளுங்களுக்குச் சந்தேகம் வந்திடும். பக்கத்துல கீதாரிங்க கூட்டம் வேற... அண்ணங்காரங்களுக்குக் காட்டிக் கொடுத்திருவாகன்னு பயம். உச்சிப் பொழுதுல நெருப்பு மூட்டுனா ஊசிப்புகை வெயிலோட வெயிலா மறைஞ்சு போகும். அதனால நேரம் பாத்து களியோ கூழோ கிண்டித்தின்னாக. நாலைஞ்சு நாள்ல கொண்டு வந்த தானியம் தீந்துபோச்சு. அந்தப் பாழாப் போன காட்டுல பறிச்சுத்தின்னுப் பசியாற காயோ, கனியோட கூட இல்லை. பொயிலா பசியால தவிக்கிறதைப் பார்த்துக் கலங்கிப்போனான் பட்டான்.

"ஒரு நாழி இரு புள்ள" ன்னு பொயிலாவை இருக்கச் சொல்லிட்டு காட்டுக்கு மேக்கால வந்தான் பட்டான். கீதாரிங்க கெடை போட்டிருந்தாங்க. ஆட்டோட ஆடா பட்டிக்குள்ள நுழைஞ்சு ஒரு கிடாயைத் தோள்ல தூக்கி வச்சுக்கிட்டு காட்டுக்குள்ளாற வந்துட்டான்.

நல்ல மத்தியானப் பொழுது. ஆட்டைக்கீறி தோலை வீசிட்டு, பொயிலாவுக்குச் சுட்டுச்சுட்டு கொடுத்தான் பட்டான். ஆசை, ஆசையா வாங்கிச் சாப்பிட்டா பொயிலா.

பட்டிக்குள்ள புகுந்து ஆடு தூக்குறது நாளொரு பொழுதா ஆகிப்போச்சு. கிடைக்கீதாரிகளுக்குச் சந்தேகம். நரி, நாய்ன்னு ஏதாவது இழுத்துக்கிட்டுப் போகுதோன்னு நினைச்சாங்கே. மட்ட மதியத்துல நடுக்காட்டுல ஊசிப்புகை வர்றதையும் கண்டுபிடிச்சுட்டாங்கே.

ஊரெல்லாம் ஒரே களேபரமாக் கிடக்கு... பொயிலாவோட அண்ணங்காரங்கள்லாம் அரிவா, வேலுக்கம்புன்னு ஆயுதங்களை கையில வச்சுக்கிட்டு ஊர் ஊரா பட்டானைத் தேடித் திரியிறாங்கே. ‘பட்டானை மாறு கால், மாறு கை வாங்கிப்புட்டு பொயிலாவைத் தூக்கிட்டு வாங்கடா’ன்னு புள்ளைகளை அனுப்பி வச்சுட்டான் ஒயிலான். அவனுங்களும் வெறிகொண்டு திரிஞ்சானுங்க.

அங்கேயிங்கே தேடி அலைஞ்சு கடைசியா காட்டுக்குள்ளாற வந்து சேந்துட்டானுக. ஆடுமேய்ச்ச கீதாரிங்ககிட்ட, ‘வேத்தாளுங்க யாரும் வந்தாகளா’ன்னு கேட்க, ‘அப்படி யாரும் வர்லீங்க... ஆனா, கெடையில நிறைய குட்டிங்க திருட்டுப் போவுது. உடைமரக் காட்டுல ஊசியாப் புகை கிளம்புது... ஏதே சந்தேகமா இருக்குங்க’ன்னு துப்புச் சொல்லிட்டானுங்க.

ஏழு அண்ணங்காரனுங்களும் உடைமரக்காட்டுக்குள்ள இறங்கித் தேட ஆரம்பிச்சானுங்க. கிழக்காப்புல இருந்த மலைமேல நின்னு காட்டை நோட்டம் விட்டா, நடுக்காட்டுல இருந்து ஊசியாப் புகை கிளம்புது. பதுங்கிப் பதுங்கி புகை வந்த பக்கமா நடக்க ஆரம்பிச்சானுங்க. ஆலமரத்தடியில, பொயிலாவை மடியில படுக்க வச்சுக்கிட்டு ஆட்டைச் சுட்டு ஊட்டிக்கிட்டிருந்தான் பட்டான். ஏழு பேரும் சுத்தி வளைச்சு நின்னானுங்க. மூத்தவன் குத்துனான் முதல் குத்து. பட்டான் முதுவுல இறங்குச்சு ஈட்டிக்கம்பு. பொயிலா, பதறி எழுந்து நிக்குறதுக்குள்ள ஏழு பேரும் பட்டானை குத்தி கொதறிட்டானுங்க. ரத்தம் ஆறா ஓடுது.

கூடவந்த நாயிக்குட்டி குலைச்சுக்கிட்டே கடிக்க வர, அதைத் தலையறுத்து வீசுனான் ஒருத்தன். ரத்தவெறி அடங்க, பொயிலாவோட தலைமுடியைப் பிடிச்சிழுத்து, “வாடி வீட்டுக்கு”ன்னு அழைச்சான் ஒரு அண்ணன். அழுது

கதறின பொயிலா, 'நானும் பட்டானும் ஒண்ணுல ஒண்ணா கலந்துட்டோம்... என்னையும் கொலை பண்ணி என் பட்டான் கூட அனுப்பிருங்க'ன்னு கையெடுத்துக் கும்பிட்டா. கோபத்துல புத்தி மறந்த அஞ்சாவது அண்ணங்காரன், கையில இருந்த கத்தியால தங்கச்சியோட கழுத்தை அறுத்துப் போட்டுட்டான்.

பெறவு, பட்டான், பொயிலா உடலையும், நாயோட உடலையும் ஒன்னாப்போட்டு தீமூட்டி எரிச்சு, சாம்பலைக் கொண்டுபோயி ஆத்துல கரைச்சுட்டு வீட்டுக்கு வந்துட்டானுங்க.

கொஞ்ச நாள்ல ஏழு அண்ணன்மாரும் தீரா நோய் வந்து படுக்கையில கெடந்து படுக்கைப்புண் வச்சு சீழும் நீருமா ஒழுகிச் செத்துப்போனானுங்க. பட்டானைக் காட்டிக்கொடுத்த கீதாரிங்களோட பட்டியில ஆடுங்கல்லாம் செத்துச் செத்து விழுந்துச்சு. காரணத்தைப் புரிஞ்சுக்கிட்ட கீதாரிங்க, செஞ்ச தப்புக்கு பிராயச்சித்தமா, வெட்டி எரிச்ச எடத்துலயே பொயிலாவுக்கும் பட்டானுக்கும், அவங்களோட நாய்க்குட்டிக்கும் சிலையெடுத்து சாமியாக் கும்புட ஆரம்பிச்சாங்க. அதுக்குப்பெறவு ஆடுங்களோட சாவு எண்ணிக்கை குறைஞ்சிருச்சு. பசி பட்டினின்னு வரண்டு கிடந்த ஊருக்காட்டுல மண்ணு குளிரக் குளிர மழை பேய ஆரம்பிச்சுச்சு. இன்னைக்கு வரைக்கும் பச்சை மாறலே... பருவம் தப்பலே.

நெல்லை மாவட்டம் வல்லநாட்டுக்குப் பக்கத்துல உழக்குடின்னு ஒரு ஊரு... அதுதான் பொயிலாவும் பட்டானும் வெட்டுப்பட்ட ஊரு. அங்கே, ஊருக்கு வெளியே ஒரு ஒண்டிக் கட்டடத்துல பொயிலாவும் பட்டானும் உள்ள உக்காந்திருக்க, வாசக்காவலா அந்த நாய்க்குட்டி படுத்துக்கிடக்குது. பொயிலாவை, பொயிலாம் பூச்சியம்மன்னும், பட்டானை முத்துப்பட்டன்னும் அழைக்கிறாங்க.

பொயிலாவோட ஒரு கண்ணுல கோபமும் மறு கண்ணுல ஏக்கமும் இன்னும் அப்படியே உறைஞ்சிருக்கு. பூவையும் மாலையையும் போட்டு அவளைச் சாந்தப்படுத்தி வச்சிருக்காக!

வெ.நீலகண்டன்

6. காளிகாத்தா

அடவி மலையில கொற்ற நம்பியும் வலிய நம்பியும் பெரிய கையி. வம்பு தும்புன்னா முதல்ல நிக்குற ஆளுக. சாதி, சனமுன்னு வலுவான தலைக்கட்டு. வேட்டை தான் பெரும் பிழைப்பு. ஆளுக வெளியில நடமாடும்போதே, நாட்டுத்துப்பாக்கி, ஈட்டிக்கம்புன்னு ஆயுதத்தோட தான் நடமாடுவாக.

நம்பிமார் வேட்டைக்குன்னு காட்டுக்குள்ள இறங்கிட்டா, அடவி மலையே அலறிப்போயிரும். காட்டுமாடு, மானு, கடத்தி, காட்டுப்பன்னின்னு அவங்க அடிச்சுப்போடுற விலங்குகளை கொத்தாளுங்க தலைச்சுமையா ஊருக்காட்டுக்குத் தூக்கிட்டு வருவாங்க. அடிவாரச் சந்தையில நம்பிங்க கொண்டு வர்ற வேட்டைக்கறிக்குப் பெரும் விலை கிடைக்கும்.

ஆனா, கொஞ்சக்காலமா வேட்டைப்பிழைப்பு சரியில்லை. விலங்குகள்லாம் தெக்கிக்காட்டுப் பக்கம் சிதறி ஓடிப்போச்சுக. பல நாளு, வேட்டைக்குப் போயி வெறுங்கையோட திரும்பி வர்றாக நம்பிக. பெரும் முடையாப் போச்சு.

இனி அடவிக்காட்டுல வேட்டையை நம்பிப் பிழைக்க முடியாதுன்னு புரிஞ்சு போச்சு நம்பிகளுக்கு. அடுத்து என்ன செய்யலான்னு யோசிக்கிறப்ப, கொற்ற நம்பி பொண்டாட்டி காட்டாத்தி தான் அந்த யோசனையைச் சொன்னா.

“காட்டைத் திருத்தி விவசாயம் செய்யலாமே”ன்னு அவ சொன்ன புத்தி நம்பிகளுக்கு நல்லதாப் பட்டுச்சு.

ஆளுப்பேர வச்சு அடவி மலையில ஒரு பகுதியை நிலமா திருத்தினாங்க. பெரிசு, பெரிசா வளந்து நின்ன மரங்களையும், குதிர், குதிரா முளைச்சுக்கிடந்த புதர்களையும் வெட்டிக் குவிச்சு எரிச்சாங்க. விலங்குகள் உள்ளே வந்து விளையுற பயிர்களை அழிக்காம இருக்க வேகாத கட்டைகளை எடுத்து வேலி கட்டி அடைச்சாக.

ஒரு பக்கம் காடைக்கண்ணி, கேவ்ரு, தினை, ஏலம், குதிரைவாலின்னு தானியம்... இன்னொரு பக்கம் எழுமிச்சம், மா, பலான்னு மரங்க. கரும்புத் தோட்டம் ஒரு பக்கம்... வாழைத்தோட்டம் ஒரு பக்கம்... வாழைன்னா சாதா வாழை

இல்லை. பேயன், மொந்தன், ரசகதலி, பச்சை, கற்பூரவல்லி, மலைவாழை, செவ்வாழைன்னு இல்லாத வகைகளே இல்லை... தளதளன்னு எல்லாம் தழைச்சு நிக்குது.

நம்பிமாருக்கு ஒரேகவலை. எல்லாம் விளையுற பக்குவத்துக்கு வந்திருச்சு. யானை, எருமை, கடத்தி, காட்டுப்பன்னின்னு ஏதாவது வந்து நாசம் பண்ணிட்டுப் போகாமத் தடுக்கணுமே..? பாடுபட்டு விளைஞ்சதை திருட்டுப்பயலுக வந்து அறுத்துக்கிட்டு ஓடிடாமே காக்கணுமே.? தோட்டத்துக்கு ஒரு காவக்காரன் போட்டாத்தான் சரியா வரும். அதுவும் சாதாரண ஆளு பத்தாது. நல்லா மந்திரம் கத்தவனாக்கும் வேணும். அவனால தான் விலங்குகளுக்கு வாய் கட்ட முடியும். யாரைப் போடலாம்னு யோசிச்சாக.

ஆளுக்கொருப் பேரைச் சொல்ல, வலிய நம்பி சொன்னான்,

"சாக்காச்சி மலையில இருக்கிற இருளி காத்த புலையன் மந்திரத்துல பேரு போன ஆளு. கொம்பா(யானை)வுல இருந்து காட்டு மாடு வரைக்கும் எல்லாத்துக்கும் வாய் கட்டுற மந்திரம் தெரிஞ்சவன். கம்பு விளையாட்டு, கத்தி விளையாட்டுன்னு வீரத்திலயும் பேர் போன ஆளு. அவனையே கேட்டுப்பாக்கலாம்".

நம்பிமாருகளுக்கு சந்தோஷம். இருளி காத்த புலையன் , சரியான ஆளு. சாதியிலயும் நமக்கு அடக்கமான ஆளு. கைகட்டி நிப்பான். காவலுக்கும் சேத்தி தான். போய் கூப்பிடுவோம்ன்னு சொல்லிட்டு சாக்காச்சி மலைக்குக் கிளம்புனாக.

சாக்காச்சி மலை அடவி மலைக்கித் தெக்கே, நெடுந்தொலைவுல இருக்கு. ரெண்டு நாள் நடை நடந்து, இருளி காத்த புலையன் வீட்டுக்குப் போயிட்டாக. நம்பிமாரைப் பார்த்த இருளி,

"கும்புடுறேன் சாமி... நீங்க எந்த மலைநாட்டுக்கார ஆளுக... பழகுன வாசனை இல்லையே... என்னை எதுக்காக நாடி வந்திருக்கீய" ன்னான்.

நாங்க அடவி மலை நம்பிமாருங்க... பிழைப்பு அத்துப் போய், காட்டைத் திருத்தி விவசாயம் ஆரம்பிச்சுருக்கோம். மா, பலா, வாழையெல்லாம் தழைச்சு நிக்குது. மிருகங்க நடமாட்டம் தெரியுது. திருடனுங்க தொல்லையும் தெரியுது. பகலிரவா எங்களால தோட்டத்தைக் காவல் காக்க முடியலே. நீங்க, மந்திரத்துல பேர் போன ஆளுன்னு எங்க மலையில பேச்சு. கம்பபடியும் தெரியும்... நீங்க வந்து எங்க தோட்டத்தைக் காவக்காக்க முடியுமா?ன்னு கேட்டாக.

இருளி யோசிச்சான்.

"என்னய்யா யோசிக்கிறீவ... இருக்கிறதுக்கு தோட்டத்துக்குள்ளயே வீடு தாரோம். திங்க மூணு வேளை சோறு தாரோம். விளையுறதுல முதல் விளைச்சல் எங்களுக்கு. அடுத்த காய்ப்பு என்னவோ அதை நீங்க எடுத்துக்குங்க... சம்மதமா?"ன்னு கேட்டாக நம்பிமாருங்க.

"சாமி... தோட்டத்துக்குக் காவல் வர்றதுல எனக்கொன்னும் சங்கடமில்லை. ஆனா, சின்னதா ஒரு பிரச்னை இருக்கு. எம்பொம்மனாட்டி, காளிகாத்தா முழுகாம இருக்கா... அவளை இங்கே தனியா விட்டுட்டு வரமுடியாது. அவளையும் அழைச்சுக்கிட்டுத் தான் வரமுடியும்"ன்னான் இருளி.

"சரிதாம் போங்க.. தாராளமா கூட்டிக்கிட்டு வாங்க.. காட்டுக்குக் கூடுதலா ஒரு காவல் ஆச்சு. நல்ல விதமா நாங்க பாத்துக்கிறோம்"ன்னு நம்பிமாருங்க வாக்குக் கொடுத்தாக. இருளியும், காளியும் கெளம்பிட்டாக.

தானியக்காட்டுக்குத் தெக்கால, பெரிய வாழைத்தோட்டம். அதை ஒட்டி ஒரு தென்னங்கூரை வீடு. அதுல தான் இருளியும் காளியும் இருந்தாக. சொன்னமாதிரியே நம்பிமாருங்க சாப்பாட்டுக்கு வேண்டிய பொருளையெல்லாம் கொண்டு வந்து கொடுத்தாக.

நல்ல மழை. பயிரெல்லாம் நிறைவா வெளைஞ்சி நிக்குது. இருளி பகலிரவா தோட்டத்துக்குக் காவலா நிக்குறான். தண்ணி பாய்ச்ச, வரப்பு வெட்ட, வாய்க்கா பறிக்கன்னு எல்லாவேலையும் இழுத்துப்போட்டுச் செய்யிறான். காளிகாத்தாவுக்கு இது நெறை மாசம். ஒருநா, காளியும், இருளியும் வாழைத்தோட்டத்துப் பக்கம் காவல்நடைக்குப் போனாக. வாழையெல்லாம் தாரு தாரா குலை தள்ளி நிக்குது. பாதித்தாரு பழுத்துக் கெடக்கு. பழங்களோட வாசனை அடவிக்காட்டுக் காத்துல கலந்து, "நீ வா, நீ வா" ன்னு விலங்குகளை எல்லாம் கூப்பிடுது. 'இருளி நகரமாட்டானா, உள்ளே புகுந்து சாப்பிட மாட்டமா'ன்னு மந்திக மரங்கள்ல உக்காந்துக்கிட்டு முனங்குதுக.

காளிகாத்தாவுக்கு வாய் ஊருது. வயித்துப்புள்ளக்காரியாச்சே... சாம்பலும், செங்கலும் தின்னு தின்னு கருத்துப்போன நாக்கு பழம் திங்கத் தவிக்குது. மெல்ல இருளியைப் பாக்குறா...

“அய்யா எவ்வூட்டு மனுஷா... வாய் ஊருது... ஒரு ரசகதலி குலையை மட்டும் வெட்டித் தாரியளா”ன்னு கேட்டா காளி.

இருளிக்குப் பதட்டமாப் போச்சு.

”என்னடி கழுத... புரியாமக் கேக்குற... நம்பிமாருங்க நமக்கிட்ட என்ன சொல்லிருக்காக... முத விளைச்சல் எல்லாமே அவுகளுக்கு... அடுத்தது தானே நமக்கான கூலி... அந்த வார்த்தையை ஏத்துக்கிட்டுத்தானே நாம காவலுக்கு வந்தோம். முதக்குலை வெட்டி இசக்கிக்குப் படைச்சு வழிபட்ட பிறகு தானே அறுவடை ஆரம்பிக்கனும். அதுக்கு முன்னாடி நாம வெட்டிச் சாப்பிடுறது திருட்டாப் போகுமேடி... காவலுக்கு அறமா அது...”ன்னு கேக்குறான்.

காளி முகத்தைத் திருப்பிக்கிட்டா... ”இத்தனை மரமிருக்கு... அதுல இவளோ குலையிருக்கு. வாயும் வயிறுமா இருக்கிற பொண்டாட்டி ஒரு வாழைக்குலை கேட்குறா... அதை வெட்டித் தர இவ்வளவு யோசனையா..”

காளி கோபமா கேட்டுட்டு குடிலுக்குத் திரும்பிட்டா... இருளிக்குச் சங்கடமாப் போச்சு. ’பொண்டாட்டி ஆசைத் தீர்க்குறதா..? நம்பிகளுக்கு நம்பிக்கையா இருக்கிறதா..? பாவம் காளி... இதுவரைக்கும் இதுவேணும், அதுவேணும்ன்னு ஏதாவது நமக்கிட்டக் கேட்டிருக்காளா... அல்லது நாமதான் வாங்கித்தந்திருக்கோமா..? ஒரே ஒரு வாழைக்குலை... அவளுக்காக இல்லேன்னாலும் அவ வயித்துல இருக்கிற பிள்ளைக்காவது ஒரு குலை வெட்டிக் கொடுக்கனும்... இவ்வளவு பெரிய தோட்டத்துக்குள்ள, இத்தனை குலைகள்ல ஒத்தைக்குலை வெட்டுனா தெரியவா போகுது’ இருளி ஒரு முடிவுக்கு வந்தான்.

தோட்டத்துக்கு நாலாம் வரிசையில பெரிய ரசகதலிக் குலை. ஆளுயரத்துக்கு விளைஞ்சு பழுத்துக் கிடக்கு. அதை வெட்டித் தோள்ல வச்சுக்கிட்டு குடிலுக்குப் போறான் இருளி. அதைப்பார்த்த காளிக்கு சந்தோஷமுன்னா சந்தோஷம். உரிச்சு, உரிச்சு திங்குறா... அவ ஆர்வமா சாப்பிடுறதைப் பாக்க இருளிக்கும் சந்தோஷம்.

மறுநாள் விடுஞ்சிச்சு. மறுபடியும் வயித்துப்புள்ளக்காரிக்கு வாழைப்பழத்து மேல ஆசை வந்திடுச்சு. ”ஏய் மனுஷா... அதே அந்த மொந்தன் வாழைக்குலை மேல ஆசையா இருக்குய்யா”ன்னு சொல்ல, இருளிக்கு வேற வழி தெரியலே. அதையும் வெட்டியாந்து குடுத்தான்.

இதுவே பழக்கமாப் போச்சு. தினமும் ஒரு வாழைக்குலை... ஒரு பக்கத் தோட்டமே வெளிறிப்போச்சு.

நம்பிமாருங்க தோட்டத்துக்குப் பக்கமே வரலே. இருளி மாதிரி, விலங்குகளோட வாயைக் கட்டத் தெரிஞ்ச ஒரு காவக்காரனை வச்சபிறகு நமக்கென்ன தோட்டத்துல வேலைன்னு நினைச்சாக.

ஒருநா, வலியநம்பி சொன்னான்,

"நம்பியரே... தோட்டத்துல எல்லாப் பயிரும் விளைச்சல் அமோகமாயிருக்கு. அடிவார யாவாரிங்கல்லாம் அச்சாரம் போட வந்துக்கிட்டே இருக்காக. வாழை குலை தள்ளி பாதி பழமாகிக் கிடக்குன்னு வாசனை சொல்லுது. ஒருக்கா, தோட்டத்துக்குப் போயி பாத்துட்டு வந்துட்டா, இசக்கிக்குப் படைச்சுட்டு அறுவடைக்கு நாள் குறிக்கலாம்".

கொற்ற நம்பிக்கும் சரின்னு பட்டுச்சு. கிளம்புனாக.

காடைக்கண்ணி பயிரு முத்தி துருத்தி நிக்குது. சோளம், கேழ்வரகு, குதிரைவாலின்னு எல்லாமே அறுக்கத் தயாரா இருக்கு. அப்படியே நடந்து வாழைத்தோட்டத்துக்குப் பக்கம் வர்றாங்க. முத வரிசையில பூமியைத் தொட்டு நிக்குது வாழைத்தாரு. நாலாம் வரிசை, அஞ்சாம் வரிசை எல்லாம் புருஷனைப் பறிகொடுத்த பொண்ணுக மாதிரி தாரை எழந்துட்டு தனிச்சு நிக்குது மரமெல்லாம்.

நம்பிமாருக்கு ஒன்னும் புரியலே... இருளி காவல்ல இருக்கும்போது யாரு வந்து வெட்டியிருப்பா... "ஏலே... இருளி... யாருய்யா வெட்டுனா இந்தத் தாரெல்லாம்"ன்னு கோபமாக் கூப்பிட்டுக் கேட்டாக. இருளிக்கு ஒன்னும் புரியலே. பயத்துல உடம்பு நடங்குது.

"நம்பிமாரே... இது யாரு வேலைன்னு தெரியலேயே... இவ்வளவு கட்டுக்காவல் இருக்கும்போது எவன் செஞ்சான் இந்த வேலையை"ன்னு போக்குக் காட்டுனான்.

நம்பிமாருக்குப் புரிஞ்சுபோச்சு. இது இருளி வேலை தான். அவன் மந்திரத்தையும் கட்டுக்காவலையும் தாண்டி சின்ன சுண்டெலி கூட இந்தத் தோட்டத்துக்குள்ள வரமுடியாது. இருளி தான் இந்தத் திருட்டு வேலை பாத்திருக்கான். வலியநம்பி, விட்டான் ஒரு அறை இருளிக்கு. தடுமாறி வாய்க்காப் பொலியில விழுந்தான் இருளி.

தெய்வ மனுஷிகள்

"ஏலே இருளி... உன்னைக் காவலுக்குக் கூப்பிட்டப்போ என்னவே சொன்னோம்... மொத விளைச்சல் எங்களுக்கு... அடுத்தக் காய்ப்பெல்லாம் உனக்குன்னு சொன்னமா இல்லையா..? அந்தப் பேச்சைப் மீறி இப்படி களவு பண்ணிட்டியே, நீயெல்லாம் மந்திரக்காரனா? ஏலே... வலியா, எடுடா ஈட்டியை..." ன்னு கண்ணு சிவக்க தம்பிக்கிட்ட ஈட்டியை வாங்குனான் கொற்றநம்பி.

இருளிக்கு விளங்கிருச்சு. இனி நம்மளை உயிரோட விடமாட்டாக. எழுந்து குடிலுப் பக்கமா ஓட ஆரம்பிச்சான். உள்ளே காளி, சோர்ந்துபோய் படுத்திருந்தா... லேசா வலியெடுக்குது வயிறு. பிரசவம் இன்னைக்கோ நாளைக்கோன்னு இருக்கு.

வேகமா ஓடிவந்த இருளி,

"அடியே காளி, நம்பிமாருங்க குத்த வாரானுங்க... எழுந்திரி"ன்னு அப்படியே கைத்தாங்கலா அள்ளிக்கிட்டு ஓட ஆரம்பிச்சான். நம்பிமாரும், அவ ஆட்களும் அருவா, ஈட்டிக்கம்போட துரத்துறானுங்க. பொண்டாட்டியைச் சுமந்துக்கிட்டு முள்ளு, கல்லுன்னு எல்லாத்தையும் தாண்டி ஓடிக்கிட்டிருக்கான் இருளி.

ஒரு பெரிய மரம் முறிஞ்சு கிடக்கு. அதைத்தாண்டுனாம் பாருங்க இருளி... காலு தடுக்கி தலைகுப்புற விழுந்தான். விழுந்த எடத்துல, அடி முறிஞ்ச ஒரு மரக்கழு இருந்திருக்கு. அது இருளி வயித்துல பாய்ஞ்சு வெளியில வந்திருச்சு. ரத்தம் கொட்டுது...

"அடியே காளி... இனி நான் பிழைக்க மாட்டேன். நம்பிமார் கையில மாட்டாதே... புள்ளையைக் காப்பாத்து... தப்பிச்சு ஓடிரு"ன்னு சொல்லிட்டு மெல்ல மெல்ல மயங்கி அடங்கிப் போனான் இருளி. இருளியை மடியில தாங்கிக்கிட்டு காளி கதறி அழுவுறா... நம்பிமாருங்க நெருங்கி வந்துட்டாங்க...

வயித்துல இருக்கிற புள்ளை முண்டித் துடிக்குது. காளி எழுந்து ஓட ஆரம்பிச்சா... இருளியை உதச்சுத் தள்ளிவிட்டு, வெறியோட காளியைத் துரத்துறாக நம்பிக. ஆறேழு மலை தாண்டி நீலகிரி மலையில இருக்கிற இசக்கியாத்தா கோயிலுக்குள்ள நுழைச்சுட்டா காளி.

நம்பிகளும் உள்ளே வந்துட்டாங்கே... "ஆத்தா எசக்கி... நான் அறிஞ்சு இந்தத் தப்பைச் செய்யலே... ஆசையில கொஞ்சம் வாழைக்குலையை வெட்டிச் சாப்பிட்டோம். இந்த நம்பிமாருங்க

எம் புருஷனைக் கொன்னுட்டாக... என்னையும் குத்த வாராக... காப்பாத்துத் தாயி... காப்பாத்துன்னு மன்றாடுறா காளி. நம்பிங்க உள்ளே வந்து, காளியைப் புடிச்சுட்டாக. ஒருத்தன், ”இந்த வயித்துல தானே எங்க வாழைத்தார் இருக்கு”ன்னு அவ வயித்தைக் கீறி குழந்தையை உருவி வீசுறான். இன்னொருத்தன் அவ குரல்வளையில ஈட்டியை எறக்குறான். காளி அடங்கிப்போறா... இசக்கி காலடியில ரத்தம் ஆறா ஓடுது. வெறி அடங்கி நம்பிமாருங்க அடவிமலை திரும்பிட்டாக.

அதுவரைக்கும் இல்லாத அளவுக்கு கோடை வாட்டுது. மரமெல்லாம் அசைய மறுக்குது. தோட்டத்துல தழைச்சு நின்ன வாழையெல்லாம் வெம்பிப்போச்சு. விளைஞ்சு நின்ன பயிரெல்லாம் உதிர்ந்து போச்சு. நம்பிமாரு புள்ளைக அம்மை பெத்து படுத்த படுக்கையாக் கிடக்குதுக. ஆடு, மாடெல்லாம் கொத்துக்கொத்தாச் செத்து விழுகுது. நம்பிக தேகத்துல ராஜபிளவை வந்து ஊன் வடியுது.

நம்பிகளுக்கு, காளிகாத்தால இசக்கி காலடியில பலி கொடுத்தது தான் இதுக்கெல்லாம் காரணம்னு புரிஞ்சு போச்சு. குலை போட்ட ஒரு வாழை மரத்தை நட்டு, அதுக்கு குலைவாழை இசக்கின்னு பேரு வச்சு கும்பிட ஆரம்பிச்சாக.

இன்னைக்கும் நாகர்கோயில் பக்கமிருக்கிற புவியூர், திருநெல்வேலிப் பக்கமிருக்கிற செட்டிக்குளம் பகுதிக்கெல்லாம் போனா, காளிகாத்தா, வாழைமர வடிவத்துல உக்காந்திருக்கிறதைப் பாக்கலாம். ஒவ்வொரு வருஷமும் பூவிட்ட ஒரு புது வாழைமரத்தைக் கொண்டாந்து அவ பீடத்துக்கு முன்னால நிறுத்தி, கையெடுத்துக் கும்பிட்டு மன்னிப்புக் கேட்டு சாந்தமாக்குறாக...

அவளுக்கு எதிர்ல, கழுவுல விழுந்து செத்த அவ புருஷன் இருளி, அமைதியா அவ முகம் பார்த்து உக்காந்திருக்காம்..! கழுவுல விழுந்து செத்ததால அவனை கழுக்காரன்னு எல்லாரும் அழைக்கிறாக..!

7. நீலி

பெரிங்கோட்டு நாயர் வகையறாவுலயே நீலிக்கு நிகரான அழகி யாரும் கிடையாது. பௌர்ணமி நிலா மாதிரி வட்டமான முகவெட்டு. இடுப்புக்குக்கீழே தொங்கியாடுறஅடர்ந்ததலைமுடி, நவ்வாப்பழ நெறம்... மின்னலைச் சொடுக்கி விடுறமாதிரி சுண்டி இழுக்கிற பார்வை... 16 வயசு... என்னதான் ஆளு வளர்ந்தாலும் சிறுக்கிக்கு விபரம் போதாது... வெள்ளந்தியாவே திரிஞ்சா.

அப்பா கிடையாது. நீலிக்கு நாலு வயசு ஆகும்போது மனுஷன் போய்ச் சேந்துட்டாரு. அம்மைக்காரி கொஞ்சக்காலம் வேலைவெட்டிக்குப் போயி கிடைச்ச வருமானத்துல குடும்பத்தை ஓட்டுனா. ஒரு கட்டத்துக்கு மேல வண்டி ஓடலே. நீலியைக் கையில புடிச்சுக்கிட்டு பெறந்த வீட்டுக்கே வந்து சேந்துட்டா.

பெரிங்கோட்டு நாயருங்க, ரொம்பவே ஆச்சாரம் பாக்குறவங்க. சாதியிலயும் கராறா இருப்பாங்க. கீழ்ப்படி வீடுகள்ல கை நனைக்கமாட்டாங்க. அந்த ஊர்ல நிறைய கணியர் குடும்பங்க இருந்துச்சு. மந்திரம் பண்றது, கூத்து நடத்துறதுன்னு எளிய தொழில்களைச் செஞ்சு வாழ்ந்துக்கிட்டிருந்த அந்த மக்களோட நாயர் குடும்பங்களுக்கு எந்தத் தொடர்பும் இல்லை. நல்லது, கெட்டத்துக்குக் கூட கைநனைக்க மாட்டாக. நீலியோட குடும்பமும் அப்படியான மடியான குடும்பம் தான்.

நீலிக்கு ஒரு மாமங்காரன் உண்டு. அவனுக்கு அக்கா மகமேல கொள்ளைப்பாசம். ஆனா, அவம் பொண்டாட்டி சதிகாரி. அவளுக்கு நீலியைச் சுத்தமாப் புடிக்காது. ‘சனியனுங்க... எங்கெங்கெங்கையோ இருந்து இங்கே வந்து எம் உயிரை வாங்குதுங்க’ன்னு எல்லாரும் இருக்கும்போதே ஜாடை பேசுவா... நீலி நின்னாக் குத்தம், உக்காந்தா குத்தம்ன்னு ஏதாவது நொட்டை சொல்லிக்கிட்டே இருப்பா.

ஊர்க்காரப் பொம்பளைக, நீலியோட அழகைப் பத்திப் பேசும் போதெல்லாம் அத்தைக்காரிக்கு உடம்பெல்லாம் எரியும். ‘இவளையும் இவ அம்மாக்காரியையும் எப்படியாவது இந்த வீட்டை விட்டு வெரட்டிப்புடனும்’னு கங்கணம் கட்டிக்கிட்டுத் திரிஞ்சா. யாரும் இல்லாத நேரத்துல நீலியை வையிறது, அடிக்கிறதுன்னு அவ வேலை எல்லை மீறிப்போயிருச்சு.

புருஷங்கிட்டயும் இல்லாதது, பொல்லாதது சொல்லி நீலி மேல வெறுப்பை உண்டாக்கிட்டா. ஆனா, நீலி எதையும் அவ அம்மைக்கிட்டயோ, பாட்டிக்கிட்டயோ சொல்லமாட்டா.

ஒருநா, நீலியோட அம்மாவும் பாட்டியும் வயக்காட்டுக்கு வெதை வெரவ போயிட்டாக. மாமங்காரன் வேலைக்குப் போயிட்டான். நீலியும், அத்தைக்காரியும் மட்டும் தான் வீட்டுல இருந்தாக. அத்தைக்காரிக்கு வாய்ப்பாப்போச்சு. 'நீலியையும் அவ அம்மாவையும் வீட்டைவிட்டு விரட்ட இதுதான் சந்தர்ப்பம்'ன்னு முடிவு பண்ணிட்டா அத்தைக்காரி.

ஒரு கொட்டாங்கச்சியை நீலிக்கிட்ட குடுத்து, 'பக்கத்துல இருக்கிற கணியர் வீட்டுல போய் நெருப்புக்கங்கு வாங்கிட்டு வாடி'ன்னு அனுப்புனா. நீலி தான் வஞ்சம் அறியாதவளாச்சே... 'அத்தைக்காரி ஏதோ சூழ்ச்சி பண்றா'ங்கிறதை அறியாம கொட்டாங்கச்சியோட கணியர் வீட்டுக்குப் போனா. கணியர் பொஞ்சாதிக்கு சந்தோஷமாப் போச்சு. 'நாயருங்க நம்ம வூட்டு நிழலைக் கூட மிதிக்க மாட்டாக... இந்தப் பொண்ணு நம்மகிட்ட கங்கு வாங்க வந்திருக்காளே'ன்னு உக்கார ஆசனம் எடுத்துப் போட்டுட்டு, உள்ளே போயி கொட்டாங்கச்சி நிறைய தீக்கங்கு அள்ளிக்கிட்டு வந்து குடுத்தா.

சந்தோஷமா வாங்கிட்டு வீட்டுக்கு வந்துக்கிட்டிருந்தா நீலி. அப்போ, ஒரு கங்கு கொட்டாங்கச்சியில இருந்து தவறி நீலி விரல்ல பட்டுருச்சு. பாவம் புள்ளை... எச்சில் பட்டா இதமா இருக்குமேன்னு சூடுபட்டக் கையை வாயில வச்சுக்கிட்டே வந்தா.

அத்தைக்காரிக்கு வாய்ப்பு அமைஞ்சுபோச்சு. 'தீக்கங்கு வாங்கிட்டு வரச்சொன்னா, கணிய வீட்டுல தீனி வாங்கித் தின்னுட்டா வாரே... அந்தாளுக வீட்டுல அன்னம் தண்ணி புழங்குனா தெய்வம் குத்தம் ஆயிருமே...நம்ம குல மானத்தையே வாங்கிட்டியேடி... தீட்டுப்பட்ட கழுதே'ன்னு வார்த்தை பாக்காம வைய ஆரம்பிச்சுட்டா. அகப்பைக் கம்பால அடிக்கவும் செஞ்சா.

அப்போன்னு பாத்து மாமங்காரனும் வந்துட்டான். அவனைக் கண்டவுடனே, சத்தம் கூட்டி ஒப்பாரி வச்சு அழுவ ஆரம்பிச்சுட்டா அத்தைக்காரி.

'அப்பவே இந்தச் சனியங்களை ஒழிக்கச் சொன்னேன் கேட்டியளா... தீக்கங்கு வாங்கிட்டு வரச்சொல்லி அனுப்புனா,

கணிய வீட்டுலயே தீனி வாங்கித்தின்னுட்டு கையைச் சப்பிக்கிட்டு வந்து நிக்குறா... இவளையும் இவ ஆத்தாளையும் முதல்ல வீட்டை விட்டுத் துரத்துங்க... நம்பூதிரிமாரைக் கூட்டியாந்து சாக்கியம், சடங்கெல்லாம் செய்யனும்... இல்லேன்னா, இந்த வீடு வெளங்காது... நான் எம் அப்பன் வீட்டுக்குப் போயிருவேன்'ன்னு அவ பெட்டியைத் தூக்க, மாமங்காரனுக்கு வேற வழி தெரியலே. கெடந்த ஒரு விறாக்கட்டையை எடுத்து நீலியை விலாசு விலாசுன்னு விலாச ஆரம்பிச்சுட்டான். அடின்னா அடி...

'நான் ஒரு தப்பும் பண்ணல மாமா'ன்னு கத்துறா நீலி. பாவிப்பய, காதுலயே வாங்கலே. அடியே தண்டம்ன்னு அடிச்சான். வலி பொறுக்காத நீலி வீட்டை விட்டு வந்து ஊரெல்லையில இருக்கிற பாம்புப் புதருக்குள்ள ஓடி ஒளிஞ்சுக்கிட்டா. மாமங்காரன் விறாக்கட்டையை வீசியெறிஞ்சுட்டு வீட்டுக்குள்ள போயிட்டான். 'நினைச்சது நடந்திடுச்சு'ங்கிற சந்தோஷத்தை மனசுக்குள்ளயும், அழுகையை மூஞ்சியிலயும் வச்சுக்கிட்டு எதுவுமே நடக்காத மாதிரி வேலையைப் பாக்க ஆரம்பிச்சுட்டா அத்தைக்காரி.

பொழுது சாஞ்சிருச்சு. நீலிக்குப் புதரைவிட்டு வெளியே வர பயம்... திரும்பவும் மாமங்காரன் அடிச்சுப்போட்டான்னா..? அதுக்குள்ளயே உக்காந்து அழுதுக்கிட்டிருந்தா. கண்ணு படுற தூரத்துல கட்டுவிரியனும், சாரையும் சரசரன்னு எலஞ்சுக்கிட்டுத் திரியுது. நேரம் ஆக, ஆக பயமாப்போச்சு. வேலைக்குப் போன அம்மாவும் பாட்டியும் இருட்டினபிறகு தான் வீட்டுக்கு வருவாக. அவுக வந்தபிறகு வீட்டுக்குப் போகலாம்... அதுவரைக்கும் இதுக்குள்ளயே இருக்கலாம்ன்னு ஒளிஞ்சிருந்தா நீலி.

அப்போன்னு பாத்து, அந்த வழியா மாந்திரீகத் தொழில் செய்யிற கணியர் ஒருத்தரு வந்தார். புதருக்குள்ள ஒரு பொண்ணு இருக்கிறதைப் பாத்து, பக்கத்துல போயி 'என்ன, ஏது'ன்னு விசாரிச்சார். எல்லாக்கதையையும் சொன்னா நீலி. புதரை விட்டு வெளியே வரச்சொல்லி, தன்கிட்ட இருந்த இளநீ, பழம், அவல் எல்லாத்தையும் கொடுத்துச் சாப்பிடச் சொன்னார். பசியாலயும் வலியாலயும் துவண்டு போயிருந்த நீலி அவர் கொடுத்ததை வாங்கித் தின்னா. தின்னு முடிச்சதும் அவளுக்கு ஆறுதல் சொல்லி 'வீட்டுக்கு போ'ன்னு அனுப்பி வச்சுட்டு அவரோட வழியில கிளம்பிட்டார் கணியர்.

அங்கே, வீட்டுல ஒரே பதைபதைப்பாக் கிடக்கு. வயக்காட்டுல வேலை முடிச்சு வீட்டுக்கு வந்த அம்மையும்,

பாட்டியும் நீலி இல்லாததைக் கண்டு பதறிட்டாக. அண்டை வீட்டுக்காரங்கள்லாம், அத்தைக்காரி பண்ணின சூழ்ச்சியையும் மாமங்காரன் நீலியை இழுத்துப்போட்டு அடிச்சதையும் ஒண்ணுவிடாம சொல்லிட்டாக. நீலியோட அம்மா ஒரு பக்கம் ஒப்பாரி வைக்கிறா. பாட்டி, தம் மருமவளை மண்ணைவாரித் தூத்தி ஏசுறா... அம்மையும் பாட்டியுமா நீலியைத் தேடி அலையுறாக.

அப்போ, அந்த வழியா வந்த அந்த மாந்திரீகக் கணியர், பாம்புப் புதருக்குப் பக்கத்துல நீலியைப் பாத்ததா சொல்ல, அங்கே ஓடினாங்க. நீலி அழுது அழுது வீங்குன முகத்தோட அங்கே உக்காந்திருந்தா. ‘அடிப் பாவி மவளே... என்னதான் மாமங்காரன் அடிச்சாலும் இப்பிடியா பாம்புப் புதருக்குள்ள வந்து ஒளிஞ்சுக்கிட்டிருப்பே...’ன்னு வஞ்சு, அவளைக் கூட்டிக்கிட்டுக் கிளம்புனா.

அம்மை முன்நடக்க, பாட்டி பின் நடக்க, நடுவுல நடந்தா நீலி. காலு ரெண்டும் ஒன்னோட ஒன்னு மல்லுக்கட்டுது. வழியில ஒரு குளம்... தழும்பத் தழும்பத் தண்ணி நிறைஞ்சிருக்கு... நடந்துக்கிட்டிருந்த நீலி நின்னா... “அம்மா... கணிய வீடு போனதால எம்மேல தீட்டுப்பட்டிருச்சுன்னு தான் அத்தை ஏசுச்சு. அதனால, இந்தக் குளத்துல குளிச்சு நான் தீட்டைப் போக்கிக்கிட்டு வாரேன்’னு அம்மைக்கிட்டச் சொன்னா.

அம்மைக்கும் அதுதான் சரின்னு பட்டுச்சு. ‘சரிம்மா, நானும் பாட்டியும் கரையில நிக்குறோம்... போயி குளிச்சுட்டு வா’ன்னு அனுப்புனா. நீலி அம்மையையும், பாட்டியையும் ஒரு கணம் நிமிர்ந்து பாத்தா. கண்ணுல கண்ணீர் ததும்புது. ‘நான் ஏதாவது தப்பு பண்ணியிருந்தா மன்னிச்சிருங்கம்மா’ன்னு அம்மை கால்லயும், பாட்டி கால்லயும் விழுந்து வணங்குனா. மக ஏன் இப்படியெல்லாம் செய்யிறான்னு அம்மைக்கும் பாட்டிக்கும் புரியலே.

நீலி விறுவிறுன்னு குளத்துக்குள்ள இறங்குனா. தண்ணிக்குள்ள மூழ்குனா... அம்மையும் பாட்டியும் ‘மக வருவா, வருவா’ன்னு கரையில காத்திருக்காக.. வரவேயில்லை... ஏதோ நடந்திருக்குன்னு குளத்துக்குள்ள இறங்குனா, பொணமா மெதக்கிறா நீலி. அம்மையால தாங்க முடியலே... ‘அய்யோ மவளே... உன்னைப் பலி கொடுத்திட்டேனே... இனி நான் யாருக்காக வாழனும்’ன்னு கதறி அழுதா... அடுத்த நொடி

அவளும் குளத்துக்குள்ள குதிச்சு மூழ்கிட்டா... மகளும் பேத்தியும் தன் கண்ணு முன்னாடியே தண்ணிக்குள்ள மூழ்கி இறந்ததைப் பார்த்த பாட்டி புத்தி பேதலிச்சுப் போனா. அவளும் அதே குளத்துக்குள்ள மூழ்கி தன்னை மாய்ச்சுக்கிட்டா. மூணு பேரோட உடலும் மாயமா மறைஞ்சுப் போச்சு.

மறுநா, ஊரே பரபரப்பா ஆயிருச்சு. அந்தக் குளத்துல கத்தை கத்தையா தலைமுடிகள் மிதக்க ஆரம்பிச்சுச்சு. அத்தைக்காரி வடிச்ச சோத்துலயும் முடிகள் மிதந்துச்சு. மாமங்காரன் கையெல்லாம் தாடி மாதிரி முடிகள் முளைச்சிருச்சு. பயந்துபோன மாமங்காரன் மாந்திரீக கணியனை அழைச்சாந்து குறி கேட்டான். 'நீலி வெறிகொண்டு திரியுறா...நீயும் உன் தலைமுறையும் அவளைக் கையெடுத்துக் கும்பிட்டு வணங்கனும். அவளுக்குக் கணிய வீட்டு ஆளுக தான் பூசை செய்யனும் .."ன்னு பரிகாரம் சொல்லிட்டுக் கிளம்பிட்டாரு. உடனே மாமங்காரன், நீலி உயிர் பிரிஞ்ச குளக்கரையிலயே அவளுக்கும் அவ அம்மைக்கும், பாட்டிக்கும் தலைவிரிக்கோலமாப் பீடம் வச்சு கும்பிட ஆரம்பிச்சான். தலைமுறை தலைமுறையா அந்த வழிபாடு வளர்ந்துச்சு.

குலசேகரம் பக்கத்துல இட்டகவேலி கிராமத்துல நீலி இன்னமும் உக்கிரம் குறையாம உக்காந்திருக்கா... கணிய வீட்டுப் பூசாரி அவளை ஆசுவாசப்படுத்திக்கிட்டே தான் இருக்காரு. இப்போ அவளுக்குப் பேரு நீலகேசியம்மா. அவளுக்குப் பக்கத்திலேயே அவ அம்மையும், பாட்டியும் உக்காந்திருக்காக. அவகளுக்கும் ஆங்காரம் அடங்கலே...

அந்தக் குளத்துல இப்பவும் தண்ணி தழும்பித்தான் நிக்குது...!

8. நல்லம்மா

அவையன், பக்தியில பழுத்த ஆளு. விடியக்காலம் எழுந்து காவிரியாத்து வாய்க்கால்ல குளிச்சு உடம்பெல்லாம் நீருபூசி அந்த லலிதாம்பாளைக் கும்பிட்ட பிறகுதான் அன்னம் தண்ணி குடிப்பான். அந்த அளவுக்குக் கட்டுக்கோப்பான மனுஷன். அவம் பொண்டாட்டி அமுதம்மாவும் அப்படித்தான். புருஷனுக்கு இளைச்சவ இல்லை பக்தியில. எப்பவும் கோயிலு, விரதம்னு பக்திமயமா இருப்பா. யாராவது கையேந்தி நிக்குறதைப் பாத்துட்டா, வீட்டுக்குக் கூட்டியாந்து இருக்கிற சாப்பாட்டைப் போட்டு அனுப்புற மகராசி.

நிலபுலத்துக்குக் குறைச்சலில்லை. அந்த காவிரியாத்தா புண்ணியத்துல போகம் தவறாம விளைச்சல் வந்திரும். ஒரு பக்கம் நெல்லு, மறுபக்கம் கடலைன்னு வீட்டுல எப்பவும் தானிய இருப்பு இருந்துக்கிட்டே இருக்கும்.

ஆனா, என்ன இருந்து என்ன புண்ணியம்..? கலியாணமாகி அஞ்சு வருஷமாகியும் அமுதம்மா வயித்துல ஒரு ஜீவன் வாய்க்கலே. ஊருப்பேச்சு ஒரு பக்கம், உறவுப்பேச்சு ஒரு பக்கம்னு புருஷனும் பொண்டாட்டியும் மனசுக்குள்ளயே வெதும்பிப்போய் நின்னாக.

'அடுத்தவக பசின்னு நின்னா வீட்டுக்குக் கூட்டியாந்து படியளக்குற அமுதம்மா வவுத்துல அந்த லலிதாம்பிகை ஒரு விதையைத் தூவக்கூடாதா'ன்னு ஊரே ஆதங்கப்பட்டுச்சு. அந்த ஆதங்கக்குரல் ஒருக்கா லலிதாம்பிகை காதுல விழுந்திடுச்சு போல...

அமுதம்மா முழுகாம இருந்தா. அவையனுக்கு மகிழ்ச்சின்னா மகிழ்ச்சி. ஊரையும் உறவையும் கூட்டி விருந்து வச்சான். ஊருத் தொழிலாளிக்கெல்லாம் உடையெடுத்துக் கொடுத்தான். கூலியாட்களுக்கு ஒரு மரக்கா, கூட அளந்தான். அமுதம்மா பத்து மாசத்துல அழகான ஒரு பொம்பளைப் புள்ளையப் பெத்தெடுத்தா. அவையனுக்கு தலைகாலு புரியலே. அவ்வளவு சந்தோஷம். தன் அப்பன் நல்லதம்பி நினைவா, தம் மவளுக்கு நல்லம்மான்னு பேரு வச்சான்.

நல்லம்மா பேருக்கேத்தபடி வளந்தா. அவ ஆத்தாளோட இரக்க குணமும், பக்தியும் அப்படியே இவக்கிட்டயும் இருந்துச்சு. ஆளும் நல்லா வாளிப்பா இருப்பா. அந்தக் காலத்துல பொம்பளைக வயசுக்கு வர்றதுக்கு முன்னாடியே கல்யாணம் கட்டி வச்சிருவாக. அதுக்குப் பேரு, பால விவாகம். நல்லம்மாவுக்குப் பத்து வயசானபோது, சொந்தக்காரன் கட்டையனோட மவன் வீரனுக்குக் கல்யாணம் கட்டி வச்சாக. அப்போ வீரனுக்கு வயசு பதினைஞ்சு.

அப்பல்லாம், கல்யாணத்தை விட, கல்யாணம் முடிஞ்ச பொண்ணுங்க பெரிய மனுசியாகுறதைத் தான் திருவிழா மாதிரி கொண்டாடுவாங்க. நல்லம்மா 12 வயசுல பெரிய மனுஷியானா. ஊரே வியந்துபோற அளவுக்கு அதைப்பெரிய திருவிழாவாக் கொண்டாடுனான் அவையன். ஆறுவகை சாதம், பதினெட்டு வகை தொட்டுக்கன்னு ஊரு உலகத்துல இல்லாத அளவுக்கு பெரிய விருந்து. சீனத்துச் சேலையில பளபளன்னு தேவதை மாதிரி நின்னா நல்லம்மா. வயிறும் மனசும் நிறைஞ்சு ஊர் சனமெல்லாம் வாயார வாழ்த்திட்டுப் போச்சு.

அது ஆடிமாசம்... புள்ளைகளைச் சேரவிடமுடியாது. அதனால ஊரு வழக்கப்படி, அவையன் நல்லம்மாவை தன்னோட வீட்டுக்கு அழைச்சிட்டுப் போயிட்டான். வீரனுக்கு விட மனசில்லை... நல்லம்மாவுக்கும் போகமனசில்லை... ஆனாலும் ஊரு முறைன்னு ஒன்னு இருக்கே... ஆடியில சேந்தா சித்திரையிலல்லா குழந்தை பெறக்கும்..? அதுக்காகத்தான் அப்படி சின்னஞ்சிறுகளைப் பிரிச்சு வைக்கிறது. மாட்டு வண்டியை சோடிச்சு, மகளை மகாராணி மாதிரி உக்கார வச்சு ஊர்வலமா வீட்டுக்குக் கூட்டிக்கிட்டுப் போனான் அவையன்.

போற வழியெல்லாம், நல்லம்மா பக்கத்துல உக்காந்துக்கிட்டு, 'புருஷன்கிட்ட எப்படி நடந்துக்கனும்', 'குடும்பத்தை எப்படிப் பாத்துக்கனும்'னெல்லாம் புத்திமதி சொல்லிக்கிட்டே வந்தா அமுதம்மா.

உசுரு வீரங்கிட்டயும், உடம்பு அப்பன் வீட்டிலயுமா கழிச்சா நல்லம்மா. 'எப்படா மாசம் முடியும், அப்பன் வீட்டை விட்டுக் கிளம்பலாம்'ன்னு மனசு ஆலாப்பறக்குது. வீரனுக்கும் நிலைக் கொள்ளலை. 'எப்படா நல்லம்மா முகத்தைப் பாப்போம்'ன்னு இருந்துச்சு.

ஒரு வழியா ஆடி முடிஞ்சிருச்சு. மருமவனை அழைச்சு மரியாதை பண்ணி, தலைவாழை எலை போட்டு விருந்து வச்சு, முறுக்கு ஒரு கூடை, சீடை ஒரு கூடை, அதிரசம் ஒரு கூடைன்னு கூடை கூடையா பதார்த்தம் கொடுத்து குதிரை வண்டியில மகளை ஏத்தி விட்டாக அவையனும், அமுதம்மாவும். ரெண்டுபேரும் குதிரை வண்டியில உக்காந்துக்கிட்டுப் போன அழகை அந்த ஊரே பாத்து வாழ்த்துச்சு.

நல்லம்மா புருஷன் வீட்டுக்கு வந்துட்டா. இங்கே சாந்தி முகூர்த்தத்துக்கான ஏற்பாடெல்லாம் தடபுடலா இருக்கு. மாக்கோலம் பூக்கோலம்னு வீட்டை அலங்கரிச்சிருக்காக. உறவுக்காரப் புள்ளைகள்லாம் வந்து நல்லம்மாவை உக்காரவச்சு அலங்காரம் பண்ணுதுக. கோயில் பூசாரி குறிபாத்துக் குடுத்த நல்ல நேரம் நெருங்குது.

நல்லம்மாவுக்கு நினைச்சாலே நெஞ்செல்லாம் இனிக்குது. வீரன் அப்பப்போ அறைக்குள்ள வந்து ஓரக்கண்ணால பாத்துட்டுப் போறான். இத்தனை நாளா காத்து வச்சிருந்த மொட்டு இன்னைக்கு மலர்ந்து வாசம் வீசப்போகுது… மனசுக்குள்ள வண்ண வண்ணமா கனவுகள் ஓடுது நல்லம்மாவுக்கு…

ராத்திரியாச்சு. ஆரஞ்சுக்கலர் பட்டுச்சேலை உடுத்தி வாசனைத் திரவியங்களும் பூக்களும் மணக்க, மணக்க நல்லம்மாவை தோழிமாருங்க அழைச்சுட்டுப் போயி அறைக்குள்ள விட்டாக. எத்தனையோ முறை பாத்த முகம் தான். ஆனாலும் வீரன் முகத்தை ஏறெடுத்துப் பாக்க முடியலே… வெக்கத்துல மொகமெல்லாம் சிவந்துபோச்சு நல்லம்மாவுக்கு.

வீரன் கட்டில்ல உக்காந்திருக்கான். கட்டுமஸ்தான பய… கதவுக்கிட்ட தயங்கி நின்ன நல்லம்மாவை கையைப் பிடிச்சு இழுத்தாந்து படுக்கையில உக்கார வச்சான். குனிஞ்சிருந்த முகத்தை நிமித்தி, நேருக்கு நேரா பாத்துச் சிரிச்சான். நல்லம்மாவும் சிரிச்சா… அவளை அப்படியே இழுத்து மடியில படுக்க வச்சுக்கிட்டு தலையைக் கோதிவிட்டான் வீரன்… திடீர்ன்னு அவன் கண்ணு சிவப்பா மாறுச்சு… உடம்பு வேர்த்துக்கொட்டுது. அப்படியே நெஞ்சைப் பிடிச்சுக்கிட்டு சாஞ்சுட்டான் வீரன். நல்லம்மாவுக்கு என்ன நடக்குதுன்னே புரியலே. ‘மாமா… மாமா’ன்னு கத்துறா… ‘தண்ணி’, ‘தண்ணி’ன்னு சைகை காட்டுறான் வீரன்.

கதவைத் திறந்துக்கிட்டு வெளியில ஓடியாந்து கத்துறா நல்லம்மா… எல்லாரும் பதறிப்போய் வீரனைப் பாக்க, அவன்

தண்ணி கேக்க, நல்லம்மா தண்ணியெடுத்து வீரன் வாயில ஊத்துறா... ஊத்துன தண்ணி தொண்டைக்குள்ள இறங்குறதுக்கு முன்னாடியே அடங்கிப்போனான் வீரன். தொடங்குறதுக்கு முன்னாடியே முடிஞ்சு போச்சு நல்லம்மா வாழ்க்கை.

அவையன் வகையறாவுக்கு ஆளுவிட்டாச்சு. ஊரு உறவுகளோட வந்து எறங்கிட்டாக. ‘வாழைத்தண்டாட்டம் வாழ வந்த பொண்ணு வாழ்க்கை, காய்ஞ்ச வாழைமட்டை கணக்காப் போச்சே’ன்னு மாருல அடிச்சுக்கிட்டு அழுவுறா அமுதம்மா. கட்டையன் வீட்டுல கூட்டம் கூடிருச்சு. உறவுக்காரங்கள்லாம் சாவை தாங்கிக்கமாட்டாம அழுது இரையிறாங்க. நல்லம்மா, அவ பாட்டுக்கு உக்காந்திருக்கா. அவ கண்ணுல இருந்து ஒரு சொட்டு தண்ணி வரலே... மேனியில உடுத்தியிருந்த பட்டு கசங்கலே. கண்ணுல போட்ட மையி காயலே... பொணமாக் கெடக்குற வீரன் தலைமாட்டுல உக்காந்து எல்லாரையும் வேடிக்கை பாத்துக்கிட்டிருக்கா.

நல்லம்மாவோட சித்திக்காரி வந்து நல்லாம்மாவைக் கட்டியழுதா... அப்பவும் நல்லம்மாவுக்கு அழுகை வரலே. “அடிப்பாவி மவளே... புருஷன் செத்தது கூட தெரியாம இப்படி வெள்ளந்தியா உக்காந்திருக்கியேடி...”ன்னு ஒப்பாரி வைக்க, ஊரே கலங்கிப்போச்சு. ஆனா, நல்லம்மா கலங்கலே...

இறுதிக்காரியம் தொடங்கிருச்சு. வீரனோட உடலைக் குளிப்பாட்டி பொட்டு சந்தனமெல்லாம் வச்சு, வாசனைத் திரவியங்களைத் தெளிச்சு பட்டுடுத்தி பெரிய மாலையைப் போட்டு உக்கார வச்சிருக்காக. தேரு தயாராயிருச்சு. பூவரசுக் கட்டையில மூங்கிக் குச்சிகளைக் கோர்த்து தென்னம்மட்டையைப் பின்னிக் கட்டி, தென்னங்குருத்து தோரணமெல்லாம் வச்சு பல்லக்கு மாதிரி சோடிச்சிருந்தாக. அதுல வீரன் உடலை வச்சாச்சு.

நல்லம்மாவை வீட்டுக்குள்ள அழைச்சிட்டுப் போனாக. அவ தலையில தண்ணிய ஊத்தி புதுப் பட்டுச்சேலை உடுத்தி கல்யாணத்துக்கு அலங்கரிக்கிற மாதிரி அலங்காரம் பண்றாக. வீரன் பொணம் முன்போக, கல்யாணக்கோலத்து நல்லம்மாவை பின்னாடி அழைச்சுக்கிட்டுப் போறாக, பொம்பளைக. மயானம் வந்திருச்சு. பொம்பளைகள்ளாம் வெளியில நிக்க, நல்லம்மாவை மட்டும் கையைப் பிடிச்சு மயானத்துக்குள்ள கூட்டிக்கிட்டுப் போறாக உறவுக்கார ஆம்பளைக. பொம்பளைகல்லாம் நல்லம்மாவைப் பாத்து மாறடிச்சு அழுவுதுக.

வீரன் உடலை சிதையில வச்சாச்சு. அப்பங்காரன் கட்டையன் கொள்ளி வச்சான். பக்கத்துல நின்னு, எரியிற நெருப்பையே இமைக்காம பாத்துக்கிட்டிருந்தா நல்லம்மா. எல்லாரும் அவளையே பாத்துக்கிட்டிருந்தாக. அந்த ஊரு வழக்கப்படி புருஷன் செத்தா பொண்டாட்டிகாரி சிதையில குதிச்சு உடன்கட்டை ஏறனும்.

பெரியவகல்லாம் கூடிப் பேசுறாக. சிலபேரு தலைமுறை, தலைமுறையா வர்ற மரபை மீறக்கூடாதுன்னு சொல்றாக. "புருஷன் செத்தத்துக்கு அழக்கூட தெரியாத ஒரு வெள்ளந்திப் புள்ளையை உயிரோட எரிக்கனுமான்னு சில பேரு கேக்குறாக.. அவையன் உறுதியா சொன்னான், 'எம் பொண்ணு வாழ்க்கையையே ஆரம்பிக்கலே. பச்சை மண்ணு அவ. அவ உடன்கட்டை ஏறுரதை சம்மதிக்க மாட்டேன்... சாதி சனமெல்லாம் நான் சொல்றதை ஏத்துக்கனும்..." ன்னு சொல்லி மகளைக் கட்டிக்கிட்டு கதறி அழுதான். மயானத்துல நின்ன எல்லாப்பேரும் கலங்கிட்டாக.

எல்லாரும் மயானத்தை விட்டு வெளிக்கிளம்பிட்டாக. அவையன், மகளைக் கூட்டிக்கிட்டு நடக்குறான்.

கொஞ்சம் தூரம் போன நல்லம்மா, திரும்பி எரியுற சிதையைப் பாக்குறா. இதுவரைக்கும் உள்ளுக்குள்ள பொங்கிக்கிட்டிருந்த அழுகை அப்படியே வெடிச்சுக் கிளம்புது. பெருங்குரலெடுத்து அழுவுறா... தீயில வெந்த வீரன் உடம்பு எழுந்து எழுந்து அடங்குது. அப்பன் கையைத் தட்டிவிட்டுட்டு எரியிற வீரன்கிட்ட ஓடுறா நல்லம்மா... பக்கத்துல நின்னு, 'மாமா' ;மாமா'ன்னு அழுது இரையிறா... கொழுந்து விட்டு எரியுது சிதை. 'வா, வா'ன்னு வீரன் கைவிரிச்சு கூப்பிடுற மாதிரியே தோணுது. விறுவிறுன்னு அந்த தீக்குள்ள எறங்கிட்டா நல்லம்மா.. அவையனும் மத்தவங்களும் என்ன நடக்குதுன்னு உணர்றதுக்குள்ள நெருப்போட நெருப்பாயிட்டா . தீ முன்னைக்காட்டிலும் உருண்டு புரண்டு வேகவேகமா எரியுது...

எல்லாரும் திகைச்சுப்போய் நின்னாக. அவையன் மயங்கிச் சாஞ்சுட்டான்... நல்லம்மா, வீரனோட சேர்ந்து சாம்பலாகி அடங்கிட்டா.

அதுக்கப்பறம் நெடுநாளைக்கு ஊராளுக மனசுல இருந்தா நல்லம்மா. அவையனுக்கு மக நினைப்பு மாறலே... அப்பப்போ கனவுல வந்து வந்து நின்னா. 'இனிமே நான் உனக்கு மக இல்லே...

தெய்வ மனுஷிகள்

தாயி... என்னைக் கையெடுத்துக் கும்பிடு'ன்னு ஆங்காராமா சொன்னா... உடனே அவையன், ஒரு கோயிலைக் கட்டி மக செலையை செஞ்சு வச்சுக் கும்பிட ஆரம்பிச்சான். வழிவழியா காலம் நகர, நல்லம்மா சாமியாகிப்போனா.

பட்டுக்கோட்டை பக்கத்துல தாமரங்கோட்டைன்னு ஒரு ஊரு இருக்கு. அங்கே தாலி சரசரக்க, கன்னத்துல திருஷ்டி பொட்டு வச்சு கல்யாணம் முடிச்ச பெண் கோலத்துல நிக்குறா நல்லம்மா. அவ முகத்துல ஏக்கமும், காதலும், கோபமும் ஒன்னாக்கலந்து கனலாக் கொதிக்குது.

பொண்ணு பாக்கப்போறதுக்கு முன்னாடி நல்லம்மாக்கிட்ட பூப்போட்டு பாக்குறது, கல்யாணம் நிச்சயமானவுடனே, தாலி செஞ்சாந்து நல்லம்மா பாதத்துல வச்சு வணங்குறதுன்னு அந்த வட்டாரத்துல நல்லம்மா இல்லாம ஒரு காரியமும் நடக்கிறதில்லை. அவளுக்கு இப்போ பேரு தீக்குளிச்ச அம்மன்.

௯. கருப்பாயி - பாப்பாத்தி

அந்த ஊர்ல கீழத்தெரு, மேலத்தெருன்னு ரெண்டு தெருக்கள் உண்டு. கருப்பாயி இருக்காளே... அவவீடு கீழத்தெருவுல... பாப்பா வீடு மேலத்தெருவுல. பாப்பா குடும்பம் ரொம்ப ஆச்சாரம். அப்பன் ஊர்க்கோயில்ல குருக்களா இருக்கான். யாரு வீட்டுலயும் அன்னம் தண்ணி புழங்க மாட்டாக. யாரையும் தொட்டுப் பேசமாட்டாக. குறிப்பா, கீழத்தெரு ஆட்கள் கூட பேச்சு வார்த்தையே இருக்காது.

கருப்பாயியோட அப்பன், மரம் வெட்டுற தொழிலாளி. காலையில கோடாரியை எடுத்துக்கிட்டுக் காட்டுக்குப்போனா, ராத்திரி தான் திரும்புவாரு. கூடவே சாராய நாத்தமும் வரும்.

வெவசாயம் தான் அந்த ஊருக்கு ஜீவாதாரம். எல்லாம் வானம் பார்த்த பூமி. அப்பப்போ கொஞ்சம் மழைத்தண்ணி மேலயிருந்து விழுந்தாத்தான் வெவசாயம். இல்லேன்னா, எல்லாரும் காட்டுக்கு வெறகு வெட்டப் போகவேண்டியதுதான். பாப்பா அந்தூர்ல இருக்கிற பள்ளிக்கூடத்துல படிச்சா. கருப்பாயிக்கு படிப்பு வாய்க்கலே. வீட்டுல ஏழெட்டு ஆட்டுக்குட்டிக இருந்துச்சு. அதை காட்டுப்பக்கம் விட்டு மேச்சுக் கொண்டு வருவா.

ஊர்க்கோயிலு, காட்டுக்குப் பக்கத்தாலே இருக்கு. பள்ளிக்கூடம் இல்லாத நேரத்துல கோயில் குருக்களா இருக்கிற அப்பங்காரனோட கோயிலுக்கு வந்திருவா பாப்பா. கருப்பாயி ஆட்டுக்குட்டிகளை காட்டுக்குள்ள பத்தி விட்டுட்டு கோயிலுக்குப் பக்கத்தால இருக்கிற ஆலமர நிழல்ல உக்காந்திருப்பா.

அப்படி வர்ற நேரங்கள்ல, மரத்தடியில உக்காந்திருக்கிற கருப்பாயி கூட பாப்பாவுக்கு சினேகமாகிப்போச்சு. ரெண்டு புள்ளைகளும் மரத்தடியில உக்காந்து கள்ளங்கா, சில்லுக்கோடு வெளையாடுவாக. சாமிக்குப் படைச்ச சாதத்தைக் கொண்டு வந்து கருப்பாயிக்குக் குடுப்பா பாப்பா. சிலநாள், கருப்பாயி ஊறவச்ச பச்சரிசி கொண்டு வருவா. ரெண்டு புள்ளைகளும் உக்காந்து திங்குங்க.

ஊர்க்கோயிலுக்குள்ள கீழத்தெரு ஆட்கள் யாரும் நுழைய மாட்டாக. கருப்பாயிக்கு, 'அந்தக் கோயிலுக்குள்ள என்ன

இருக்கு'ம்னு பாக்க ஆசையா இருக்கும். ஒருநா, பாப்பாக்கிட்ட அந்த ஆசையைச் சொல்ல, அப்பங்காரன் இல்லாத நேரத்துல ஒருக்கா அந்தக் கோயிலுக்குள்ள கூட்டிக்கிட்டுப்போய் சாமியைக் காட்டுனா. ரெண்டு புள்ளைகளும் அவ்வளவு அன்பா, அன்னியோன்யமா இருந்துச்சுக. ஆனா, இவுக நட்பு ஊருக்குள்ள யாருக்கும் தெரியாது. மேலத்தெருப் புள்ள, கீழத்தெருப் புள்ளக்கிட்ட சவகாசம் வச்சுக்கிறதை யாரும் ஏத்துக்க மாட்டாகல்ல.

காலம் ஆக, ஆக அந்தப் புள்ளைகளைப் போலவே, அதுக நட்பும் வளர்ந்துச்சு. பாவாடை சட்டை போட்டு உலாவிக்கிட்டுத் திரிஞ்ச பிள்ளைக பெரிய மனுஷியாகி தாவணிக்கு மாறுச்சுக. பாப்பா, கோயிலுக்குப் போறேன்னு சொல்லிட்டு காட்டுப்பக்கம் வருவா. கருப்பாயி ஆடு மேய்க்கப் போறேன்னு சொல்லிட்டு வருவா. ரெண்டு புள்ளைகளும் காட்டு நெல்லி, எலந்தைப் பழம்ன்னு பழங்களைப் பறிச்சுத் தின்னுட்டு ஆலவிழுதுல ஊஞ்சல் கட்டி விளையாடித் திரியுங்க.

ஒருக்கா, பாப்பாவும் கருப்பாயியும் விளையாடிக் கிட்டிருக்கிறதை பாப்பாவோட அப்பங்காரன் பாத்துப்புட்டான். பாப்பாவை வீட்டுக்குக் கூட்டிக்கிட்டுப் போயி, முற்றத்துல நிறுத்தி தண்ணி ஊத்திக் குளிப்பாட்டி, 'இனிமே, கீழத்தெரு புள்ளக்கிட்ட பேச்சுவார்த்தை வச்சுக்கிடப்புடாது'ன்னு சத்தியம் வாங்கிக்கிட்டான்.

தன்னோட சாதி சனத்துக்கிட்டச் சொல்லி, கருப்பாயி அப்பங்காரனைக் கூப்பிட்டு, 'இனிமே ஒம்பொண்ணு எங்க பொண்ணுக்கிட்ட பேச்சுவார்த்தை வச்சுக்கப்புடாது'ன்னு சொல்லி மிரட்டி அனுப்பிட்டாக. அவன், சாராயத்தைக் குடிச்சுப்புட்டு, 'மேலத்தெரு புள்ளக்கிட்ட உனக்கென்னடி சவகாசம்'ன்னு கருப்பாயியைப் போட்டு அடிச்சான்.

ஆனாலும் பாப்பாவால கருப்பாயியைப் பாக்காம இருக்க முடியலே. கருப்பாயிக்கும் பாப்பாவப் பாக்காம பொழுது ஓடலே. அப்பப்போ, ஆள் அசந்த நேரத்துல ரெண்டு புள்ளைகளையும் சந்திச்சுப் பேசிக்கிடுச்சுக.

ஊருக்குள்ள அஞ்சாறு வருஷமா மழை பேயல. கீழத்தெரு ஆட்கள் மாரியம்மனுக்கு தீச்சட்டி எடுத்தாக. மேலத்தெரு ஆட்களும் பூசை, புனஸ்காரம்ன்னு ஏதேதோ செஞ்சுப் பாத்தாக.

ஆனா, அந்த வருணன் கண்ணைத் தெறக்கலே. காத்துல கூட பொட்டு ஈரமில்ல. கம்மாயெல்லாம் வறண்டு தரை தெரிச்சுக் கிடக்கு. வயக்காடெல்லாம் புல்லு, பூண்டு இல்லாம தரிசா மாறிப்போச்சு. காடுகள்ல மரங்கெல்லாம் பட்டு, மக்கி விழுகுது. எந்த எடத்துலயும் பச்சையில்லை. காட்டுக்குள்ள இருந்து விலங்குகள்லாம் வெளியில வந்து, தீனி தேடுதுக. ஆடு, மாடுகளுக்கு, காஞ்சுபோன வைக்கோல் கூட கிடைக்கலே. ஒன்னு, ரெண்டா செத்துச்செத்து விழுக ஆரம்பிச்சுச்சுக. குடிக்கத் தண்ணி பஞ்சமாகிப்போச்சு. ஊருவிட்டு ஊருபோயி நூறடி கெணத்துல கஷ்டப்பட்டு குடம்போட்டு இழுத்துக் கொண்டு வந்து சேத்தாக பொம்பளைக. ஒருக்கா, 'எங்களுக்கே தண்ணியில்ல... இனிமே வராதிய'ன்னு அந்த ஊரு ஆட்களும் சொல்லித் தடுத்துட்டாக. இருந்த இருப்பெல்லாம் கரைய, அடுத்த நாள் சாப்பாட்டுக்கு என்ன செய்யிறதுன்னு மக்களெல்லாம் தவியா தவிச்சு நின்னாக.

இனிமே, இந்த ஊர்ல இருந்து பிழைக்க முடியாதுன்னு தெரிஞ்சு போச்சு. கீழத்தெரு ஆட்கள்லாம், 'மருதைப் பக்கம் போயி பிழைச்சுக்கலாம்'ன்னு முடிவு செஞ்சாங்க. கருப்பாயியோட ஆயி, அப்பன் மிஞ்சியிருந்த ஆட்டுக்குட்டிகளை ஓட்டிக்கிட்டு மருதைக்குப் புறப்படத் தயாரானாக. கருப்பாயிக்குப் பாப்பாவை விட்டுட்டுப் போக விருப்பமில்லை. 'பாப்பாவ விட்டுட்டு வரமாட்டேன்... நான் இங்கேயே இருந்திடுறேன்'னு அழுதா... ஆனா, அவ பேச்சை யாரும் கேட்கலே.

கருப்பாயி ஊரைவிட்டுப் போப்போறான்னு தெரிஞ்சதும் பாப்பாவால தாங்க முடியலே. 'நானும் கருப்பாயியோட மருதைக்குப்போறேன்'னு அழுதா... அவளை அடிச்சு வீட்டுக்குள்ள அடைச்சு வச்சுட்டாக.

'மக்களுக்கெல்லாம் மண்ணை விட்டுப் போறோம்'னு வருத்தம். 'கருப்பாயிக்கு பாப்பாவை விட்டுப்போறோமே'ன்னு வருத்தம். மாட்டு வண்டியில சாமான் செட்டையெல்லாம் ஏத்திக்கிட்டு கருப்பாயி குடும்பம் கிளம்பிருச்சு. மாட்டு வண்டி முன்ன நடக்க, எல்லாரும் பின்ன நடக்குறாக. கருப்பாயி காலு தான் நடக்குது. மனசு, பாப்பாத்தியைத் தேடித்தேடி ஓடுது.

ராத்திரியாயிருச்சு. காடு, மலையெல்லாம் கடந்து வந்த அசதி... இன்னும் தொலைதூரம் போவனும். ஒரு மரத்தடியில மாட்டு வண்டியை நிறுத்தி எல்லாரும் ராத்தங்குனாக. கருப்பாயியோட ஆத்தாகாரி, கல்லெடுத்து வச்சு அடுப்பை மூட்டி

கொஞ்சம் கேவுரு மாவைப் போட்டு களி கிண்டுனா. எல்லாரும் சாப்பிட்டு முடிச்சாக. 'விடியக்காத்தால கிளம்புவோம்... இப்போ எல்லாரும் கொஞ்சநேரம் கண்ணசருங்க'ன்னு சொன்னான் கருப்பாயி அப்பன். ஆளுக்கொரு பக்கமா படுத்துட்டாக.

கருப்பாயிக்கு உறக்கம் வரலே. பாப்பா ஞாபகமாவே இருந்துச்சு. பிழைப்பு நாடி போயிட்டா, திரும்பவும் சொந்த ஊருக்கு வரப்போக ஒன்னுமில்லே... இனிமே வாழ்க்கையில பாப்பாவை பாக்கவே முடியாதே...? தவிச்சுப்போனா கருப்பாயி.

நடுச்சாமம் ஆச்சு. சுத்தும் முத்தும் பாத்தா... நடந்து வந்த களைப்புல அப்பனும், ஆத்தாளும் அசந்து தூங்குனாக. மெல்ல எழுந்திரிச்சா... வந்த திசையை நோக்கி ஓட ஆரம்பிச்சா... அந்த வனத்துக்குள்ள பயமே இல்லாம ஓடுறா. பாப்பா... பாப்பான்னு மனசு கெடந்து அடிச்சுக்குது...

பாப்பா நிலமையும் அப்படித்தான். வீட்டுக்குள்ள அவளால இருக்க முடியலே. 'கருப்பாயியை இனிமே பாக்கவே முடியாது'ன்னு நினைச்சுக்கூடப் பாக்க முடியலே. அப்பனும், அம்மாவும் அசந்த நேரத்துல வீட்டை விட்டுக் கிளம்பிட்டா. கிளம்பி கருப்பாயி போன திசையில ஓடியாறா.

விடிஞ்சிருச்சு. 'கருப்பாயியைக் காணோம்'ன்னு எல்லாரும் பதறிப்போய் தேடுறாக. இங்கே பாப்பாவையும் காணோம். அவுக ஆயி, அப்பனும் அலறி அடிச்சுக்கிட்டுத் தேடித்திரியுறாக.

பாப்பாவைத் தேடி ஓடிவந்த கருப்பாயியும், கருப்பாயியைத் தேடி ஓடிவந்த பாப்பாவும் ஒரு இடத்துல சந்திச்சுக்கிட்டாக. ரெண்டு புள்ளைகளும் கட்டிப்பிடிச்சு அழுகுதுக... 'நான், சாவுல கூட உன்னைவிட்டுப் பிரியமாட்டேன்'னு கருப்பாயி சொல்றா... 'நீ எங்கே போறியோ அங்கேயே நானும் வந்திடுறேன்'னு பாப்பா சொல்றா... 'எப்படியும் நம்மைத் தேடி வந்து கண்டுபுடிச்சுருவாக... அவுக கண்படாத இடத்துக்குப் போயிறனும்'னு ரெண்டு புள்ளைகளும் கைகோர்த்துக்கிட்டு கால் போன திசையில வேகவேகமா நடக்குதுக.

பாப்பாவைத் தேடி ஊருக்குத்தான் போயிருப்பான்னு கருப்பாயியோட ஆயி, அப்பன் தெரிஞ்சுக்கிட்டாக. பாப்பா வீட்டுலயும் கருப்பாயியைத் தேடித்தான் போயிருப்பான்னு முடிவு பண்ணி ரெண்டு குடும்பமும் தேடி வாராக. காடு, மலையெல்லாம் தேடியும் கண்டுபிடிக்க முடியல...

ஒரு இடத்துல, பெரிய கெணறு. அங்கே ஊர் சனமெல்லாம் கூடி நிக்குது. பாப்பா குடும்பமும், கருப்பாயி குடும்பமும் கூட்டத்தை விலக்கிட்டுப் போய் பாக்குறாக. ஏரிக்குள்ள ரெண்டு புள்ளைகளும் பொணமா மிதக்குதுக. 'இனியும் எங்களைப் பிரிச்சிராதிய'ன்னு சொல்ற மாதிரி கையக் கோத்துக்கிட்டுக் கிடக்குதுக.

ரெண்டு குடும்பமும் நிலை குலைஞ்சு போச்சு. எல்லாரும் அழுது புலம்புறாக. ஊராளுக எல்லாம் ஒன்னாச்சேந்து, 'ரெண்டு புள்ளைகளையும் பிரிக்கக்கூடாது'ன்னு உறுதி வாங்கிக்கிட்டாக. ரெண்டு குடும்பமும் ஒன்னாச்சேந்து கருப்பாயியையும், பாப்பாவையும் ஒரே இடத்துல தகனம் செஞ்சாக.

கொஞ்சநாள் போச்சு... திடீர்ன்னு ஊர்ல மழை பேஞ்சுச்சு. அஞ்சாறு வருஷ மழையை ஒன்னாச் சேத்துக் கொட்டுச்சு வானம். வெடிச்சுக்கிடந்த ஏரி, குளமெல்லாம் தண்ணியால நிறைஞ்சுபோச்சு. வயக்காடு, கொல்லைக்காடெல்லாம் பசுமை பூத்து ஊரே புதுசா மாறிப்போச்சு. பிழைக்கப்போன சனங்கல்லாம் திரும்பவும் ஊருக்கே வந்துட்டாக. 'எல்லாம் கருப்பாயி பாப்பாவோட கருணை தான்'னு எல்லாரும் நம்பினாங்க. ரெண்டு புள்ளைகளுக்கும் பீடம் வச்சு புதுசா அறுத்த நெல்லரிசியில படைப்புப் போட்டு சாமியாக் கும்பிட ஆரம்பிச்சாக.

புதுக்கோட்டை மாவட்டத்துல இலுப்பூர் பக்கமா ஈஸ்வரன் கோயில்ன்னு ஒரு ஊரு இருக்கு... அங்கே பீட வடிவத்துல உக்காந்திருக்கா பாப்பா... அவளை, பாப்பாத்தியம்மா, பாப்பாத்தியம்மான்னு ஊரே கொண்டாடுது. 'அதுதான் கருப்பாயியும் பாப்பாவும் பிறந்து வாழ்ந்த ஊரு'ன்னு சொல்றாக.

ராமநாதபுரம் மாவட்டம், மேலசிறுபோதுங்கிற ஊர்ல நிக்குறா கருப்பாயியம்மா. கருப்பாயியும், பாப்பாவும் ஓடிவந்து சந்திச்சுக்கிட்டது அந்த ஊருதானாம்.

கருப்பாயியம்மா முகத்துல அன்பும், நேசமும், ஏக்கமும் நிரம்பி வழியுது. வழமை மாறாம, ரெண்டு புள்ளைகளுக்கும் வருஷா வருஷம் புத்தரிசி பொங்கல் வச்சு படைப்பு போட்டுக்கிட்டுத்தான் இருக்காக.

10. வீமாயி

பாண்டிக்கருப்பன் இருக்கானே, பெரிய பணக்காரன்.... ஏகப்பட்ட நிலபுலங்கள் கெடக்கு... கிராமம் கிராமமா விவசாயம் நடக்குது. ஊருக்கு நடுவுல அரண்மனை மாதிரி பெரிய வூடு. மொத்தம் ஆறு பயலுவ. எல்லாம் சூரப்புலிக. ஆனாலும் பாண்டிக்கருப்பனுக்கும், அவம் பொண்டாட்டிக்கும் ஒரு மனக்குறை உண்டு. 'இத்தனை புள்ளைச் செல்வத்தைக் கொடுத்த அந்த முனியாண்டி, அள்ளிக் கொஞ்ச ஒரு பொம்பளப் புள்ளையக் கொடுக்கலையே..!' ஆனா, முனியாண்டி அந்தக் கவலையையும் தீத்துட்டான். ஏழாவதா ஒரு பெண் குழந்தை பிறந்துச்சு. அந்தப் புள்ளைக்கு 'வீமாயி'ன்னு பேரு வச்சாக.

வேணுங்கிறதையெல்லாம் வாங்கிக்கொடுத்து வீமாயியை தேவதை மாதிரி வளர்த்தாக. அண்ணங்காரன் ஆறு பேத்துக்கும் தங்கச்சின்னா உசுரு. அதுலயும் அந்த ஆறாவது பய இருக்கானே... தூண்டிக்கருப்பன். அவன், வீமாயி இல்லாம ஒரு நிமிஷம் இருக்க மாட்டான். அப்படியொரு பாசம். இன்னொரு பக்கம் ராஜகுமாரி மாதிரி ஊரே கொண்டாடுது. ஒரு தெய்வக்குழந்தையா அவ ஊருக்குள்ள வலம் வந்தா.

ஒரு நாள், வேட்டைக்குப்போன அண்ணனுங்கக்கிட்ட, 'எனக்கொரு புள்ளிமான் புடிச்சுக்கிட்டு வாங்க'னு சொல்லி அனுப்பினா வீமாயி. ராப்பகலா அலைஞ்சும் புள்ளிமான் கண்ணுலயே படலே. அது ஆம்பல் காடு வேற... யானைங்க பிளிருற சத்தம் காதைப் பிளக்குது. 'சரி... இனிமே காட்டுக்குள்ள இருக்க வேண்டாம்... அடுத்தமுறை முயற்சி பண்ணுவோம்... இப்போ கிளம்பிருவோம்'னு எல்லாரும் கிளம்பினப்போ, தூண்டிக்கருப்பன் மட்டும், 'தங்கச்சிக்கு மான் பிடிக்காம ஊருக்குத் திரும்பமாட்டேன்'னு உறுதியா நின்னுட்டான். ' விடியுறதுக்குள்ள மானோட வருவேன்... நான் வரலேன்னா யானை மிதிச்சு செத்துப்போனேன்னு நினைச்சுக்குங்க'னு சொல்லிட்டு தனியாளா காட்டுக்குள்ள இறங்கிட்டான். நடுராத்திரி ஒரு மானைத் துரத்திக்கிட்டு ஓடும்போது, பெரிய ஒத்தை ஆம்பல் (யானை) மறிச்சுக்கட்டிக்கிச்சு. ஈட்டிக்கம்பை சரியா கண்ணு பாத்து எறிஞ்சு அந்த ஆம்பலைச் சாச்சுப்புட்டான். கடைசியா, காடு கரைன்னு அலைஞ்சு அந்த மானைப் புடிச்சுக்கிட்டுத்தான் வீட்டுக்கு

வந்தான். அண்ணங்காரன், மான்பிடிக்க பட்டக் கஷ்டத்தைக் கேட்டு அழுகையா அழுதா வீமாயி.

வீமாயிக்கு பதினாறு வயசாச்சு. அக்கர இலக்கணத்துல இருந்து அலங்கார சாஸ்திரம் வரைக்கும் ஆய கலைகள் அத்தனையும் கத்துக்கிட்டா. அங்க லட்சணத்தோட தங்கரதம் மாதிரி வளர்ந்து நின்னா வீமாயி... பல சீமைகள்ல இருந்து ராஜாக்கள் பொண்ணு கேட்டு வந்து நின்னாங்கே. ‘தம் மவளுக்கு இணையா, கலைகள்ல தேர்ச்சியான தன் சாதிக்காரனுக்குத் தான் கட்டிக்கொடுப்பேன்’னு உறுதியா இருந்தான் பாண்டிக்கருப்பன். அண்ணங்காரங்களுக்கும் அதுதான் ஆசை.

ஆனா, அந்த ஆசைக்கு வெனையா வந்தான் வீரபத்திரன். பாண்டிக்கருப்பன் வீட்டுல கருவூலக் காவலனா இருந்தான். ஒரு வகையில வீமாயிக்குச் சொந்தக்காரன் தான். ஆனா, வசதியில்லாத பய. ஆளு திடகாத்திரமா இருப்பான். ஈட்டியை விட்டு எரிஞ்சான்னா எவ்வளவு தூரத்துல இருந்தாலும் சரியா இலக்குல போய்க் குத்தும். அந்த அளவுக்கு குறி பாக்குறதுல கெட்டிக்காரன். வீரபத்திரனோட அப்பங்காரன் வேட்டைக்குப்போன நேரத்துல புலியடிச்சுச் செத்துப்போனான். அம்மாக்காரி தான் வளர்த்தா. வீரபத்திரனோட வீரத்தைப் பாத்துத்தான் கருவூலத்துக்குக் காவக்காரனாப் போட்டான் பாண்டிக்கருப்பன்.

ஒருக்கா, வயக்காட்டுல அறுப்பு வேலை நடந்துக்கிட்டிருந்துச்சு. வீமாயி வரப்புல நின்னு, வேலை செய்யிற பொம்பளைகள்கிட்ட பேசிச் சிரிச்சுக்கிட்டு இருந்தா. அப்போன்னு பாத்து, ஒரு நாகம் அவ கால்ல ஏறப்பாத்துச்சு. பக்கத்துல நின்னு நெல்லு மூட்டைகளைக் கணக்குப் பாத்துக்கிட்டிருந்த வீரபத்திரன், வீமாயி கால்ல பாம்பு ஏறப்போறதைப் பாத்துட்டான். உடனே, அவ கையைப் புடிச்சு தம் பக்கம் இழுத்து, பாம்பை கழுத்துல குத்திக் கொன்னுபோட்டான்.

அவன் கைபட்ட அந்த நொடியில வீமாயிக்குள்ள ஏதோ ஒன்னு பூத்திருச்சு. அதுக்கப்பறம் அவனைப் பாக்குறபோதெல்லாம் வெக்கப்பட்டா. அவன் நிக்குற பக்கமா நடக்க ஆரம்பிச்சா... அவனைப் பாக்கலேன்னா எதையோ இழந்தது போல ஆகிப்போச்சு. சாப்பிடும்போது, தூங்கும்போதுன்னு எப்பவும் அவனே மனசுக்குள்ள வந்துவந்து நின்னான். வீமாயியோட இயல்பே மாறிப்போச்சு.

ஒருநா, குடும்பத்தோட குலதெய்வக் கோயிலுக்குக் கிளம்புனான் பாண்டிக்கருப்பன். அன்னைக்கின்னு பாத்து குதிரைக்காரனுக்கு உடம்பு முடியாமப் போச்சு. வீரபத்திரன் வண்டியோட்டியா வந்தான். எல்லாரும் குலதெய்வத்தைக் கும்பிட்டிக்கிட்டிருக்கும்போது, வீமாயி வீரபத்திரன்கிட்ட வந்து, 'என்னைக் கல்யாணம் கட்டிக்கிறியா'ன்னு கேட்டா.

வீரபத்திரனுக்கு தூக்கிவாரிப் போட்டுருச்சு. 'தாயி... என்ன வார்த்தை பேசுறிய... ஏழுரு ராஜாக்களும் உங்களை கல்யாணம் முடிக்க உங்க வீட்டுவாசல்ல வந்து தவம் கிடக்குறாக.. நான் ஒரு அத்தக்கூலி... உங்கக்கிட்ட இப்படி நின்னு பேசுறது தெரிஞ்சாலே உங்க அப்பாவும், அண்ணங்காரங்களும் என் குடலை உருவிப்போட்டுருவாக... இந்த நினைப்பை மாத்திக்கிங்க தாயி'ன்னு கையெடுத்துக் கும்பிட்டுட்டு அந்த இடத்தை விட்டுக் கிளம்பிட்டான்.

ஆனா, அவ்வளவு சீக்கிம் மாறிருமா என்ன மனசு... ரத்தமும் சதையுமா வீமாயியோட உயிர்ல ஒட்டிக்கிட்டான் வீரபத்திரன். அவளால மறக்க முடியலே. சாப்பாடு இறங்கலே... தூக்கம் வரலே... முகமெல்லாம் வத்திப்போச்சு. கண்ணெல்லாம் உள்ளே போயிருச்சு. அப்பங்காரன் 'புள்ளைக்கு ஏதோ உடல்நோவு வந்திருச்சு'ன்னு பதறிப்போயிட்டான். குடும்ப வைத்தியரை வரவழைச்சு வைத்தியமெல்லாம் செஞ்சானுக. வைத்தியத்தால தீருற வியாதியா அது..?

வீமாயியோட நிலைமையை நினைச்சு வீரபத்திரனுக்கு வருத்தமாப் போச்சு. 'வீமாயி மாதிரி ஒருத்தி நமக்குப் பொண்டாட்டிய வர்றது ஏழேழு ஜென்மத்துப் புண்ணியம்... ஆனா, உண்ட வீட்டுக்கு ரெண்டகம் பண்ணலாமா? பாண்டிக்கருப்பனுக்கும், அண்ணங்காரங்களுக்கும் தெரிஞ்சா வம்பாப் போயிருமே... இந்த ஊருலயே இருக்கவிடமாட்டானுவளே'ன்னு நிறைய குழப்பம். ஆனாலும் அவன் மனசுக்குள்ள புகுந்துட்டா வீமாயி.

ஒருநாள், வீட்டுத்தோட்டத்துல மல்லிப்பூ பறிச்சுக்கிட்டிருந்த வீமாயிக்கிட்ட போனான் வீரபத்திரன். இவனைப் பாத்தவுடனே மல்லிப்பூவா மலர்ந்துச்சு வீமாயி முகம். "தாயி... நீங்க பெரிய இடத்துல ராணி மாதிரி வாழவேண்டிய பொண்ணு. எங்க வூட்டுல நீங்க உக்கார நல்ல முக்காலி கூட இல்லை... எல்லாத்தையும் தாண்டி நாம ஒன்னு சேர்ந்தாலும் உங்க அண்ணங்காரனுங்க

நம்மளை வாழ விடமாட்டாங்க. உங்க மனசை மாத்திக்குங்க தாயி'ன்னு சொன்னான் வீரபத்திரன்.

'எனக்கு மாட மாளிகையெல்லாம் வேணாம்... ஒண்டிக்க சின்ன குடிசை போதும், உங்கூட வாழ்வேன். நீ இல்லாம என்னால வாழமுடியாது. எங்க அப்பா, அண்ணங்கல்லாம் நான் கேட்ட எதையும் மறுத்ததில்லை. அவங்க நம்ம காதலுக்குத் தடையா இருக்கமாட்டாங்க' னு வெள்ளந்தியா சொன்னா வீமாயி. வீரபத்திரனுக்கு மனசு கரைஞ்சு போச்சு. ஆளுப்பேரு இல்லாத நேரத்துல ரெண்டுபேரும் காதலை வளத்துக்கிட்டாக.

மவளுக்கு வயசாவுறதை நினைச்சு பாண்டிக்கருப்பனுக்குக் கவலையாப் போச்சு. 'நல்லவிதமா, ஊரே மெச்சுற மாதிரி கல்யாணம் முடிக்கனும்'. வந்த சாதகங்கள்ல பொருத்தமா ஒரு சாதகம் எடுத்து சோசியருக்குக் கொடுத்தனுப்புனான்.

வீமாயிக்குப் புரிஞ்சுபோச்சு. இனி அமைதியா இருந்தா சரியா வராதுன்னு தெரிஞ்சு, அம்மாக்காரிக்கிட்ட கதையை அவுத்தா. 'எனக்கு வீரபத்திரனைக் கல்யாணம் கட்டி வைங்க... வேற மாப்பிள்ளை வேண்டாம்'ன்னு அழுதா. அம்மாக்காரிக்கு மயக்கமே வந்திருச்சு. 'ஏன்டி... நாம எங்கே... சாப்பாட்டுக்கே வழியில்லாத அந்தக் காவக்கார பய எங்கே... உங்க அண்ணங்காரங்களுக்குத் தெரிஞ்சா கூறு கூறா அவனை வெட்டிப் போட்டுருவானுங்கடி... ஒழுங்காப் போயி ஒறங்கு... அடுத்தவாரம் மேற்குச்சீமையில இருந்து உன்னைப் பொண்ணு பாக்க வர்றாக'ன்னு திட்டி அனுப்பிட்டா.

அம்மா, அப்பங்காரங்கிட்டப் பேசி எப்படியும் வீரபத்திரனைக் கட்டி வச்சிருவானு நம்புன வீமாயிக்கு அந்த நம்பிக்கை போயிருச்சு. இந்த ஜென்மத்துல அவனோட சேரமுடியாதுனு புரிஞ்சுபோச்சு. வீரபத்திரனை தேடிப்போனா... அவனைக் கட்டிக்கிட்டு அழுதா... 'நாமசேர ரெண்டு வழிதான் இருக்கு... ஒன்னு, கிணறு, குளம்ன்னு எதிலாவது குதிச்சுச் செத்துப்போறது... இல்லேன்னா வா, எங்காவது கண்காணாத இடத்துக்கு ஓடிப்போய் நிம்மதியா வாழலாம்'ன்னு சொன்னா...

வீரபத்திரனால வீமாயி இல்லாத வாழ்க்கையை நினைச்சுக்கூடப் பாக்க முடியலே. அதுக்காக கோழை மாதிரி சாகவும் அவன் விரும்பலே. 'இன்னைக்கு ராத்திரி தயாரா இரு... இந்தச் சீமையை விட்டே கிளம்பிரலாம்'னு சொன்னான்.

எப்படா சூரியன் மறையும்... நிலவு மேலேறி வரும்ன்னு கெடையாக் கெடந்தா வீமாயி. ராத்திரியாச்சு. அப்பன், அண்ணங்காரங்கல்லாம் அவுகவுக அறையில அசந்து தூங்குனாக. அவுக காலையெல்லாம் தொட்டுக் கும்பிட்டா. சத்தமில்லாம வெளியில வந்தா. வீரபத்திரன், தயாரா குதிரை வண்டியை பூட்டிக்கிட்டு நின்னான். வீமாயி வண்டியில ஏற, குதிரை கிளம்பிருச்சு.

மலை, கரடு, களிமண், காடுன்னு திசைபுரியாம பத்தின பக்கம் ஓடுது குதிரை. ராத்திரிப்பூரா நிக்காத பயணம். காட்டுக்கு மத்தியில விரிசலா ஒரு சமவெளி. பக்கத்துல ஒரு அய்யனார் கோயிலு. வண்டியை நிறுத்தினான் வீரபத்திரன். குதிரையோட வேகமும், பெத்து வளர்த்தவுகளை விட்டுட்டு வந்துட்டோமேங்கிற வருத்தமும் வீமாயியை வதக்கிப்போட்டுருச்சு. அவளை வண்டியைவிட்டு இறக்கி, அய்யனாரு கோயிலுக்குள்ள கூட்டிக்கிட்டுப் போனான் வீரபத்திரன்.

விடிஞ்சுச்சு.

வீமாயியைக் காணலேன்னு ஊரே பதைபதைச்சுப்போச்சு. கூடவே வீரபத்திரனையும் காணலே... எல்லாருக்கும் புரிஞ்சு போச்சு. ‘அந்தப்பய தான் புள்ளைய கொண்டு போயிட்டான்...’ பாண்டிக்கருப்பன் கொதிச்சுப்போயிட்டான். அண்ணங்காரனுங்கல்லாம் வீச்சரிவாளை கையில வச்சுக்கிட்டு வசைபாடத் தொடங்கிட்டாக. ‘உறவுக்காரப் பயலாச்சே... சோத்துக்கு சாவுறானேன்னு ஒரு வேலையைக் கொடுத்து உக்கார வச்சா, நம்ம வீட்டு லட்சுமி மேலயே கைய வச்சுப்புட்டானே’ன்னு வசை வசையா வந்து விழுவுது வார்த்தை.

பாண்டிக்கருப்பன் புள்ளைகளைக் கூப்பிட்டான். “எலே... ஒத்தைப் பொழுதுதான் போயிருக்கு... எவ்வளவு தூரமாப் போயிருந்தாலும் நம்ம கரட்டுக்காட்டைத் தாண்டியிருக்க முடியாது. கிளம்புங்க... நம்ம புள்ளைக்கு சேதாரம் கூடாது. அவளைத் தூக்கிட்டுப்போன பயலோட தலையும் வரனும்”னு சொல்லி அனுப்பி வச்சான்.

ஆறுபேரும் கிளம்பிட்டானுவ. ஆறு குதிரைகளும் குதியாட்டம் போட்டுக் கிளம்பிருச்சு. சரியா, வீரபத்திரனும் வீமாயியும் போன வழித்தடத்துலேயே போறானுவ. பொழுது ராவாகப் போவுது. அதோ, அய்யனாரு கோயிலு...

பக்கத்துல குதிரைவண்டி நிக்குது. 'வீமாயியும், வீரபத்திரனும் இங்கேதான் இருக்காங்க'ன்னு தெரிஞ்சு போச்சு. ஆறுபேரும் குதிரையை நிறுத்திட்டு இறங்குறானுவ. கையில வேல்கம்பைப் புடிச்சுக்கிட்டு பூனை மாதிரி ஒளிஞ்சு ஒளிஞ்சு கோயிலுக்குள்ள நுழைஞ்சுட்டானுவ.

உள்ளே வீமாயி மடியில வீரபத்திரன் படுத்திருக்கான். அவன் தலையைக் கோதி விட்டுக்கிட்டு உக்காந்திருந்தா வீமாயி. கோயிலுக்குள்ள ஆளரவம் கேட்குது. நிமிர்ந்து பாத்தா... ஆறு அண்ணங்காரனுகளும் சுத்தி வளைச்சு நிக்குறானுவ. எல்லாரோட கண்ணுலயும் கொலைவெறி... 'எலே... இளையவனே... குத்துறா அவனை'ன்னு கத்துறான் மூத்தவன். ஈட்டியை வலுவாப் புடிச்சு ஓங்குறான் தூண்டிக்கருப்பன்.

அப்படியே வீரபத்திரன் மேல படுத்து கத்திக் கதறுறா வீமாயி... ஓங்குன கையி ஒருகணம் ஓங்குனபடி நிக்குது. 'தங்கச்சியாச்சே'ன்னு மனசு பதைபதைக்குது. ஆனா... உடம்பெல்லாம் கொலை வெறி. கண்ணை மூடிக்கிட்டு தன் வலுவெல்லாம் திரட்டி குத்துனான் ஒரு குத்து. வீமாயியைத் துளைச்சுக்கிட்டு வீரபத்திரன் நெஞ்சுல இறங்குச்சு ஈட்டி. ரெண்டு பேரு ரத்தமும் ஒண்ணாக் கலந்து அய்யனார் கோயிலை நிறைக்குது. சின்னதா ரெண்டு துடிப்பு... அவ்வளவு தான்... அப்படியே அடங்கிப்போனாக வீமாயியும் வீரபத்திரனும்.

கொலை வெறி அடங்கினபிறகு கொஞ்சம் கொஞ்சமா புத்தி திரும்புது அண்ணங்காரனுகளுக்கு... 'அய்யோ... முனியாண்டி... உசுருக்கு உசுரா வளர்த்த தங்கச்சியைக் கொண்டுட்டமே'ன்னு எல்லாப் பயலுவலும் அழுது புலம்புறானுவ. இளையபய தூண்டிக்கருப்பன் தங்கச்சியை மடியில தூக்கி வச்சுக்கிட்டு மாரடிச்சு அழுவுறான்.

வேதனை தாளலை... எழுந்தான் தூண்டிக்கருப்பன். ஈட்டிக்கம்பை எடுத்தான்... ஒரே சொருவு... தனக்குத்தானே சொருவிக்கிட்டான். அதைப்பாத்த மத்த அஞ்சு பேரும் அதேமாதிரி தனக்குத்தானே ஈட்டியைச் சொருவிக்கிட்டு உயிரை விட்டானுவ.

தங்கச்சியை மீட்கப்போன பயலுவலைக் காணுமோன்னே அங்கே தவிச்சுப் போயி உக்காந்திருக்கான் பாண்டிக்கருப்பன். ரெண்டு நாளா ஒரு தகவலும் இல்லை. ஏதோ விபரீதமாகிப்போச்சு. இனிமே காத்திருந்து பயனில்லை... சேனையைத் திரட்டிக்கிட்டு

காட்டுக்குள்ள இறங்கித் தேட ஆரம்பிச்சான். அய்யனாரு கோயிலைச் சுத்தி கழுகுங்க பறக்குது. அந்தப்பகுதியில குடியிருந்த ஆட்கள்லாம் கூடி நிக்குறாக. கோயிலு ரத்தத்துல மிதக்குது. உள்ளே எட்டுப் பேரோட உடம்பும் கெடக்கு.

எல்லாமே வெறுத்துப்போச்சு பாண்டிக்கருப்பனுக்கு... 'உசுருக்கு உசுரா வளத்த எல்லாப் புள்ளைகளும் போனபிறகு நமக்கென்ன வாழ்க்கை'ன்னு யோசிச்சான். உடம்புல கிடந்த அத்தனை நகை நட்டுகளையும் அவுத்து அந்தூரு ஆட்கள்கிட்ட குடுத்தான். பட்டுத்துணியெல்லாத்தையும் கழட்டி வீசிட்டு சின்ன துண்டொன்னை இடுப்புல உடுத்திக்கிட்டு அப்படியே கால்போன போக்குல நடக்க ஆரம்பிச்சுட்டான். அந்தூரு பெரியவுகள்லாம் ஒன்னாக்கூடி உடம்புகளை எடுத்துத் தகனம் செஞ்சாக.

இது நடந்து கொஞ்சநாளுக்கப்புறம், ராத்திரி நேரத்துல அய்யனாரு கோயிலுக்குள்ள இருந்து ஒரு பொண்ணு அழுவுற சத்தம் கேட்கத் தொடங்குச்சு. அழுவுறது வீமாயிதான்னு தெரிஞ்சுக்கிட்ட ஊர்க்காரவுக, அய்யனாருக்குப் பக்கத்துலயே அவளுக்கும் ஒரு சிலையெடுத்து படையல்போட்டு வழிபட ஆரம்பிச்சாக.

தஞ்சாவூர் மாவட்டத்துல, பேராவூரணிக்குப் பக்கத்துல கருப்பமனைன்னு ஒரு ஊரிருக்கு. அந்த ஊரோட எல்லையில, உக்கிரமா நின்னுக்கிட்டிருக்கா வீமாயி. பக்கத்துலயே ஒரு கல்வடிவமா வீரபத்திரன் உக்காந்திருக்கான். இதுதான் சம்பவம் நடந்த எடம்ங்கிறாக. வீமாயி முகத்துல படிஞ்சிருக்கிற கோபம் இன்னமும் வெப்பமாத் தகிக்குது. யாரும் கிட்ட நெருங்க முடியலே. இன்னும் அவளோட அழுகை அடங்கலே... அப்பப்போ கேட்குதுன்னு ஊராளுக சொல்றாக.

11. தங்கம்மா - தாயம்மா

கேசவய்யா அளவுக்கு அலங்காரமா நகை செய்யிற பொற்கொல்லன் சோழ தேசத்துலயே கெடயாது. மனுஷன் பட்டறையில உக்காந்துட்டாருன்னா, ராத்திரி பகல்ன்னு பொழுதுபோறது தெரியாம கண்ணை விரிச்சு வச்சுக்கிட்டு பொன்வேலை பாத்துக்கிட்டிருப்பாரு. கோயில்ல ஈஸ்வரனுக்கு அணிவிக்கிற ஆபரணங்கள்ல இருந்து, ராணிமாருங்க, இளவரசிங்க போடுற அணிகலன்கள் வரைக்கும் எல்லாத்தையும் கேசவய்யாவைத்தான் செய்யச் சொல்லுவாரு ராசா.

அந்தக் காலத்துல காவிரிக்கரையோரம் முழுவதும் பெரிசு பெரிசா கோயில் கட்டிக்கிட்டிருந்தாக. படையெடுத்துப்போற தேசத்துல இருந்து அள்ளிக்கொண்டார செல்வத்தையெல்லாம் அந்தக் கோயில்களுக்குள்ள தான் வைப்பாக. அந்தக் கோயிலுக்கெல்லாம் நகைகள் செய்யிறதுக்கு தலைமை பொற்கொல்லரா கேசவய்யாவைப் போட்டாரு ராசா. கேசவய்யாவுக்குக் கீழே ஓராயிரம் பொற்கொல்லருங்க வேலை செஞ்சாக. வீடு முழுவதும் தூளும் தகடுமா தங்கத்தால நிறைஞ்சு கெடக்கும். வேலை விறுவிறுப்பா நடந்துக்கிட்டிருக்கும்.

கேசவய்யாவோட பொஞ்சாதி பேரு சின்னம்மா. அவளும் பரம்பரையா பொன்நகை செய்யிற குடும்பத்துல பிறந்தவதான். கேசவய்யாவுக்கு முறைமைக்காரி வேற. மங்களகரமான மனுஷி. எல்லாம் இருந்தும் ஒரு புழுப்பூச்சி வாய்க்கலே வவுத்துல. ரெண்டு பேருக்கும் இது பெரும் மனக்குறையா இருந்துச்சு. சின்னம்மா, வாரம் தவறாம ஏழு மங்கைக் கோயில்களுக்குப் போயி விளக்குப்போட்டு கும்பிட்டு வருவா. தம் புருஷனை தங்கத்தால தொட்டில் செய்யச்சொல்லி கொண்டுபோய் கோயில்கள்ல கட்டுவா...

சின்னம்மாவோட மனக்குறையைப் போக்க அந்த ஏழு மங்கா ஒன்னுக்கு ரெண்டு புள்ளைக... ரெண்டா புள்ளைகளை அள்ளிக்கொடுத்தா... ரெண்டும் பொம்பளைப் புள்ளைக... அழகுன்னா அப்படியொரு அழகு... தங்கம்மா, தாயம்மான்னு ரெண்டு புள்ளைகளுக்கும் பேரு வச்சு வளர்த்தாக.

குணத்துலயும் சரி, அறிவுலயும் சரி, ரெண்டு புள்ளைகளும் நெறைகுடமா வளர்ந்துச்சுக. படிப்பு, பரதநாட்டியம், லாவணி, பாட்டுன்னு எல்லாக் கலைகளும் அதுகளுக்கு கைவந்துச்சு. இடுப்புக்குக்கீழே அலையடிக்கிற கூந்தல், செழிப்பான உடல்வாகு, நிலா மாதிரி பளிச்சுன்னு ஒளி வீசுற முகம்ன்னு ரெண்டு புள்ளைகளும் தங்கத்துல வார்த்த மாதிரி தகதகன்னு இருந்துச்சுக. தம் புள்ளைகளுக்குப் பொன்னும் மணியுமா விதவிதமா செஞ்சுபோட்டு அழகுபாத்தான் கேசவய்யா.

சாதி சனங்கள்லாம், 'எனக்குக் குடு', 'உனக்குக் குடு'ன்னு பொண்ணு கேட்டு வந்து நிக்குதுக. ஆனா, கேசவய்யா கராறா சொல்லிட்டாரு... 'எம்புள்ளைக ரெண்டும் அரண்மனையில நம்ம ராசா முன்னாடி பரதநாட்டியம் அரங்கேற்றம் செஞ்சு பட்டம் வாங்கின பின்னாடிதான் கல்யாணமெல்லாம்...'

கேசவய்யாவுக்கு அரண்மனை மாதிரி வீடுகட்டிக் கொடுத்திருந்தாரு ராசா. வீட்டுக்கு வெளிப்புறத்துல பெரிசா நூத்துக்கணக்கான பொற்கொல்லருங்க உக்கார்ந்து வேலை செய்வாக. வீடு எப்பவும் பரபரன்னு கெடக்கும்.

காவிரிக் கரையோரத்துல புதுசா ஒரு கோயில் எழுப்பி வேலை முடிஞ்சிருச்சு. சாமி உருவம் வார்த்துட்டாக. அதுக்கேத்த அணிகலன்கள் செய்யனும். கேசவய்யா போயி அளவெல்லாம் எடுத்துக்கிட்டு வந்திட்டாரு. விருவிருன்னு வேலை நடக்குது.

திடீர்ன்னு ஒருநா, பரிவாரங்களோட கேசவய்யாவோட வீட்டுக்கு வந்தாரு ராசா. 'சாமிக்குச் செஞ்ச அணிகலனெல்லாம் அழகா வந்திருக்கா'ன்னு பாக்கிறதுக்காக வந்திருக்காரு. கடவுளே தன்னோட வீட்டுக்கு வந்ததா நினைச்ச கேசவய்யா ராசாவை பாதம் கழுவி, வீட்டுக்குள்ளாற கூட்டிக்கிட்டுப் போய் பட்டாசனம் போட்டு உக்கார வச்சாரு. சின்னம்மா ராசாவுக்குப் பழரசம் கொடுத்து உபசரிச்சா... ஒன்னுபோல பொன்னா வார்த்த ரெண்டு புள்ளைகளையும் கூப்பிட்டு ராஜாவுக்கு முன்னாடி நிறுத்தி, 'இதுதான் ராசா நாம் பெத்த புள்ளைக தங்கம்மா, தாயம்மா'ன்னு அறிமுகப்படுத்துனாரு கேசவய்யா.

ராசா அந்தப் புள்ளைக அழகைப் பாத்து அசந்து போனாரு. மனசுக்குள்ள அந்தப் புள்ளைக ரெண்டும் கல்வெட்டுக் கணக்கா பதிஞ்சுபோச்சு. அந்த வெசனம் புரியாம, கேசவய்யா வெள்ளந்தியா பேசிக்கிட்டிருக்காரு. 'தம் புள்ளைக

பரதநாட்டியம் கத்துருக்குதுக'ன்னும், 'ராசா மனசு வச்சா ஒரு நாள் அரண்மனையில அரங்கேற்றம் செய்யுங்க'ன்னும், 'அதுக்குப்பெறவு தான் சுபகாரியம் செய்யனும்'னும் சொன்னாரு. ராசாவுக்கு ரொம்ப சந்தோசம். 'சரி... அடுத்த வாரமே நாள் குறிச்சுடலாம்'ன்னு சொல்லிட்டு, பேருக்கு அணிகலன்களைப் பாத்துட்டு அரண்மனைக்குக் கிளம்பிட்டாரு.

அரண்மனையில இருப்புக் கொள்ளலே. ஆளுக்கொரு கண்ணுல அந்தப் புள்ளைக ஏறி நின்னுக்கிட்டு எறங்க மறுக்குதுக... தூங்க முடியலே, சாப்பிட முடியலே, தங்கம்மா தாயம்மான்னு இதயம் கெடந்து துடிக்குது. மந்திரிமாரைக் கூப்பிட்டாரு ராசா... அடுத்த நாளே பரதநாட்டியத்துக்கு நாள் குறிக்கச் சொன்னாரு.

தங்கம்மாவும் தாயம்மாவும் செதுக்கி வச்சச் செப்புச்செலை கணக்கா அலங்காரம் பண்ணிக்கிட்டு ராசசபைக்கு வந்திருச்சுக. ராசா நடுவுல உக்காந்து ரெண்டு புள்ளைகளையும் ஏக்கத்தோட பாக்க, சுத்திலும் மந்திரிமாரும், அதிகாரிங்களும், ராணிமாரும் உக்காந்திருக்காக. நாட்டியம் தொடங்கிருச்சு. அரைமணி நேரம்... ரெண்டு புள்ளைகளும் சுத்திச் சுழண்டு ஆடினதைப் பாத்து அரண்மனையே மயங்கிப்போச்சு. ராஜா நிலைமை மோசமாகிருச்சு. இந்தப் புள்ளைக இல்லாம இருக்க முடியாதுன்னு ஆகிப்போச்சு.

நாட்டியம் முடிஞ்சு, ரெண்டு புள்ளைகளும் ராஜா கால்ல விழுந்து வணக்கம் செஞ்சுச்சுக. லம்பகம், கடிகை, கன்னசரம், குச்சம், கொண்டைத்திருகு, கோதை, சூரியப்பிரபை, சூளாமணி, சொருகுப்பூ, கொத்து, கொடி, கொத்தமல்லி மாலை, மருதங்காய் மாலைன்னு பாத்துப்பாத்து செஞ்ச ஆபரணங்களை எல்லாம் ரெண்டு புள்ளைகளுக்கும் அள்ளி அள்ளிக் கொடுத்தாரு ராசா. கேசவய்யாவுக்கு, நடக்கிறதெல்லாம் நினைவா, கனவான்னு புரியலே. ராசாவைக் கையெடுத்துக் கும்பிட்டு நன்றி சொன்னாரு. புள்ளைக ரெண்டுக்கும் சந்தோசம் தாளலே...

ராசா பேச ஆரம்பிச்சாரு. "இதுவரை இந்தச் சோழமண்டலத்துல எத்தனையோ பெண்கள் நாட்டியமாடியிருக்காக. இதுமாதிரி லக்கணம் தவறாத நாட்டியத்தை நாம் பாத்ததில்லை. இவ்வளவு பெரிய கலைமாமணிங்க, ஒரு பொற்கொல்லன் வீட்டுல இருக்கிறது நல்லதில்லை. இந்தப் பெண்கள் ரெண்டு பேரும் இனிமே என் அரண்மனையில தான் இருக்கனும்..." ன்னு சொன்னான்.

ராசாவோட நோக்கம் புரிஞ்சு போச்சு கேசவய்யாவுக்கு. கண்ணுக்கு முன்னாடி இருந்த பனியெல்லாம் விலகி உண்மை சொரூபம் தெரியுது. 'அடப்பாவி மனுஷா... எம்புள்ளைகளை காவு கேக்குறீயே'ன்னு உள்ளுக்குள்ள பொருமுறாரு. சின்னம்மாவுக்கு மயக்கமே வந்திருச்சு. 'கலையெல்லாம் கத்துக்கொடுத்து பூமாதிரி வளர்த்தெடுத்த புள்ளைகளுக்கு அந்தக் கலையே வினயமாப் போச்சே'ன்னு கலங்கிப்போனா. ஆனா, கேக்குறவன் ராசாவாச்சே... குடுக்கலேன்னா விடுவானா? அவனை எதுத்துப்பேச முடியுமா? இல்லைன்னு தான் சொல்ல முடியுமா?

'அய்யா... ராசா... எனக்கு ரெண்டு நாளு அவகாசம் கொடுங்க... அதுக்குள்ள புள்ளைகளை உங்க அரண்மனையில கொண்டு வந்து விட்டுருறேன்'னு சொன்னாரு கேசவய்யா. ராசாவுக்கு சந்தோசம்.... 'சரி.. அதிகப்பட்சம் ரெண்டு நாளு தான். அதுக்குள்ள தங்கம்மாவும் தாயம்மாவும் அரண்மனையில இருக்கனும்...'னு கண்டிப்பாச் சொல்லிட்டாரு ராசா. ரெண்டு புள்ளைகளையும் அழைச்சுக்கிட்டு வீட்டுக்கு வந்தாக கேசவய்யாவும், சின்னம்மாவும்.

தங்கம்மாவுக்கும் தாயம்மாவுக்கும் எதுவுமே புரியலே... ராசா என்ன நோக்கத்துல அரண்மனைக்கு வரச் சொல்றாருன்னு ரெண்டு புள்ளைகளுக்கும் தெரியலே. வெள்ளந்திப் புள்ளைகளுக்கு தெரியிற வயசுமில்லை. 'நாட்டியத்தைப் பாராட்டி பொன்னையும் பொருளையும் அள்ளிக்கொடுத்திருக்காரு ராசா... அப்பாவும் அம்மாவும் ஏன் இப்படி கதறி அழுவுறாங்க'ன்னு குழப்பமாப் பாத்துச்சுக.

ரெண்டு புள்ளைகளையும் தூங்க வச்சுட்டு கேசவய்யாவும் சின்னம்மாவும் உறவுக்காரங்களை எல்லாம் கூப்பிட்டாக. 'இந்த படுபாவி ராசா, புள்ளைகளை நிம்மதியா வாழ விடமாட்டான். ராசாவை பகைச்சுக்கிட்டு உயிரோடவும் வாழ முடியாது. கிளி மாதிரி வளர்த்து கோட்டான் கையில கொடுக்கிறது நம்ம தர்மம் கிடையாது... எங்களுக்கு நீங்க தான் நீதி சொல்லனும்'னு கேட்டாக. உறவுக்காரக ஆளுக்கொரு யோசனை சொன்னாக. ஒரே சலசலப்பா கெடந்துச்சு. இறுதியா எல்லாரும் சேர்ந்து ஒரு முடிவெடுத்தாக.

பொழுது விடிஞ்சுச்சு.

தங்கம்மாவுக்கும் தாயம்மாவுக்கும் புத்தாடை உடுத்தி விட்டாக... இருந்த நகை நட்டெல்லாம் எடுத்துப் போட்டு விட்டாக... கேக்குற பண்டத்தையெல்லாம் திங்கக்கொடுத்தாக. தலைநிறைய பூ வச்சாக... ரெண்டு புள்ளைகளுக்கும் என்ன நடக்குதுன்னே புரியலே... 'அம்மாக்காரி, பாட்டிக்காரியெல்லாம் ஏன் நம்மளைக் கட்டிப்பிடிச்சுக்கிட்டு அழுவுறாக'ன்னும் தெரியலே.

அன்னைக்குப் பொழுது சாஞ்சுச்சு. சின்னம்மாவும், கேசவய்யாவும் புள்ளைகளைக் கூட்டிக்கிட்டு வீட்டுக்குப் பின்புறம் போனாக... அங்கே புதுசா ஒரு நிலவறை வெட்டியிருந்தாக. சின்னம்மா ரெண்டு புள்ளைகளையும் கட்டிப்பிடிச்சு முத்தம் கொடுத்தா... கேசவய்யா ரெண்டு புள்ளைக தலையிலயும் கைவச்சு ஆசிர்வாதம் செஞ்சாரு... உறவுகள்லாம் சுத்தி நின்னு வேடிக்கை பாத்துச்சுக...

கேசவய்யா, தங்கம்மாவையும் தாயம்மாவையும் நிலவறைக்குள்ள இறங்கச்சொன்னாரு. அப்பா சொல் மறுத்துப் பேசாத புள்ளைக ரெண்டும் கையைக் கோர்த்துக்கிட்டு இருட்டா இருந்த நிலவறைக்குள்ள தட்டுத்தடுமாறி இறங்குச்சுக. இறங்கினதும், மேலே பெரிய கல்லை வச்சு மூடிட்டாக... நிலவறைக்குள்ள மூச்சடக்கி ரெண்டு புள்ளைகளும் அலறுதுக... மூடியிருக்கிற கல்லுல பட்டு அந்த அலறல் சத்தம் எதிரொலிக்குது. வெளியில நிக்குற எல்லாரும் கதறி அழுவுறாக... கொஞ்சம் கொஞ்சமா நிலவறைக்குள்ள குரல்கள் அடங்கிப்போச்சு. வெளியில அழுகைச்சத்தம் அதிகமாகுது...

செத்துப்போன புள்ளைகளுக்கு சிஸ சாங்கியம் சடங்குகளை செஞ்சுட்டு, உறவுக்காரக எல்லாரும் பெட்டிப் படுக்கையை கட்டுனாக... 'இனியொரு நிமிசம் இங்கேயிருந்தாலும் ராசா கூண்டோட அழிச்சிருவான்'. மாட்டு வண்டியில சாமான் செட்டை ஏத்திக்கிட்டு தெக்கால கிளம்பி, சேர நாட்டுக்குள்ள ஓடி ஒழிஞ்சுட்டாக...

போன இடத்துல நிம்மதியா வாழ முடியலே... வறுமை துரத்துச்சு. நோய்கள் உடம்புல ஏறி வதைக்கத் தொடங்குச்சு... சரசரன்னு, சாவு கொடி மாதிரி படர்ந்து ஆளுக மேல ஏறி அமுக்குச்சு. சின்னது பெரிசுன்னு திடீர் திடீர்ன்னு செத்துச்செத்து விழுகுதுக... எல்லாம் பயந்து போயிட்டாக... எந்தப் பாவமும் அறியாத ரெண்டு கன்னிப் பொண்ணுகளை ராசாவுக்குப் பயந்து

நிலவறைக்குள்ள இறக்கி அநியாயமாக் கொன்ன பாவம்தான் நம்மளை சுத்தி வளைச்சு வாட்டுதுன்னு புரிஞ்சுக்கிட்டாக... ‘அம்மா கன்னிகளா... எங்களை கைவிட்டுறாதீய... காப்பாத்துங்க தாயி...’ன்னு ரெண்டு புள்ளைகளுக்கும் பீடம் வச்சு படைப்புப்போட்டு சாமியாக் கும்புட ஆரம்பிச்சாக.

கன்னியாகுமரி மாவட்டத்துல இரணியல்ன்னு ஒரு ஊரு இருக்கு. அங்கே, ஒதுக்குப்புறமான ஒரு இடத்துல தங்கம்மாவும் தாயம்மாவும் வெட்டவெளியில பீடக்கல் வடிவத்துல உறைஞ்சிருக்காக. அந்த வெளியில ரெண்டு கன்னிகளோட ஏக்கமும் துக்கமும் வெம்மையா தகிச்சுக்கிடக்கு... கிட்டப்போய் கையெடுத்துக் கும்புட்டா, அது நமக்குள்ளயும் பரவி உசுரப் புடிச்சு உலுக்குது!

12. கற்பகம்

ஆயி அப்பன் செத்தபெறவு, கற்பகத்துக்குப் பாட்டிதான் எல்லாம். அந்தத் தள்ளாத வயசுலயும் தம் பேத்திக்காக அந்தக் கெழவி படுற பாடு, கொஞ்சமில்லே. ஊரைச்சுத்தி பெருங்காடு. முண்டும் முகடுமாக மொந்தல் மலை... மலைக்கு மேல குட்டி குட்டியா நிறைய சுனைங்க... பச்சைப் பசுமையா இருக்கும் காடு. கற்பகத்தோட அப்பங்காரனுக்கு வெறகு வெட்டுற வேலை. ஒருக்கா, காட்டுக்குள்ள வெறகு வெட்டிக்கிட்டுத் திரும்பும்போது கருநாகம் தீண்டிச் செத்துப்போனான். புருஷன் செத்த அஞ்சாறு மாசத்துல, ஒத்தைப்புள்ள கற்பகத்தைத் தனியா விட்டுப்புட்டு அம்மாக்காரியும் போய்ச் சேர்ந்துட்டா. யாருமில்லாம தனிச்சு நின்ன கற்பகத்தை பாட்டிக்காரி தூக்கியாந்து வளத்தா. அம்மா, அப்பா முகம்கூட மறந்து போச்சு கற்பகத்துக்கு. எல்லாமுமா இருந்தவ பாட்டிதான். பேத்தியை உசுருக்கு உசுரா பாத்துக்கிட்டா கெழவி.

அது வெள்ளைக்காரன் காலம். எல்லாத்துக்கும் கட்டுப்பாடு... நாலைஞ்சு ஆளுக ஒன்னா நின்னு பேசிக்கிட்டிருந்தாக்கூட புடிச்சு செயில்ல போட்டுருவானுக... திடீர்ன்னு ஊருக்குள்ள வர்ற துரைங்க, பொண்டு புள்ளைகளை கிண்டல் பண்றது, ஆடு, கோழிகளை அடிச்சுத் திங்கிறது, ஆம்புளைகளை கட்டி வச்சு உரிக்கிறதுன்னு அக்கிரமம் செஞ்சானுக. அதுலயும் அந்தச் சீமைக்கு ஆளாயிருந்த வெள்ளைக்கார தொரை இருக்கானே... ரொம்பவே மோசமான ஆளு. அவன் வர்றான்னு தெரிஞ்சாலே பொண்டு, புள்ளைகள்லாம் ஓடி ஒளிஞ்சிருங்க.

வெள்ளைக்காரனுக்குத் தெரியாமத்தான் காட்டுக்குள்ள போவணும்... வெறகு பெறக்க, காட்டுப்பொருள் சேகரிக்க, கல்பாசி சுரண்ட, தேன்கூடு எடுக்கன்னு இப்பல்லாம் எதுக்காகவும் காட்டுக்குள்ள போவமுடியலே... வெள்ளக்காரன் பாத்தா, எல்லாத்தையும் பறிச்சுக்கிட்டு, அடிச்சுத் தொரத்திருவான். ஒருக்கா, மூங்கிக்குச்சி வெட்டப்போன செந்தலையான் மவனை அடிச்சு கொன்னேபுட்டான் அந்த வெள்ளைக்காரத் தொரை.

கற்பகத்தோட பாட்டி, முதுகொடிஞ்ச ஆளு. வயசுக்கு வந்த பேத்தியை பொத்திப் பொத்தி வீட்டுக்குள்ளாற வச்சுட்டு, அந்தக் கெழவிதான் காட்டுக்குள்ள போயி வெள்ளைக்காரனுக்குத் தெரியாம வெறகு பெறக்கியாரும். அதைத் தலைச்சுமையா

கொண்டு போயி பெருந்தனக்காரங்க வீட்டுல வித்துட்டு அரிசி, பருப்பு வாங்கியாந்தாத்தான் சோறு. இல்லேன்னா, குப்பைக்கீரையும், புளிச்ச தண்ணியுந்தான்.

அன்னைக்கு அய்யனார் கோயிலு கொடை. சிறுகச் சிறுகச் சேத்து வச்சிருந்த காசுல பேத்திக்கு புதுப் பாவாடை, சட்டை வாங்கியாந்து குடுத்தா கெழவி. அதை உடுத்திக்கிட்டு இளவரசி மாதிரி ஊருக்குள்ள சுத்தி வந்தா கற்பகம்.

அன்னைக்குப் பாத்து கெழவிக்கு கடுங்காய்ச்சல்... உடம்பு நெருப்பாக் கொதிக்குது. சோந்து படுத்துட்டா... பச்சைத் தண்ணி வச்சு கெழவிக்கு ஒத்தடம் கொடுத்தா கற்பகம். கெழவி காட்டுக்குப் போயி வெறகு வெட்டியாந்தாத்தான் நாளைக்கு சாப்பாடு... இப்படி காச்சல் கண்டு படுத்திட்டாளேன்னு கற்பகத்துக்குக் கவலை... சரி... பாட்டிக்கு பதிலா நாம வெறகு வெட்டப் போகலாம்ன்னு முடிவு செஞ்சா... துணைக்குத் துணையா பக்கத்து வீட்டுல இருந்த தோழியைக் கூப்பிட்டா. அவளும் வாரேனு கிளம்பிட்டா...

தென்னமுடிக் கயித்தையும் அருவாளையும் எடுத்துக்கிட்டுப் பேத்தி கிளம்புறதைப் பாத்து பயந்துபோனா பாட்டி... "அடியே கழுத... வயசுப்புள்ள காட்டுக்குள்ள வெறகு வெட்டப் போறது நல்லதில்லை... ஒழுங்கா வீட்டுல கெட... காச்சல் குணம் கண்டவுடனே நானே போயி வெறகு கொண்டாரேன்... அதுவரைக்கும் யாருக்கிட்டயாவது கால்படி அரிசி கடன் வாங்கிப் பொங்கிக்கலாம்... காலம் கெட்டுக்கெடக்கு... அடக்கமா இரு.."ன்னு தலையால அடிச்சுக்கிட்டா... "பாட்டி... துணைக்குத் தோழி வாரா... கவலைப்படாம தூங்கு... நேரத்தோட போயி, வெளிச்சத்தோட வந்துருவேன்" னு சொல்லிட்டு கெளம்பிட்டா கற்பகம்.

உச்சி நேரம்... மொந்தல் மலையோட உச்சந்தலையில விழுந்து எதிரொலிக்குது வெயிலு. கற்பகமும் தோழியும் ஊருக்கதைப் பேசிக்கிட்டே வனத்துக்குள்ள நுழையுறாக. காராம்பழம், நெல்லிக்காய், சீத்தாப்பழம், எலந்தப் பழம்ன்னு போற வழியெல்லாம் காய்ச்சுத் தொங்குற பழங்களைப் பறிச்சுத் தின்னுக்கிட்டே நடக்குறாக ரெண்டு பேரும். உச்சிக்குப் போயாச்சு.

ரெண்டு பேரும் விறுவிறுன்னு காஞ்சுபோன கட்டைகளை வெட்டி அடுக்குறாக. தலைச்சுமைக்குத் தகுந்தமாதிரி ஆளுக்கொரு கட்டு கட்டியாச்சு. அப்பத்தான் அந்த சத்தம் கேக்குது...

குதிரையோட குளம்புச் சத்தம்... அவுகளை நோக்கித்தான் வருது... மிரண்டு போனாக, கற்பகமும் அவ தோழியும்... "வெள்ளைக்காரப் படுபாவி வந்துட்டான்... வெறகைத் தூக்கிட்டு கிளம்புடி"ன்னு தோழி பதறிப்போய்ச் சொல்றா... கட்டைத் தூக்கி தலையில வச்சுக்கிட்டு ரெண்டு பேரும் விறுவிறுன்னு நடக்க ஆரம்பிச்சாக...

பொந்தல் மலை வித்தியாசமான அமைப்புல இருக்கும். மூணு பக்கமும் பாதாளம்... விழுந்தா எலும்பு கூட மிஞ்சாது... ஒரு பக்கம்தான் வழி... ஓட்டமும் நடையுமா அந்தப் பாதைச் சரிவுல இறங்குறாக... குதிரையோட குளம்புச் சத்தம் பின்னாடியே நெருக்கமா வருது... "அடியே கற்பகம்... விறகை தூக்கிக்கிட்டு ஓட முடியாது... வெள்ளைக்காரங்கிட்ட மாட்டிக்குவோம்... கட்டைத் தூக்கிப்போட்டுட்டு ஓடுவோம்"ன்னு சொல்லிட்டு விறுவிறுன்னு சரிவுல குதிச்சு ஓடுனா தோழி. கற்பகம், கட்டைத் தூக்கிப் போட்டுட்டு எறங்க எத்தனிச்சா... எதிர்ல வந்து நிக்குது குதிரை... குதிரைக்கு மேல துப்பாக்கியோட அந்தப் படுபாவி வெள்ளக்காரத் துரை. வெடவெடன்னு உசரமா, தடிச்சுப்போயிருந்த வெள்ளைக்காரனைப் பாத்ததும் மெரண்டு போயிட்டா கற்பகம்.

அழகுப்பதுமை மாதிரி ஒரு கன்னிப்பொண்ணு... நடுக்காட்டுல தனியா மாட்டிக்கிட்டா... வெள்ளைக்காரனுக்கு சந்தோசமாப் போச்சு. நமுட்டுச் சிரிப்போட, "யாரைக் கேட்டு காட்டுக்குள்ள எறங்கினே... வா... குதிரையில ஏறு... உன்னை விசாரிக்கனும்"னு சொல்லி கை நீட்டுனான் வெள்ளைக்காரன். கற்பகம் சுத்தும் முத்தும் பாத்தா... கால்போன போக்குல ஓட ஆரம்பிச்சா... சரிவுகள்ல தட்டுத்தடுமாறி, விழுந்து எழுந்து ஓடுறா... வெள்ளைக்காரன் குதிரையைத் தட்டிவிட்டுத் துரத்துறான்.

ஓட்டம்னா ஓட்டம்... எதிர்ல என்ன இருக்குன்னு தெரியலே... வேடனோட அம்புக்குத் தப்பி ஓடுற பறவையாட்டம் பறக்குறா... அதோ... அடிவாரம் கண்ணுக்குத் தெரியுது... இன்னங்கொஞ்சம் வேகமா அடி எடுத்து வச்சா ஊருக்குள்ள நுழைஞ்சிரலாம். ஏதாவது ஒரு வீட்டுக்குள்ள நுழைஞ்சு தஞ்சம்ன்னு ஒண்டிக்கலாம். அய்யா... திருவேட்ட அய்யனாரே... இந்தக் கொடுமைக்காரன்கிட்ட இருந்து என்னைக் காப்பாத்துய்யா?"ன்னு வேண்டிக்கிட்டே ஓடுறா...

நெருங்கி வந்துட்டான் வெள்ளைக்காரன்... எதிர்ல ஒரு பெரிய பாறை... திகைச்சுப் போய் நிக்குறா கற்பகம். அந்தப் பக்கம் ஓடலாம்ன்னு திரும்புனா சோன்னு ஊத்திக்கிட்டிருக்கு ஒரு அருவி... ரெண்டு பக்கமும் அணைகட்டி நிக்குது இயற்கை. குதிரைச்சத்தம் காதுக்கு நெருக்கமாக் கேக்குது.

தட்டுத்தடுமாறி அந்தப் பாறையில ஏறுனா கற்பகம். கீழே பாத்தா பெரிய பள்ளம். பாறைக்குக் கீழே குதிரையை நிறுத்திட்டு சிரிக்கிறான் வெள்ளைக்காரன். பாத்தா கற்பகம்... இனி தாமதிச்சா, வெள்ளைக்காரன் கையில சிக்கி சின்னாப்பின்னமாயிருவோம்... கண்ணை மூடிக்கிட்டு குதிச்சா பாறையில இருந்து... விழுந்த சத்தம் கூட மேலே எழும்பலே... அப்படியொரு பள்ளம் அது... விழுந்து அடங்கிட்டா...

திகைச்சுப் போயிட்டான் வெள்ளைக்காரன்... திடீர்ன்னு அவன் குதிரை, முன்னங்காலைத் தூக்கிக்கிட்டு கனைக்குது... கட்டுப்படுத்த என்னன்னெவோ செய்றான் வெள்ளைக்காரன். முடியலே... பாசியில காலு வழுக்கி குதிரை சரியுது... வெள்ளைக்காரன் எட்டிப்போயி அருவியில விழுகிறான்... தலை பாறையில பட்டுத் தெரிக்குது. 'சோ'ன்னு ஊத்துற பச்சைத்தண்ணி செக்கச்சிவப்பா மாறிப்போச்சு.

எல்லாத்தையும் ஒரு புதர் மறைவுல இருந்து பாத்துக்கிட்டிருந்த தோழி, பதறிப்போய் ஊருக்குள்ள ஓடி தகவல் சொன்னா... 'புள்ளைக்குப் புள்ளையா, பேத்திக்குப் பேத்தியா வளர்த்த கன்னி, இப்படிப் பாதியில விட்டுட்டுப் போயிட்டாளே'ன்னு கெழவி நெக்குருகிப்போனா. அந்த வேதனையிலேயே அவ உயிரும் போயிருச்சு...

வெள்ளைக்காரன் கையில சிக்காம, தன்னோட மானத்தைக் காப்பாத்த மலையில இருந்து குதிச்ச கற்பகத்தை ஊரே சாமியாக் கும்புட ஆரம்பிச்சிச்சு.

திருநெல்வேலி மாவட்டத்துல, கடையநல்லூர் பக்கத்துல புன்னயாபுரம்ன்னு ஒரு ஊரு இருக்கு... அங்கேதான் இருக்கு மொந்தல் மலை. மலைக்கு மேல தூணா நிக்குறா கற்பகம். கீழே கோயில் கட்டி திருவுருவம் எழுப்பியிருக்காக. கற்பகத்துக்குப் பக்கத்துல அவ தோழியும் நிக்குறா... கற்பகம் முகத்துல சாந்தமும் அன்பும் நிறைஞ்சிருக்கு... வெள்ளைக்காரத் துரை செஞ்ச தப்புக்காக எல்லா ஆம்பளைகளும் கையெடுத்துக் கும்பிட்டு அவகிட்ட மன்னிப்புக் கேக்குறாக..!

13. பாவாயி

குமாரசாமி ஊர்லயே பெரிய தலைக்கட்டு... நெலபுலன்கள் நிறைய... சாதி சனங்களும் நெறைய... ஊருல எந்த நல்லது கெட்டது நடந்தாலும் இந்த மனுஷனைக் கேட்டுத்தான் நடக்கும். சண்டை, சச்சரவு எல்லாத்துக்கும் தீர்வு சொல்ற மனுஷன் இவரு தான். ஆம்பள, பொம்பளன்னு எல்லாரும் குமாரசாமியைக் கண்டா எழுந்திரிச்சு நிப்பாக. அப்படியொரு பேரு, புகழு, மரியாதி...

மத்தவங்க மாதிரியில்லை குமாரசாமி. கைநிறைஞ்ச மனுஷன். யார் எது கேட்டாலும் இல்லேன்னு சொல்லமாட்டாரு. தன் தோட்டத்துல வேலை செய்யிறவுகளுக்கு கைநிறைய கூலி கொடுப்பாரு. அது மட்டுமில்லே... ஊர்ப்பிள்ளைய படிக்கிறதுக்கு தன் சொந்தப்பணத்துல ஒரு பள்ளிக்கூடமே கட்டி விட்டிருக்காரு. யாரும் பசின்னு வந்து நின்னுறக் கூடாது. மனுஷன் வாய் நிறைய வீட்டுக்குள்ளாற கூப்பிட்டு இருக்கிறதைப் போட்டு பசியாத்தி அனுப்பிருவாரு. தெய்வ பக்தியும் அதிகம்.

இவ்வளவு பேரும் புகழும் இருந்தாலும் குமாரசாமிக்கு கல்யாணம் கூடி வரலே... வயசு, ஆச்சு அம்பது... குமாரசாமியோட ஆயி அப்பன் இருந்தவரைக்கும் ஊரு, உறவெல்லாம் பொண்ணு தேடி ஓஞ்சு போனாக... ஆனா, பாக்குற பொண்ணையெல்லாம் ஏதோவொரு காரணம் சொல்லி தட்டிக் கழிச்சுக்கிட்டே இருந்தாரு குமாரசாமி. பெத்தவுகளுக்குக் காரணம் புரியலே... கடைசியாத்தான் தெரிஞ்சுச்சு, அவரு மனசுல மலையாளத்தான் கோயிலு பூசாரி மவ மீனாட்சி இருக்கான்னு. அவளையே நினைச்சுக்கிட்டு பாக்குற பொண்ணையெல்லாம் வேண்டாம்ன்னு சொல்லிக்கிட்டிருக்காரு மனுஷன்.

மீனாட்சியை நெனைச்சுக்கிட்டுத்தான் எல்லாப் பொண்ணையும் வேணாம்ன்னு சொல்றாருன்னு தெரிஞ்சவுடனே ஆத்தாளும், அப்பனும் அதிர்ந்து போனாக... "நாமயிருக்கிற இருப்பென்ன... நம்ம குலம், கோத்திரமென்ன... மானம் மருவாதியென்ன"னு பயங்கர எதிர்ப்பு. 'கட்டுனா மீனாட்சி, இல்லேன்னா பிரம்மசாரி'ன்னு உறுதியா இருந்தாரு குமாரசாமி.

உறவுகளைக் கூட்டிக்கிட்டுப் பூசாரி வீட்டுக்குப்போய் பொண்ணு கேட்டாக, ஆயியும் அப்பனும். ஊருல பெரிய தலைக்கட்டு... நம்ம வீட்டுல வந்து பொண்ணு கேட்டு நிக்குறாக... நம்ம பழக்க வழக்கம் வேற... அவுக பழக்க வழக்கம் வேற... நாம, மலையாளத்தான் காலடியில கிடந்து கூரை குடில்ல வாழுறவுக. அவுக எஜமான வீடு... தரமாட்டோம்ன்னு சொன்னா, பெரிய மனுஷங்களை பகைச்சுக்க வேண்டியிருக்கும்... அதனால, யோசிச்சுச் சொல்றோம்ன்னு சொல்லி அனுப்பிட்டாக... இது நடந்து நாலைஞ்சு நாள்ல மீனாட்சி செத்துப்போனா...

மீனாட்சியோட சாவு, குமாரசாமியை புரட்டிப் போட்டுருச்சு. ரொம்பவே ஒடைஞ்சு போனாரு. வாழ்க்கையே வெறுத்துப் போச்சு. வீட்டை விட்டு வெளியிலயே வர்றதில்லை. சரியா சாப்பாடு, தண்ணியில்லை... நல்ல உறக்கமில்லை... ரொம்பக்காலம் கழிச்சு பாவாயியை பாத்தபின்னாடி தான் மனுஷன் பழைய மாதிரி ஆனாரு.

பாவாயி, குமாரசாமிக்கு உறவுக்காரப் பொண்ணு தான். அசலூர்க்காரி. ஊர்த் திருவிழாவுக்கு வந்திருந்த நேரத்துல தான் குமாரசாமி அவளைப் பாத்தாரு. முதப்பார்வையிலயே மீனாட்சியைப் பாத்தமாதிரி இருந்துச்சு. மனசுக்குள்ளாற மண்டிக்கிடந்த இருட்டெல்லாம் விலகுனமாதிரி இருந்துச்சு. மனசுக்குள்ள வந்து உக்காந்திட்டா பாவாயி. கூட இருந்தவங்கக்கிட்ட யாரு, என்னன்னு விசாரிச்சாரு.

பாவாயி குடும்பத்துல ரொம்பச் செரமம்... வரிசையா மூணு பொண்ணுங்க... சாப்பாட்டுக்கே சிரமப்படுற குடும்பம். பாவாயி மூத்தவ... அவளுக்கும் கல்யாண வயசு கடந்துருச்சு. சம்மந்தம் பாத்துக்கிட்டிருந்தாக. 'குமாரசாமிக்கு பாவாயியை கட்டித்தருவியளா'ன்னு அவரோட உறவுக்காரங்கள்லாம் போய்க் கேட்டப்ப, உடனே ஒத்துக்கிட்டான் பாவாயியோட அப்பன். வயசு சின்னம் பெரிசா இருக்கேன்னு சிலபேரு சொன்னப்போ, 'அதெல்லாம் ஒரு விஷயமில்லை... மனசு ஒத்துப்போனா போதும்'னு சமாதானம் சொல்லிட்டான்.

சீரும் சிறப்புமா முடிஞ்சிருச்சு கல்யாணம். தெருவுக்கே பந்தல் போட்டு ஊருக்கே விருந்து வச்சாரு குமாரசாமி. ஏழுருப் பெரியவுகளும் வந்து வாயார வாழ்த்தினாக. இவ்வளவு காலம் கழிச்சு குமாரசாமி வீட்டுக்கு விளக்கேத்த ஒரு பொண்ணு

வந்துட்டாளேன்னு உறவுக்காரகளுக்கெல்லாம் சந்தோசம். புருஷனும் பொண்டாட்டியும் எந்தக் குறையுமில்லாம சந்தோஷமா இருந்தாக. வீட்டு நிர்வாகம் எல்லாத்தையும் பாவாயிக்கிட்ட கொடுத்திட்டாரு குமாரசாமி. புருஷன் பண்ணின மாதிரியே தான தர்மங்கள், கொண்டு கொடுப்பினா பண்ணினா பாவாயி. எல்லாரும் அவளை மகராசின்னு வாய் நிறைய வாழ்த்தினாங்க.

ஊருல நல்லவன்னு ஒருத்தன் இருந்தா கெட்டவன்னு நாலு பேரு இருப்பாந்தானே... குமாரசாமியைப் புடிக்காத ஆளுக நிறைய பேரு இருந்தாக அந்த ஊருல... அங்காளி பங்காளிகள்லயே சிலபேரு உண்டு. செல்வச்செழிப்பா, பேரு புகழோட இருக்கிறது புடிக்கலே.நேருக்கு நேரா நின்னு சண்டை போட்டு அடிக்க முடியாத ஆளுக... 'எப்படா மனுஷன் அசருவான்... அவரு குடும்பத்தைக் கலைச்சு ஆளை நடுத்தெருவுல நிறுத்தலாம்'ன்னு பாத்துக்கிட்டே இருந்தானுக.

அதுக்கு ஒரு காலம் கனிஞ்சுச்சு. குமாரசாமிக்கு தம்பி ஒருத்தன் இருத்தான். பேரு தங்கவேலு. பய தங்கமான புள்ள. அண்ணங்காரன் போலவே நல்ல மனசுக்காரன். வீட்டுல இருந்த மாடு, கன்டுகளை எல்லாம் அவந்தான் பாத்துக்கிட்டான். வயசுல பெரிய வித்தியாசம் இல்லேன்னாலும், பாவாயி தன்னோட மகன் மாதிரி தங்கவேலுவைப் பாத்துக்கிட்டா. தங்கவேலுவும் 'அண்ணி', அண்ணின்னு பாவாயிக்கிட்ட அவ்ளோ அன்பா இருப்பான்.

தெனமும் விடியக்காத்தால தங்கவேலு பசும்பாலெடுத்து, தன்னோட அண்ணிக்காரிக்கிட்ட கொண்டு போய் கொடுப்பான். குமாரசாமியை பழிவாங்க நேரம் பாத்துக்கிட்டிருந்த எதிரிகளுக்கு இது ஒரு வாய்ப்பாப் போச்சு. ஒருக்கா, குமாரசாமி அதிகாலை எழுந்து, தானிய அடிப்புக்குக் களம் பாக்கப் போயிட்டாரு. வழக்கம்போல, பசும்பாலெடுத்துக்கிட்டு அண்ணிக்காரிக்கிட்ட கொடுக்கப்போனான் தங்கவேலு.

வெளியில காத்துக்கிட்டிருந்த எதிரி ஆளுக, வீட்டுக்கதவை பூட்டிட்டானுவ. நேரா களத்துக்கு ஓடி, தங்கவேலுவையும் பாவாயியையும் பத்தி தப்புத்தப்பா குமாரசாமிக்கிட்ட சொல்லிட்டானுவ. எப்பவும் நிதானமா யோசிக்கிற குமாரசாமி, அன்னைக்கு பாத்து ஆவேசப்பட்டுட்டாரு... 'அடிப்பாவி மவளே... உனக்கு என்னடி குறை வச்சேன்... குடிசையில கிடந்தவளை கோபுரத்துல உக்கார வச்சேனே... இப்படி

துரோகம் பண்ணிட்டியே'ன்னு கருவிக்கிட்டே வீட்டுக்கு வந்தாரு. கதவைத்திறந்து உள்ளே போயி பாவாயியைப் போட்டு அடியடின்னு அடிச்சாரு.

பாவாயி எவ்வளவோ எடுத்துச் சொல்றா... "தங்கவேலு எனக்குப் புள்ளை மாதிரி... ஊரான் சொல்றதை நம்பாதிய... நான் எந்தத்தப்பும் செய்யலே"ன்னு காலைப்புடிச்சுக்கிட்டு கதறி அழுவுறா... குமாரசாமிக்குக் கோவம் குறையலே... பாவாயி பேசுற எந்த வார்த்தையும் அவர் காதுல ஏறலே... மதம் புடிச்ச யானை கணக்கா 'கதகத'னு ஆடுறாரு மனுஷன். தடித்தடியா வார்த்தையெடுத்து பொண்டாட்டியை வையிறாரு. மாறி மாறி அடிச்சு, அவ தலைமுடியைப் புடிச்சு தெருவால இழுத்துக்கிட்டு வாராரு... ஊரே கூடி நின்னு பாக்குது. ஆனா, யாருக்கும் எதுத்துக் கேட்கத் தைரியமில்லை. எதிராளிகல்லாம், நினைச்சது நடந்து போச்சுன்னு மனசுக்குள்ள சிரிக்குறானுக.

பாவாயியை இழுத்தாந்து மலையாளசாமி முன்னாடிப் போட்டாரு குமாரசாமி. 'இந்த மலையாள சாமி சத்தியமாச் சொல்றேன்... நான் ஒரு தப்பும் செய்யலேய்யா... என்னை நம்புய்யா'ன்னு குமாரசாமி கெஞ்சி கதறுறா... குமாரசாமி மூளைக்குள்ள மிருகம் புகுந்துருச்சு. கண்ணெல்லாம் செவந்து கெடக்கு. அறிவு மழுங்கி புத்தி பேதலிச்சிருச்சு. மலையாளசாமிக்கு முன்னாடி ஊனியிருந்த வேலைப் புடுங்கி பாவாயி வவுத்துல ஒரே குத்து... ரத்தம் பீறிட்டு அடிக்குது. தெருவெல்லாம் ஆறா ஓடுது. எந்தப் பாவமுமே செய்யாத அப்பாவி பாவாயி, கொஞ்சம் கொஞ்சமா அடங்கிப்போனா... வேடிக்கை பாத்துக்கிட்டிருந்த மக்கள்லாம் வாயடைச்சுப் போய் நின்னாக...

எல்லாம் முடிஞ்சு போச்சு. பாவாயியை அடக்கம் பண்ணிட்டாக... ஆனா குமாரசாமிக்கு நிலைக் கொள்ளலே... தலைக்குள்ள வண்டு புகுந்தமாதிரி எப்பவும் தலையை உலுக்கிக்கிட்டே உக்காந்திருந்தாரு... யாரு கூடவும் பேச்சில்லை... சாப்பாடில்லை... தண்ணியில்லை... ஒருநா, மலையாள சாமி கோயிலுக்கு முன்னாடியே குமாரசாமியும் செத்துக் கெடந்தாரு. அம்மா மாதிரி தன்னைப் பாத்துக்கிட்ட அண்ணியும். அண்ணனும் தன்னால செத்துப்போனதைப் பொறுக்க மாட்டாத தங்கவேலுவும் ஒரு நா தற்கொலை பண்ணிக்கிட்டான்.

அடுத்தடுத்து மூணு சாவுகளைக்கண்ட ஊரு, அலமந்துபோச்சு. மக்கள் வெளியில நடமாடவே பயந்து கெடந்தாக. அந்த வருஷம்

பேயவேண்டிய மழை பேயவேயில்லை. காடு, கரையெல்லாம் வரண்டு போச்சு. தாகத்துக்குத் தண்ணி கிடைக்கலே. பனைமெரமெல்லாம் தலையொடிஞ்சு கருகுது.

மூணு ஆன்மாவும் ஊரைச் சுழட்டியடிக்குதுன்னு ஊராளுகளுக்குப் புரிஞ்சுபோச்சு. மூணு பேருக்கும் நடுகல் நட்டு, நீங்கதான் எங்களைக் காப்பாத்தனும்ன்னு படைப்புப் போட்டாக... அதுக்கப்புறம் தான் வானத்துல கருப்பு ஏறுச்சு... செழிப்பா மழை பேய, காஞ்சதெல்லாம் துளிர்த்துச்சு.

நாமக்கல் மாவட்டத்துல சேளூர்ன்னு ஒரு ஊரிருக்கு... அங்கிருக்கிற மலையாளசாமி கோயில்ல பாவாயியும் குமாரசாமியும் தெய்வ உருவெடுத்து நிக்குறாக. ஊருக்காட்டுல மழை இல்லைன்னா, ரெண்டு பேருக்கும் படைப்புப்போட்டு கும்பிடுறாக. சடசடன்னு கொட்டித் தீக்குது மழை..!

14. சிங்கம்மா

பாண்டியாயிக்கு, நாலு பயலுவ. 'ஒரு பொண்ணு பெறக்க மாட்டாளா'ன்னு ரொம்பநாளா ஏங்கித் தவிச்சா. ஊசி மணி பாசி விக்குற சமூகத்துல ஆம்புளப் புள்ளையை விட பொம்பளைப் புள்ளயப் பெத்தாத்தான் மதிப்பு, மருவாதி... அதனால, 'எனக்கொரு பொம்பளப் புள்ள வரங்கொடு சாமி'ன்னு தெனமும் தாதாஜிக்கிட்ட வேண்டிக்குவா. ஒருக்கா, தாதாஜி கருணையில ஒரு பொம்பளைப் புள்ளை பெறந்துச்சு. அந்தக் குழந்தைக்கு, 'சிங்கம்மா'ன்னு பேரு வச்சு வளர்த்தா பாண்டியாயி.

சிங்கம்மா மேல அண்ணங்காரனுகளுக்கு அவ்ளோ பாசம்... அவ கேட்டதையெல்லாம் வாங்கிக் குடுப்பானுக. காட்டுக்குள்ள போயி தேனெடுப்பானுக... காடை, கௌதாரின்னு வில்லுவாரு வச்சு வேட்டையாடுவானுக. பக்கத்தூரு மார்க்கெட்டுல பொம்மைகளை வாங்கியாந்து கோயில் திருவிழா, சந்தைகள்ல கடை விரிச்சு விப்பானுக... பாண்டியாயி வேகத்துக்கு யாரும் பாசிமணி கோர்க்க முடியாது. பேச்சு பாட்டுக்கு ஒரு பக்கம் ஓடும்... கையில ஒரு இடுக்கிய வச்சுக்கிட்டு முடுக்கி முடுக்கி கோர்த்துக்கிட்டு உக்காந்திருப்பா.

ஊசி மணி பாசி விக்குற மக்களுக்கு வீடுன்னு ஒன்னும் இருக்காது. நாடோடிங்க தான். ஏதாவது ஒரு ஒதுக்குப்புறத்துல துணியால குடிலுக்கட்டி குடியிருப்பாக. எப்பவும் குடி, கூத்தாட்டம்ன்னு இருக்கும். ஆனா, கட்டுப்பாடு அதிகம். ஆம்பளைகளுக்குப் பிரச்னையில்லை. பொம்பளைப் புள்ளைக பகல்ல எங்கே வேணும்ன்னாலும் போயி ஊசி மணி பாசி விக்கலாம். ஆனா, சாயங்காலம் ஆறு மணிக்குள்ள வீட்டுக்குத் திரும்பிரனும். இல்லேன்னா, கூட்டத்துல சேத்துக்க மாட்டாக. அந்தக் கட்டுப்பாட்டு இன்னைக்கு நேத்துல்ல... ஆண்டாண்டு காலமா அந்த மக்கள்கிட்ட இருக்கு.

பாண்டியாயி குடும்பம் மருதைக்குப் பக்கத்துல ஒரு ஊருல குடிலுக்கட்டி தங்கியிருக்கு. சித்தப்பன் பெரியப்பன்னு பெரிய கூட்டம். ஒரு பெரியாளு தான் கூட்டத்துக்குத் தலைவர். ஆளாளுக்குப் பேசுனாலும் கடைசியா அந்தப் பெரியாளு பேசுறதுதான் நீதி.

அவுக பேசுற மொழி மத்தவுகளுக்குப் புரியாது. கசகசன்னு ஏதாவது பேசிக்கிட்டு அடிச்சுக்கிட்டு நிப்பாக. எங்காவது, நல்லது கெட்டது நடந்தா கூட்டமாச் சாப்பிடப் போவாக. மத்த ஜனமெல்லாம் சாப்பிட்டு முடிச்சவுடனே, "சாமி, நாங்க பத்துப்பேரு வந்திருக்கோம்ன்னு சொன்னா, மிஞ்சியிருக்கிறதை போட்டு அனுப்புவாக. அதைக் குடிலுக்குக் கொண்டு வந்து எல்லாரும் பகிர்ந்து சாப்பிடுவாக.

பாண்டியாயி மாதிரியே சிங்கம்மாவும் ஊசி மணி பாசி கட்டுறதுல பேரெடுத்தா. இந்த நாடோடிக் குலத்துல பிறந்தாலும் பொண்ணு தேவதை மாதிரி இருப்பா. தொழில்லயும் தெளிவானவ. யாரையும் பேச்சால மயக்கி பாசி மணி ஊசி வித்துப்புடுவா.

ஊசி மணி பாசி விக்குறவுகளுக்குத் தனியாக் கோயிலெல்லாம் இருக்காது. எல்லா வீடுகள்லயும் 'சாமி மூட்டை'ன்னு ஒரு மூட்டை வச்சிருப்பாக. காளி, துர்கை, மீனாட்சி, மாரியம்மன், மகமாயி, பவானி உருவங்களையெல்லாம் வெள்ளியில சின்னச்சின்னதா செஞ்சு அந்த மூட்டைக்குள்ள வச்சிருப்பாக. வசதியில்லாதவுக, சாமியாடிக கட்டிக்கிட்டு ஆடுற பாவாடையை வாங்கி அதை மூட்டையில கட்டி வச்சிருப்பாக. அதுதாம் சாமி... நல்லது கெட்டதுக்கெல்லாம் அந்த மூட்டையை எடுத்து வெச்சுத்தான் கும்பிடுவாக. வெள்ளிச்சாமான் மூட்டை வச்சிருக்கிறவுகளுக்கு அதிக மரியாதை. பாண்டியாயி குடும்பத்துக்கு பரம்பரையா சாமிமூட்டை இருக்கு.

பாண்டியாயிக்கு மவனுகளை விட மகமேல பாசம் அதிகம். சிங்கம்மாவை நினைச்சாலே அவளுக்குப் பெருமையா இருக்கும். மத்த சமூகம் மாதிரி, கல்யாணம் கட்டுறதுக்கு மாப்புளைக்கு வரதட்சணை தர்ற கதையெல்லாம் ஊசி மணி பாசி விக்குற சமூகத்துல இல்லை. பொண்ணைப் பெத்தவுகளுக்குப் பணம் கொடுத்துப் பரிசம் போடனும். சிங்கம்மாவுக்குப் பதினாலு வயசாகும்போதே அவ அழகையும் திறமையையும் பாத்து பல குடும்பங்கள் பரிசப்பணத்தோட வந்து நிக்குறாக. ஆனா, பாண்டியாயிக்கு எதுவும் திருப்திப்படலே. "இன்னும் எம்புள்ளைக்கி கல்யாணம் கட்டுற தெசை வரலே... அப்பறமாப் பேசிக்கலாம்"ன்னு எல்லாத்தையும் துண்டிச்சு விட்டுட்டா.

ஒருக்கா, அண்டையூர்ல ஒகு கோயில் திருவிழா. அன்னிக்குப் பாத்துப் பாண்டியாயிக்கு உடம்புக்கு சுகமில்லை. பயலுவல்லாம் தேனெடுக்கக் காட்டுக்குள்ள போயிட்டானுவ. திருவிழாவுல

கடை போடனும். அப்பத்தான் நாலு காசு பாக்கமுடியும். சிங்கம்மாவையும் தன்னோட மருமக்க ரெண்டு பேரையும் கூப்பிட்டு, "திருவிழாவுல கடை போட்டுட்டு ஆறு மணிக்குள்ள வீட்டுக்குத் திரும்பிருங்க"ன்னு அனுப்பி வச்சா. விடியக்காத்தால கிளம்பி சிங்கம்மாவும் ரெண்டு அண்ணிமாரும் தலையில சாமான் மூட்டையைத் தூக்கி வச்சுக்கிட்டு நடந்தாக. வழியில ஒரு காட்டைக் கடந்து போவனும். ஏதும் மிருகங்க தட்டுப்படும். பாத்து பதவுசா நடக்கனும். ஒரு வழியா அந்தக் கோயிலுக்குப் போயி சாக்கை விரிச்சு பொருளையெல்லாம் அள்ளி அடுக்குனாக. சிண்டு சிறுசுக, பொண்டு பொடுசுகள்லாம் கடையைக் கண்டதும் வந்து சுத்திருச்சுக. நல்ல யாவாரம்.

மணி மூணாச்சு. ஆறு மணிக்குள்ளாற வீட்டுக்குப் போவனுமே... கடையை அவசரம் அவசரமா அள்ளிக் கட்டுனாக. ஆளுக்கொரு மூட்டையா தலையில சுமந்துக்கிட்டு விறுவிறுன்னு கோயிலைக் கடந்து நடக்குறாக மூணு பொண்ணுகளும்.

லேசா வானம் கருக்குது. மழை வர்றது மாதிரியிருக்கு. நடையை வேகவேகமாப் போடுறாக. முன்னப் பின்னப் போனதுல, மூணுபேரும் ஆளுக்கொரு பக்கமா பிரிஞ்சுட்டாக. "ஏய்... அண்ணி... ஏய் அண்ணி"ன்னு கத்துறா சிங்கம்மா... அந்தப் புள்ளைகளுக்கு காதுல விழுவலே... 'சரி, நமக்குத் தாம் வழிதெரியுமே... போயிரலாம்'ன்னு விறுவிறுன்னு நடக்குது புள்ள.

சிங்கம்மா தனியா நடந்துபோறதை அந்தப் பக்கமா போன மூணு பயலுவ பாத்தானுவ. எல்லாம் வாலிபப் பயலுவ. முன்னாடியே சிங்கம்மாவை அவனுங்களுக்குத் தெரியும். கிட்டப்போயி, "சிங்கம்மா ஏன் தனியாப் போறே"னு கேட்டானுவ. அறிமுகமான பயலுவங்கிறதால, "ஒன்னா வந்த அண்ணிமாரு ரெண்டுபேரும் முன்னாடிப் போயிட்டாக"ன்னு சொன்னா சிங்கம்மா. "ஓ... அவுக ரெண்டு பேரும் இப்பத்தான் தெக்கிக்காட்டுப் பக்கம் போய்க்கிட்டிருந்தாக... அங்கே ஒரு கல்யாண வீடு... விருந்தும் வச்சிருக்காக... அதுக்குத் தான் போறாக... நீயும் வாரியா"ன்னு கேட்டானுவ. 'சரி... அண்ணிகாரிங்க போயிருக்காங்களே... நாமளும் போவனும்'ன்னு, புள்ள அவனுவ பின்னாடி விறுவிறுன்னு நடந்தா.

வழியில, அரவமில்லாத ஒரு இடம்... பக்கத்துல ஒரு பாழடைஞ்ச கட்டடம்... அந்த இடம் வந்தவுடனே மூணு

பயலுவலும் ஒருத்தனை ஒருத்தன் பாத்துக்கிட்டான். திடீர்னு சிங்கம்மாவை சுத்துப்போட்டு நின்னானுவ. ஒருத்தன் சிங்கம்மா கையப்புடிச்சு அந்த கட்டடத்துக்குள்ள இழுத்தான். தப்பான நோக்கத்துல தான் நம்மளை கூட்டிக்கிட்டு வந்திருக்காகன்னு சிங்கம்மாவுக்குப் புரிஞ்சுபோச்சு... 'சாமி... யாராவது என்னைக் காப்பாத்துங்க'ன்னு சத்தம் போட ஆரம்பிச்சா... அந்த அந்துவானக் காட்டுக்குள்ள அவ சத்தம் யாருக்கும் கேட்கலே...

வேற வழியேயில்லை... உடம்புல இருக்கிற வலுவெல்லாம் திரட்டி கையைப் புடிச்சவனை தள்ளிவிட்டா சிங்கம்மா. தலையில வச்சிருந்த சுமையை ஒருத்தன் மேல வீசுனா. கைநிறைய மண்ணையள்ளி இன்னொருத்தன் மூஞ்சியில வீசுனா. மூணு பேரும் நிலைகுலைஞ்சு நிக்க, அப்படியே காட்டுக்குள்ள இறங்கி ஓட ஆரம்பிச்சா. கல்லு, முள்ளு எதுவும் கண்ணுக்குத் தெரியலே... பாதை, படுகுழி எதையும் பாக்கலே... கால் போன போக்குல ஓடுறா... பின்னாடியே தொறத்தி வாரானுவ மூணு பயலுகளும்.

ஒரு ஒத்தையடிப் பாதையில மாடு ஓட்டிக்கிட்டு வாராரு ஒருத்தர். சிங்கம்மா ஓடியாறதையும், மூணு பயலுவ தொறத்திக்கிட்டு வாறதையும் பாக்குறாரு. சிங்கம்மாவை நிக்கச் சொல்லிட்டு, அந்த மூணு பயலுவளையும் அடிச்சுத் தொரத்துறாரு. பிறகு, சிங்கம்மாவைப் பத்தி விசாரிச்சு, பாதுகாப்பா ஊரோட எல்லை வரைக்கும் கொண்டு வந்து விட்டுட்டுப் போனாரு.

மணி எட்டாயிருச்சு. கூடப்போன அண்ணிகாரிங்க ரெண்டு பேரும் குடிலுக்கு வந்து, 'சிங்கம்மா தங்களை விட்டுட்டு எங்கேயோ போயிட்டா'ன்னு சொல்லிட்டாக. சாதி சனமெல்லாம் பதறிப்போச்சு. பாண்டியாயி ஒரு பக்கம் உக்காந்து ஒப்பாரி வைக்கிறா. 'இப்படி குலமானத்தை வாங்கிட்டாளே'ன்னு அண்ணங்காரன் நாலு பேரும் கண்ணு செவக்க கோவத்துல உக்காந்திருக்கானுவ. கூட்டத்துல மூத்தாளுகல்லாம், 'அடுத்து என்ன செய்யலாம்'ன்னு யோசனையில இருக்காக.

ஒருவழியா, உடுப்பெல்லாம் கிழிய, தலைவிரிக்கோலமா தப்பிச்சோம், பிழைச்சோம்ன்னு குடிலுக்கு வந்து சேர்ந்தா சிங்கம்மா. அண்ணங்காரனுவ கோவத்துல எழுந்து அடிக்கப்போனானுவ. பெரியாளுகல்லாம் அவனுகளைக் கட்டுப்படுத்தி உக்கார வச்சாக. சிங்கம்மாவை குடிலோட

எல்லையிலயே நிக்க வச்சுட்டாக. பாண்டியாயி மகளைப் பாத்துப்பாத்து பொங்கி அழுவுறா.

கூட்டத்துல ஒரு பெரியாளு சிங்கம்மா கிட்டப்போயி என்ன ஏதுன்னு விசாரிச்சாரு. அவ நடந்த கதையெல்லாம் சொன்னா... ஆனா, அதையெல்லாம் அவரு நம்புற மாதிரியில்லே... எல்லாப்பேரும் சேர்ந்து பாண்டியாயியையும் அண்ணங்காரங்களையும் கூப்புட்டாக... குசுகுசுன்னு பேசிட்டு எல்லாரும் அவுகவுக குடிலுக்குப் போயிட்டாக.

பாண்டியாயியும், அண்ணன்மாருங்க நாலு பேரும் சிங்கம்மாவைக் கூட்டிக்கிட்டு கிளம்புனாக. வழியெல்லாம் அழுதுக்கிட்டே வந்தா சிங்கம்மா. மத்த எல்லாரும் அமைதியா வந்தாக. நடுராத்திரியாச்சு... புல்லும் புதரும் மண்டிக்கிடந்த ஒரு மந்தையில எல்லாப்பேரும் உக்காந்தாக... சிங்கம்மாவுக்குப் புடிச்ச பதார்த்தங்களையெல்லாம் திங்கக் கொடுத்தா பாண்டியாயி. சரி... அம்மாவும் அண்ணங்காரங்களும் சமாதானமாயிட்டாங்கன்னு நினைச்சு எல்லாப் பண்டங்களையும் விரும்பித் தின்னா சிங்கம்மா. மகளை மடியில படுக்க வச்சுக்கிட்டா பாண்டியாயி. தலைநிறைய பூ வச்சுவிட்டா. நாலு அண்ணங்கள்ல ரெண்டுபேரு எழுந்திரிச்சுப் போயி ஒரு குழி வெட்டுனாக. ரெண்டு பேரு மட்டும் அம்மாவுக்கும் தங்கச்சிக்கும் பக்கத்துல உக்காந்திருந்தானுவ. பாண்டியாயி கண்ணுல இருந்து கண்ணீரு கொட்டுது. ‘அம்மா ஏன் அழுவுறா’னு சிங்கம்மாவுக்குப் புரியலே... தாய்மடிச்சூட்டுல அப்படியே மெல்ல கண்ணசந்துட்டா.

கொஞ்ச நேரத்துல திடீர்ன்னு மண்டையில ஏதோ மோதுச்சு... தலையில சுளீர்ன்னு வலி... சிங்கம்மாவால முழிக்க முடியலே... லேசா கண்ணைத்திறந்து பாக்குறா... ஒரு அண்ணன், கையில கொட்டாப்புளியோட நிக்குறான். அம்மாக்காரி மடியெல்லாம் சொதசொதன்னு ரத்தம். மெல்ல கண்ணை கொண்டே இழுக்குது. ஏதோ சொல்ல வாயெடுத்தா சிங்கம்மா... அதுக்குள்ள மெல்ல மெல்ல அடங்கிப்போயிட்டா... பாண்டியாயி கதறி அழுவுறா... அண்ணங்காரனுகளும் அழுவுறானுவ. பக்கத்துல வெட்டி வச்ச குழியில சிங்கம்மாவை வச்சு அடக்கம் பண்ணிட்டு ராவோட ராவா குடிலுக்குப் போயிட்டாக பாண்டியாயியும், அண்ணங்காரனுங்களும்.

கொஞ்ச நாளாச்சு... அந்த இடத்தைக் கடக்குற வயசுப்புள்ளைகள்லாம் திடீர், திடீர்ன்னு தலைவிரிக்கோலமா

அருள் வந்து ஆடத் தொடங்குச்சுக... ஊசி மணி பாசி விக்குறவுக போடுற மாதிரி உடைகளைக் கிழிச்சுப் போட்டுக்கிட்டு புரியாத மொழி பேசுச்சுக... காய்ச்சல், பேதின்னு பெரியாளுக பலபேரு படுக்கையில விழுந்தாக. நடுமதியம், நடுச்சாமமெல்லாம் திடீர் திடீர்ன்னு அழுகைச்சத்தம் கேட்கத் தொடங்குச்சு. ஊர்ப் பெரியாளுக, என்ன ஏதுன்னு கோடங்கிக்கிட்டே குறிகேட்டப்போ, நடந்த கதையெல்லாம் அவன் வரிவரியாச் சொல்லிட்டான்.

சிங்கம்மாவைப் புதைச்ச இடத்தை கோடங்கி அடையாளம் காட்ட, அந்த இடத்துல ஒரு கோயிலை எழுப்பினாக. மேலூருக்குப் பக்கத்துல மில்கேட்னு ஒரு இடமிருக்கு... அங்கதான் இருக்கு சிங்கம்மா கோயிலு. சிலை ரூபத்துல உக்காந்திருக்கா சிங்கம்மா. பல வருஷங்களானாலும் இப்பவும் அவ ஆவேசம் அடங்கல... அப்பப்போ இளவட்டப் புள்ளைக மேல புகுந்துக்கிட்டு நீதி கேட்குறா... அந்தப் புள்ளைகளை ஊசி மணி பாசி விக்கிறவங்களைப் போலவே உடைபோட்டுக் கூட்டியாந்து இந்தக் கோயிலுக்குள்ள விடுகிறாக.. சிங்கம்மாவாவே மாறி அந்தப் புள்ளைக ஆடுற ஆட்டத்தைப் பாக்கும்போது, உள்ளம் நடுங்குது!

15. வடிவு

வடிவு அந்த ஊரோட பெரியதனக்காரர் மவ. ஆளு, பேருக்கேத்த மாதிரி வடிவாத்தான் இருப்பா. வடிவோட அப்பனுக்கு தென்னந்தோப்பு, வாழைத்தோப்புன்னு ஏகப்பட்ட நிலபுலன்கள் உண்டு. ஊருக்காட்டுல இருக்கிற எல்லாரும் ஒரே சாதிசனம். ஆளுப்பேரு, பஞ்சாயத்துன்னு பெரிய கையி.

வடிவுக்கு ரொம்ப நல்ல குணம். ஊருல எல்லாருக்கும் அவளைப் புடிக்கும். வீட்டுக்கு யாரு வந்தாலும் முகம் மலர 'வாங்க'ன்னு கூப்பிட்டு உபசரிப்பா. ஏத்த இறக்கமெல்லாம் பாக்கத் தெரியாத வெள்ளந்திப் புள்ளை அவ.

பக்கத்தூர்ல சத்தக்காரன்னு ஒருத்தன். ரொம்ப ஏழ்மையான குடும்பம். ஊருக்கு ஒதுக்குப்புறமா வீடு. அந்தூரு சுடுகாட்டுல வெட்டியானா இருந்தான். ஆளு, வலுவா இருப்பான். நாலாளு வேலையை ஒத்தாளு செய்வான். ஊருல எந்த நல்லது கெட்டது நடந்தாலும் முன்னாடி நின்னு வேலையை இழுத்துப் போட்டுச் செய்வான். அப்பன் இல்லை... அம்மா மட்டும் தான். ஊரு மணியக்காரருக்கு சத்தக்காரனை ரொம்பப் புடிக்கும். எங்க போனாலும் கூடவே கூட்டிக்கிட்டுப் போவாரு. அவருக்குப் பின்னாடி கையைக் கட்டிக்கிட்டு நிப்பான் சத்தக்காரன். ஓட, ஓடியாறன்னு எல்லா உதவியும் செய்வான்.

ஒருக்கா, வடிவோட அப்பங்காரனுக்கு நெலம் அளவை செஞ்சு கல்லூண்ற வேலை இருந்துச்சு. அவரு மணியக்காரருக்கு ஆள் வுட்டாரு. மணியக்காரர் சத்தக்காரனைக் கூட்டிக்கிட்டு வடிவு வீட்டுக்கு வந்தாரு. வூட்டுக்கு வந்த மணியக்காரரை 'வாங்க'ன்னு கூப்பிட்டு நீச்சத்தண்ணி கொடுத்து உபசரிச்சா வடிவு. வீட்டுக்கு வெளியில கையக் கட்டிக்கிட்டு நின்னுக்கிட்டிருந்தான் சத்தக்காரன். சத்தக்காரனைப் பாக்க பாவமா இருந்துச்சு. அவம் பார்வையில் இருந்த உண்மையும் மரியாதையும் அவளுக்கு ரொம்பப் பிடிச்சுருந்துச்சு. அவனுக்கும் நீச்சத் தண்ணி கொடுத்து வெளித்திண்ணையில இடம் ஒதுக்கித்தந்து உக்காரச் சொன்னா. தன்னை ஒரு பொருட்டாவே மதிக்காத பெரியதனக்கார வூட்டுல நீச்சத்தண்ணி கொடுத்து திண்ணையில உக்காரவும் சொன்ன வடிவு மேல சத்தக்காரனுக்கு பெரிய மரியாதை வந்திருச்சு.

இன்னொருமுறை வடிவு வெளியில வரமாட்டாளான்னு மனசு ஏங்க ஆரம்பிச்சுச்சு.

வடிவுக்கும் மனசுக்குள்ள ஒரு குழப்பம். முதல்முறை பார்த்தப்பவே சத்தக்காரன் மேல ஏதோ ஒரு ஈர்ப்பு... கூடை எடுக்கிற சாக்குல திரும்பவும் வீட்டைவிட்டு வெளியில வந்து சத்தக்காரனை ஓரக்கண்ணாலப் பாத்தா. சத்தக்காரனும் பாத்துச் சிரிச்சான். வடிவோட அப்பனும், மணியக்காரரும் நிலபுலன் வேலைகளைப் பாக்க, வடிவும் சத்தக்காரனும் ஒருத்தரை ஒருத்தர் திருட்டுத்தனமா பாத்துக்கிட்டிருந்தாக.

வேலை முடிச்சு மணியக்காரர் கிளம்புனாரு. சத்தக்காரனுக்குக் கிளம்ப மனசேயில்லை. எத்தனையோ பொம்பளைகளைப் பாத்திருக்கான். அதுவும் பெரியவூடுகள்ல இருக்கிற பொம்பளைக, புழுவைப் பாக்கிறாப்புலதான் பாப்பாக. ‘வாடா போடா’ன்னு தான் அழைப்பாக. தண்ணி குடுத்தா, குடிச்ச சொம்பு மேல தண்ணி தெளிச்சு சுத்தப்படுத்தித்தான் எடுப்பாக. ஆனா வடிவு, தன்னையும் ஒரு சகவாசியா நெனைச்சு உக்காரவச்சு, வாங்க போங்கன்னு வேற பேசுறா... இப்படியொரு மனுஷியைப் பாத்ததேயில்லையே... மனசு கெடந்து அடிச்சுக்குது.

வடிவுக்கும் அப்படித்தான் இருக்கு. சத்தக்காரன் மேல ஏதோ ஒரு பரிவு... நமக்கு எட்டாத எடத்துல இருக்கான்னு மூளை சொல்லுது... ஆனா, மனசு அதைக் கேக்க மறுக்குது. அவனைப் பாத்துக்கிட்டே இருக்கனும் போலருக்கு. மணியக்காரர் பின்னாடி எழுந்து நடக்குறான் சத்தக்காரன். ஜன்னலுக்குப் பின்னாடி இருந்து அவனையே பாக்குறா வடிவு. ரெண்டு பேரு பார்வையும் ஒன்னோட ஒன்னாக் கலக்குது.

சத்தக்காரனுக்கு இருப்புக் கொள்ளலே. எந்த வேலையிலயும் மனசு ஒட்டலே. எதைப் பாத்தாலும் வடிவு உருவமாவே தெரியுது. இதுவரைக்கும் அனுபவிக்காத புது உணர்ச்சியா இருக்கு. ராத்திரி தூக்கம் கொள்ளலே.

மறுநாளுக் காலையில மணியக்காரர் ஆளுவிட்டுக் கூப்பிட்டாரு. வேகவேகமா கெளம்பி அவருக்கு முன்னால போயி நின்னான். “ஏலே... சத்தக்காரா... நேத்து போனமில்லையா... அந்த வூட்டுக்குப் போயி அங்குள்ள ஆம்பிளைக்கிட்ட இந்த காயிதத்தைக் குடுத்துட்டு வாடா”ன்னாரு. சத்தக்காரனுக்கு நிலைக்கொள்ளல. அந்த இருளாண்டியே இப்படியொரு வாய்ப்பைக் குடுத்திருக்கான்னு மனசுக்குள்ள அவனுக்கு நன்றி

சொல்லிட்டு காயிதத்தை வாங்கிக்கிட்டு நடக்க ஆரம்பிச்சான்.

வடிவோட ஊருக்கும், சத்தக்காரன் ஊருக்கும் இடையில அடர்த்தியா மரங்க நிக்கும். தெக்கித்தோப்புன்னு அதுக்குப் பேரு. அதைக் கடந்துதான் ஊருக்குள்ளாற வந்துபோவனும். அதைக் கடந்து வேகவேகமா நடக்குறான். வடிவு வீட்டுத் தாழ்வாரத்தைப் பெருக்கிக்கிட்டிருந்தா. அவ அப்பன் வீட்டுல இல்லை. சத்தக்காரன் வாசல்ல போயி நின்னுக்கிட்டு, 'அய்யா... அய்யா'ன்னுகூப்புட்டான். குரலேவடிவுக்குக்காட்டிக்குடுத்திருச்சு. வேகவேகமா விளக்குமாத்தைப் போட்டுட்டு வாசலுக்கு வந்தா. சத்தக்காரன் நின்னுக்கிட்டிருக்கான். வடிவுக்கு வெக்கத்துல முகம் செவந்துபோச்சு. "வாங்க"ன்னு கூப்பிட்டா. சத்தக்காரனுக்கும் முகம் பாக்க தைரியமில்லை... கீழே குனிஞ்சுக்கிட்டு "அய்யா இருக்காவளா"ன்னு கேட்டான். "இப்பத்தான் வெளியில போனாக... வந்திருவாக"ன்னு சொல்லிப்புட்டு திண்ணையைச் சுத்தம் பண்ணி உக்கார எடம் குடுத்தா. வீட்டுக்குள்ளாற ஓடி நீச்சத்தண்ணி ஊத்தியாந்து குடுத்தா.

வீட்டுக்கு முன்னால இருக்கிற களத்துல அறுத்துக்கட்டுன கருதுங்க குவிஞ்சு கெடக்கு. அதுகளை காக்காய்களும் குருவிகளும் வந்து கொத்தித் திங்குதுக. வெரட்ட ஆளில்லை... தென்னமரத் தோட்டத்துக்குள்ள நாலைஞ்சு பேரு நின்னு தண்ணியை வாகாப் பாச்சிக்கிட்டிருக்கானுவ. எல்லாத்தையும் பாத்துக்கிட்டு வெளித்திண்ணையில உக்காந்திருக்கான் சத்தக்காரன். அப்பப்போ வெறகெடுக்க, தண்ணியூத்தன்னு வாசலுக்கு வந்து வந்து ஓரக்கண்ணால பாத்துட்டுப் போறா வடிவு.

கொஞ்சநேரத்துல வடிவோட அப்பங்காரன் வந்து சேந்தான். அவரைக் கும்பிட்டு மரியாதி செஞ்சுட்டு, மணியக்காரன் குடுத்தனுப்புன காயிதத்தைக் குடுத்தான் சத்தக்காரன். அதை வாங்கி சரிபாத்துட்டு, "ஏம்மா வடிவு, சத்தக்காரனுக்கு நீச்சதண்ணி ஊத்திக்குடு"ன்னு சொல்லிட்டு தென்னந்தோப்புக்குள்ள தண்ணி பாச்சுறதை மேலாண்மை செய்யப் போயிட்டாரு அந்த மனுஷன். திரும்பவும் ஒரு சொம்பு நீச்சதண்ணியைக் கொண்டாந்து குடுத்தா வடிவு. அதை வாங்கப்போகும்போது, யாரும் கவனிக்காத வகையில அவ கையைப் புடிச்சான் சத்தக்காரன்... அந்தத் தொடுகையில ரெண்டுபேரோட மனசும் ஒண்ணாச் சேந்திருச்சு.

அதுக்கப்புறம், ஏதோவொரு வேலை சொல்லி வடிவோட ஊருக்கு வந்துபோக ஆரம்பிச்சான் சத்தக்காரன். வயக்காடு,

குளத்துக்கரைன்னு யாருமறியாம ரெண்டு பேரும் சந்திச்சு பேச ஆரம்பிச்சாக. ஆரம்பத்துல இதைச் சாதாரணமா எடுத்துக்கிட்ட ஊராளுக, 'அடிக்கடி இந்தப் பய நம்ப ஊருல தென்படுறானப்பா'ன்னு சந்தேகமாப் பாக்க ஆரம்பிச்சாக.

அரசல் புரசலா செய்தி கசிய ஆரம்பிக்குது. சத்தக்காரனை ஊராளுக கண்காணிக்க ஆரம்பிச்சாக. சத்தக்காரனும் வடிவும் சந்திச்சுப் பேசுறதை கண்டுபிடிச்சுட்டாக. செய்தி, வடிவோட அப்பங்காரன் காதுக்குப் போச்சு. ஒருநா ராத்திரி எல்லாரும் கூடிப் பேசுனாக.

"என்னா தைரியம் இருந்தா ஒரு வெட்டியான், நம்ப ஊருக்குள்ள வந்து நம்ப புள்ளை மனசை மாத்தியிருப்பான்... அவனைச் சும்மா விடக்கூடாது"ன்னு ஒரு வயசாளி சொன்னான். "நம்ப புள்ளைக்கு புத்தி எங்க போச்சு... அவஞ்சாதி என்ன... அவம்பாக்குற வேலையென்ன... அவன்கூட போயி எப்படி உரசிக்கிட்டு நின்னு பேசுது... ரெண்டு பேரையும் வெட்டித் தள்ளனும்"ன்னு இன்னொரு இளந்தாரிப் பய ஆவேசப்பட்டான். ஆளாளுக்கு வசவசன்னு பேசிக்கிட்டிருந்தாக.

இறுதியா ஒரு பெரிய மனுஷன் பேசுனாரு... "தப்பு பண்ணினது அந்தப் பைய... அதுக்கு நம்ப புள்ளையை எதுக்குத் தண்டிக்கனும். அடுத்தமுறை அந்தச் சத்தக்காரன் இந்த ஊருக்குள்ள வந்தா, உயிரோட திரும்பப் போகக்கூடாது..."ன்னு சொல்லிட்டு, எதிர்ல உக்காந்திருந்த நாலைஞ்சு இளந்தாரிப் பயலுகளைப் பாத்தாரு. அந்தப் பயலுகளும் தலையாட்டிட்டு அந்த இடத்தைவிட்டுக் கிளம்பிட்டானுவ.

சத்தக்காரனுக்கு கொஞ்சம் உடல்நிலை சரியில்லே... நாலைஞ்சு நாளா படுத்த படுக்கையாயிட்டான். வடிவுக்கு அவனைப் பாக்காம இருக்க முடியலே... தெனமும், வழக்கமா சந்திக்கிற இடத்துக்குப் போறதும், காத்திருந்து பாத்துட்டு திரும்புறதுமாத் திரிஞ்சா. ஒருவழியா உடம்பு குணமாகி, வடிவைப் பாக்க கிளம்புனான் சத்தக்காரன்.

தெக்கித் தோப்பு வழியா வரும்போது மரத்துமேல இருந்து மொத்தி மொத்தியா கிளைகள்லாம் ஒடிஞ்சு விழுந்துச்சு. சத்தக்காரன் அண்ணாந்து பாத்தான். மேலே நாலைஞ்சு இளந்தாரிங்க அருவாளோட நின்னுக்கிட்டிருந்தானுவ. "ஏலே... சத்தக்காரா... அந்தக் கிளைகளை அள்ளி ஓரமாப் போட்டுட்டுப்

94 தெய்வ மனுஷிகள்

போப்பா"ன்னான் ஒருத்தன். சத்தக்காரன் குனிஞ்சு கிளைகளை எல்லாம் எடுத்தாம் பாருங்க... சுத்திலும் ஈட்டி, கம்போட ஒளிஞ்சிருந்த அஞ்சாறு பேரு சத்தக்காரன் மேல பாய்ஞ்சாங்கே... உடம்புல ஒரு எடம் விடலே... வெட்டு... குத்துன்னு மாறி மாறி விழுந்துச்சு. ஒருத்தன் சரியா கழுத்துல அரிவாளைப் பாய்ச்சி இழுத்தான். தோப்பெல்லாம் பெருக்கெடுத்து ஓடுச்சு, ரத்தம். எதிர்ப்பே காட்டாம மொத்தமா அடங்கிப்போனான் சத்தக்காரன். ஒரு புதராப் பாத்து குழியை வெட்டி சத்தக்காரனைப் போட்டுப் புதைச்சுட்டு கிளம்பிட்டானுவ எல்லாரும்.

வடிவு, வருவான், வருவான்னு காத்திருக்கா... அந்தப் பக்கமா போய்வாற சத்தக்காரனோட ஊராளுகக்கிட்ட விசாரிக்கிறா... யாருக்கும் தகவல் தெரியலே... வீட்டுக்கே வர்றதில்லைன்னு சொல்றாக... ஆளு நூலா மெலிஞ்சிட்டா... சாப்பாடில்லை... தூக்கமில்லை... 'சத்தக்காரன் எப்ப வருவான்... எப்போ பாக்கலாம்'னு மனசு கெடந்து அலைபாயுது.

மெல்லமெல்ல செய்தி வெளியே வருது. 'சத்தக்காரனை நம்மூரு ஆளுகள்லாம் சேர்ந்து கொலை பண்ணி தெக்கித் தோப்புக்குள்ளாற வச்சுப் புதைச்சுட்டாங்க'னு அவ தோழியொருத்தி சொல்லிட்டா... வடிவு ஒடைஞ்சு போனா... ஓன்னு கதறி அழுவுறா... எழுந்து நேரா தெக்கித்தோப்புக்கு ஓடுறா... மக பின்னாடிஅப்பங்காரனும் ஓடுறான். அதைப்பாத்து ஊராளுகல்லாம் ஓடுறாக...

தெக்கிக்காட்டுக்குள்ள ஓடின வடிவு, சத்தக்காரனைப் புதைச்ச எடத்தைத் தேடிக் கண்டுபிடிச்சு விழுந்து புரண்டு அழுவுறா. அந்த மண்ணை அள்ளித் தலையில போட்டுக்கிட்டு கதறுறா. ஆளுங்கல்லாம் தூக்கி ஆறுதல் சொல்றாங்க. ஆனா, வடிவு எழுந்திருக்கலே... அப்படியே மயங்கிச் சரிஞ்சா. பேச்சு மூச்செல்லாம் நின்னுபோச்சு. வடிவோட அப்பங்காரன் மகளை மடியில தூக்கி வச்சுக்கிட்டு "வடிவு... வடிவு"ன்னு கத்துறான்... ஆனா, பதில் இல்லை... அந்தச் சத்தக்காரன் போன இடத்துக்கே வடிவும் போய்ச் சேந்துட்டா...

அந்த சம்பவத்துக்குப் பெறவு தெக்கித்தோப்பு பக்கமா மக்கள் நடமாட்டமே இல்லாமப் போச்சு. வருஷம் தவறாம பெஞ்ச வானம் பொட்டுத் துளி தூறலே... வயக்காடெல்லாம் காஞ்சு கருவாடாப் போச்சு. ரெண்டு ஊர்லயும் அம்மை பரவி கொத்துக் கொத்தா ஆளுக செத்துப்போனாக... சத்தக்காரன்

ஊராளுகளுக்கு நிலவரம் புரிஞ்சுபோச்சு. அகாலமா செத்துப்போன புள்ளைகளோட வெம்மைதான் நம்மைப்போட்டு வெளுக்குதுன்னு தெரிஞ்சுக்கிட்டு ரெண்டு பேருக்கும் ஊரோட எல்லையில சிலையெடுத்து படைப்புப் போட்டாக. அதுக்குப்பெறகு வானம் கருத்து மழை பெய்ய ஆரம்பிச்சுச்சு. புள்ளை குட்டியெல்லாம் நோய் நொடிகளில்லாம நிம்மதியா இருந்துச்சுக.

வடிவையும், சத்தக்காரனையும் பாக்கனும்போலருந்தா, தஞ்சாவூர்ல, நாஞ்சிக்கோட்டை பக்கத்துல இருக்கிற வல்லுண்டாம்பட்டுக்குப் போங்க. ஊருக்கு மேற்கே, கையில அரிவாளோட ஆவேசமா நின்னுக்கிட்டிருக்கான் சத்தக்காரன். பக்கத்துலயே அமைதியா உக்காந்திருக்கா வடிவு. வடிவு வடிவச்சியம்மாவாகி காலப்போக்குல அப்புச்சி அம்மனாயிட்டா... அவ முகத்துல தாய்மையும், அன்பும், கருணையும் தளும்பி நிக்குது!

16. வெள்ளைச்சி

வெள்ளச்சி வீடு ஊருக்கு ஒதுக்குப்புறமா இருந்துச்சு. சொந்தமா கொஞ்சம் நெலம் கிடந்துச்சு. வெள்ளைச்சி அப்பனும் அம்மாளும் அதுல வெள்ளாமை பண்ணிக்கிட்டிருந்தாக. அந்த மக்களுக்கு எந்த நல்லது கெட்டதுன்னாலும் வெள்ளச்சியோட அப்பங்காரன் நிப்பான். வெள்ளச்சி ஒரே மக. புள்ளய சீரும் சிறப்புமா வளத்தாக.

வெள்ளச்சியோட வீட்டுக்குப் பக்கத்து வீட்டுல வேலாயின்னு ஒரு அம்மை இருந்தா. அவளுக்குக் கல்யாணமாகி ரெண்டு வருஷத்துல புருஷங்காரன் பாம்பு தீண்டி செத்துப்போனான். ஆதரவுக்கு புள்ளகூட இல்ல. ஒருக்கா ஊர் எல்லையில, பெறந்து அஞ்சாறு நாளான ஆம்புளைப் புள்ளைய யாரோ கொண்டாந்து போட்டுட்டுப் போயிட்டாக. ஊர்ப் பஞ்சாயத்துக் கூடி, அந்தப் புள்ளைய, வேலாயிக்கிட்டக் குடுத்திரலாம்ன்னு முடிவு செஞ்சாக. 'துணைக்குத் துணையா இந்தப் புள்ளையாவது இருக்கட்டுமே'ன்னு வேலாயியும் அந்தப் புள்ளையை வாங்கி ஆசை ஆசையா வளர்த்தா. 'தீயான்'னு அவனுக்குப் பேரு. ஊரே அந்தப் புள்ளையை ஊட்டி வளர்த்துச்சு.

வெள்ளச்சிக்கும் தீயானுக்கும் ஒரே வயசு. பக்கத்து வீடுங்கிறதால புள்ளைக கள்ளங்கபடமில்லாம பழகுச்சுக. தீயான் வாட்டசாட்டமா இருப்பான். எந்தக் கெட்டப்பழக்கமும் இல்லாத பய. எல்லாருக்கும் அவனைப் புடிக்கும். எந்த வீட்டுக்குள்ளயும் உரிமையா போகவர இருப்பான். யாரும் அவனை வேத்துப்புள்ளையா நினைச்சதில்லை. யாரு வீட்டுல வேலை இருந்தாலும் அவன் வீட்டு வேலை கணக்கா எடுத்துப் பாப்பான்..

காலம் அதுபாட்டு நாலு காலு பாய்ச்சல்ல ஓடுச்சு. தீயானும் வெள்ளச்சியும் வளந்தாக. ஒண்ணுக்கொண்ணு அன்பா பழகுன புள்ளைக, ஒரு கட்டத்துல இணைபிரியாத அளவுக்கு மனசால கலந்திருச்சுக. ஒருத்தர் இல்லாம ஒருத்தர் வாழ முடியாதுன்னு ஆகிப்போச்சு. வெள்ளச்சிக்கு தீயானப் பாக்காம இருக்க முடியலே. தீயானும் வெள்ளச்சி நினைப்புலயே இருந்தான். சின்ன வயசுல இருந்தே தாயாப்புள்ளையா பழகுனதால, ஊருக்குள்ள அவுகள யாரும் தப்பா நினைக்கலே.

ஊருக்கு வடக்கால ஒரு ஏரி இருக்கு. அந்த ஏரியை ஒட்டி ஒரு கள்ளித்தோப்பு. முள்ளும் புதருமா மண்டிக்கிடக்கிற பூமி. வேலைவெட்டியெல்லாம் முடிஞ்சபெறவு, தீயான் அந்தக் காட்டுக்கு வந்திருவான். வீட்டுல இருந்த ஆட்டுக்குட்டியள ஓட்டிக்கிட்டு வெள்ளச்சியும் அங்கே போயிருவா. ரெண்டு பேரும் அங்கேயிருக்கிற புளியமரத்து நிழல்ல உக்காந்து பேசுவாக.

ஒருநா தீயான் கேட்டான்... ”ஏம்பா வெள்ள... நம்ம காதலை உங்க அப்பன் ஏத்துக்குவாரா...” அதைக்கேட்டதும் வெள்ளச்சி கண்ணு கலங்கிருச்சு. ”ஏண்டா இப்பிடி கேக்குற... நீயும் எங்க சாதிசனம்தானே... ஒரு வகையில வேலாயி எனக்கு அத்த முறை... அதுக்கு மகன்னா எனக்கு முறைப்புள்ள தானேன்னா...”ன்னா வெள்ளைச்சி. “அதுக்கில்ல வெள்ள... என்னதான் ஒண்ணுமண்ணா இருந்தாலும் நானு அப்பம்பேரு தெரியாத அனாதைப் பயதானே... அதுதான் பயமாருக்கு...”ன்னான் தீயான். ரெண்டு பேரும் அன்னைக்கு அழுதழுது பிரிஞ்சாக.

வெள்ளச்சிக்கு ஒரு மாமம்புள்ள இருக்கான். பேரு மயிலான். ஆளு பெரிய முரட்டுப்பய. ஊருல யாரோடவும் ஒட்டமாட்டான். எல்லா கெட்டப்பழக்கங்களும் உண்டு. எந்த வேலைவெட்டிக்கும் போறதில்லை. ஊரு சுத்திக்கிட்டு, யாருகூடவாவது தகராறு பண்ணிக்கிட்டுத் திரியிற தெண்டச்சோறு. அவனுக்கு, பேரழகியா இருக்கிற வெள்ளச்சி மேல ஒரு கண்ணு.

உறவும் உரிமையும் இருக்கிறதால வெள்ளச்சி எங்கே போனாலும் அவ பின்னாடியே சுத்துனான் மயிலான். வெள்ளச்சிக்கு மயிலானைப் புடிக்கவே புடிக்காது. அவனைக் கண்டாலே முகத்தைத் திருப்பிக்குவா. சில நேரங்கள்ல பாதையை மறிச்சுக்கிட்டு வம்பு பண்ணுவான் மயிலான். வெள்ளச்சி, அப்பங்காரங்கிட்ட வந்து சொல்லி அழுவா. அவன், ”உரிமைக்காரன் தானே... சும்மா வெளையாடுறா”ன்னு சொல்லி வெள்ளச்சியை சமாதானப்படுத்துவான்.

ஒருநா, கள்ளித்தோப்புக்குள்ள தீயானும் வெள்ளச்சியும் உக்காந்து பேசிக்கிட்டிருக்கிறதை பாத்துப்புட்டான் மயிலான். கண்ணெல்லாம் செவந்துபோச்சு... நேரா, மாமங்காரங்கிட்ட, அதான் வெள்ளச்சியோட அப்பங்காரங்கிட்டப் போயி, ”உங்க மவோ செய்யிற காரியத்தைப் பாத்தியளா”ன்னு கேட்டான். ”என்னடா மாப்ளே செஞ்சா... ஏங்காயிறே”னு கேட்டான்

அந்தாளு. "ஒரு பய திரியிறானே கோயில்மாடு மாதிரி... அந்தத் தீயானும் உங்க மவளும் ஒண்ணு மண்ணாப் பழகுறாக"னு சொன்னதும் வெள்ளச்சியோட அப்பனுக்குக் கடுமையா கோவம் வந்திருச்சு.

வெள்ளச்சி அப்பதான் ஆடுகளை ஓட்டிக்கிட்டு வீட்டுக்கு வந்தா... அவளைக் கூப்புட்டு, "என்ன வெள்ளை... நான் கேள்விப்பட்டதெல்லாம் உண்மையா"ன்னு கேட்டான் அப்பங்காரன், ஒண்ணுந்தெரியாத மாதிரி நின்னா வெள்ளச்சி. "அந்தத் தீயான் பயலையும் உன்னையும் பத்தி அரசல்புரசலா பேசுறாகளே புள்ள"ன்னு அதட்டலாக் கேட்டான். வெள்ளச்சிக்கு கண்ணுல தண்ணியா ஊத்துது. "அய்யோ... அப்படியெல்லாம் எதுவுமில்லப்பா... யாரோ வேணும்ன்னு பத்தி விடுறாக"னு சொன்னா... "சரி புத்தியோட நடந்துக்க"ன்னு சொல்லிட்டு நேரா வேலாயி வீட்டுக்குப் போனான். அங்கே தீயான் சாப்பிட்டுக்கிட்டிருந்தான்.

"எலே... தீயான்... உடம்பு விறுவிறுங்குதா... ஊருக்குள்ள தப்பா பேச்சு வருதே... யாரு வீட்டுப் புள்ளக்கிட்ட வேலை காட்டுறே... தொலைச்சுப்புடுவேன் தொலைச்சு"ன்னு அடிக்கப்போனான். பக்கத்துல நின்னவுகள்லாம் வந்து தடுத்துவுட்டாக. வேலாயி மிரண்டுபோனா. தீயானுக்கு உடம்பெல்லாம் வேர்த்துப்போச்சு. மவனைப் பார்த்து, "என்னடா இதெல்லாம்"னு கேட்டா வேலாயி... "நான் எதுவும் செய்யல ஆத்தா"னு சொன்னான் தீயான். வாசல்ல நின்னு 'தாட் பூட்' னு சத்தம் போட்டான் வெள்ளச்சியோட அப்பன். அவனை சமாதானப்படுத்தி அனுப்பி விட்டாக. தாங்கமாட்டாம தீயானை கட்டிப்பிடிச்சு அழுதா வேலாயி. பாவம் அவ என்ன செய்வா?

அதுக்கப்புறம் தீயானால வெள்ளச்சியைப் பாக்கவே முடியலே. கள்ளித்தோப்புப் பக்கமா அலைஞ்சு திரிஞ்சான் தீயான். ஆனா, வெள்ளச்சி வெளியில வரவேயில்ல. தவிச்சுப்போனான் தீயான். மயிலான் வேற இவனைக் கண்காணிச்சுக்கிட்டே திரிஞ்சான்.

வெள்ளச்சி வீட்டுல மயிலானுக்கும் அவளுக்கும் கல்யாணம் நிச்சயம் பண்ணி நாள் குறிச்சுட்டாக. எவ்வளவோ மன்றாடிப்பாத்துட்டா வெள்ளச்சி. அடி உதைன்னு ஒரே அழுகையாக் கிடக்கு வீடு. அழுதழுது அடிவாங்கி முகம் உடம்பெல்லாம் வீங்கிப்போச்சு அவளுக்கு.

ஒருநா, எல்லாரும் அசந்த நேரத்துல கள்ளித்தோப்புக்குப் போனா வெள்ளச்சி. தீயானும் அங்கே வந்தான். ரெண்டுபேரும் ரொம்ப நேரம் அழுது தீத்தாக. யாருக்கும் பேச்சு வரலே. "உங்க அப்பனும் மாமன் மகனும் நம்மளைச் சேர விடமாட்டாக போலருக்கு"ன்னான் தீயான். "சாவா இருந்தாலும் வாழ்வா இருந்தாலும் உன்னோட தான்"னு சொல்லி கட்டிப்புடிச்சு அழுதா வெள்ளச்சி.

ரெண்டு புள்ளைகளும் பேசிக்கிட்டிருந்ததை அந்த கடங்காரப்பாவி மயிலான் பாத்துப்புட்டான். நேரா, வெள்ளச்சி அப்பங்கிட்டப் போய் சொல்ல, அவன் ஆளுகளைக் கூட்டிக்கிட்டு கள்ளித்தோப்புக்கு வந்தான். வந்தவுக, ரெண்டு புள்ளைகளையும் சுத்தி வளைச்சுட்டாக. வெள்ளச்சிக்கு ரெண்டு அரை விட்டான் அப்பங்காரன். நாலு பயலுவ, தீயானை வளைச்சுப் புடிச்சுக்கிட்டானுவ. வெள்ளச்சி அவுக கால்ல விழுந்து, "அவனை ஒன்னும் பண்ணிராதிய"ன்னு அழுதா...

தீயானை இழுத்துக்கிட்டு ஊருக்குள்ள வாராக. அவங்கையை கயிறு கொண்டு கட்டியிருக்காக. ஆலமரத்தடியில பஞ்சாயத்துக் கூடுச்சு. எல்லாப் பயலும் கொலைவெறியோட தீயானைப் பாத்துக்கிட்டு நிக்கிறானுவ. பெரியாளுவ எல்லாம் மரத்தடியில வரிசையா உக்காந்திருக்காக. "ஊருக்கே பஞ்சாயத்துச் சொல்ற ஆளையே பஞ்சாயத்துக்குக் கொண்டு வந்துட்டானய்யா"னு ஒரு பெரிய மனுஷன் தீயானைப் பாத்துத் திட்டினாரு. "இந்த அனாதைப் பயலை அப்பவே தூக்கி எறிஞ்சிருக்கனும்யா"னு ஒருத்தன் சொல்றான். "கண்டம் துண்டமா வெட்டி கழுகுக்குத் தீனியா போட்டுருவம்யா"னு ஒரு இளந்தாரி குதிக்கிறான்.

ஒரு பக்கம் வாயில சேலை முந்தானையை வச்சுக்கிட்டு குமுறி குமுறி அழுதுக்கிட்டு நிக்கிறா வேலாயி. முகமெல்லாம் ரத்தம் வடிய, கூனிக் குறுகி நிக்கிற புள்ளையைப் பாக்க சிகிக்கலே அவளுக்கு. இன்னொரு பக்கம் வெள்ளச்சியைக் கொண்டாந்து நிப்பாட்டியிருக்காக. அவ பாதி மயக்கத்துல கெடக்குறா.

வெள்ளச்சியோட அப்பன், "அநாதையாக் கெடந்த பயலைத் தூக்கியாந்து ஊரோட புள்ளை மாதிரி ஊட்டி ஊட்டி வளந்தோம்யா... இன்னைக்கு என் வீட்டுலயே கைய வச்சுப்புட்டான். இவனுக்கு என்ன தண்டனை கொடுக்கிறதுன்னு ஊராரே முடிவு பண்ணிச் சொல்லுங்க"னு சொன்னான். மயங்கிக் கிடந்த வெள்ளச்சி முழுச்சுக்கிட்டா... "நான் வாழ்ந்தா

100 தெய்வ மனுஷிகள்

தீயானோட தான் வாழுவேன். என்னை அவனுக்குக் கல்யாணம் பண்ணி வைங்க.. இல்லேன்னா அவனுக்கு என்ன தண்டனை கொடுத்தாலும் அதையே எனக்கும் கொடுங்க”னு சொன்னா.

பெரியாளுகல்லாம் கூடிப்பேசுனாக... கடைசியா ஒரு முடிவுக்கு வந்தாக. ”இந்த நிமிஷத்துல இருந்து, தீயான் பய இந்த சுத்து வட்டாரத்துல இருக்கப்புடாது. வேலாயியையும் ஊரை விட்டு ஒதுக்கி வைக்கிறோம். ஊருக்குள்ள வரப்புடாது. தீயான் திரும்பவும் வெள்ளச்சியோட பேச்சு வார்த்தை வச்சுக்கிட்டா அவனைக் கல்லால அடிச்சுக் கொல்லலாம்”ன்னு தீர்ப்புச் சொன்னாக. வெள்ளச்சி கதறி அழுதா... அவ அழுகையை யாரும் பெரிசா எடுத்துக்கலே.

அதுக்கப்புறம் தீயானை ஊருக்குள்ள பாக்கவே முடியலே... எப்படியாவது தீயான் தன்னைப் பாக்க வருவான்னு வெள்ளச்சி தினமும் ஆடுகளைப் பத்திக்கிட்டு கள்ளித்தோப்புக்குப் போனா... அவ நம்பிக்கை வீண்போகலே. ஒருநா, வானம் கருத்தாப்புல ஒளிஞ்சு ஒளிஞ்சு கள்ளித்தோப்புக்கு வந்தான் தீயான். ”நாளைக்கு இதே நேரத்துக்கு கள்ளித்தோப்புக்கு வந்துரு... ரெண்டு பேரும் வெளியூரு போயிருவோம்”னு சொன்னான் தீயான். நம்பிக்கையோட வீட்டுக்குப்போனா வெள்ளச்சி.

இந்த சேதி வெள்ளச்சி அப்பங்காதுக்கு எட்டிருச்சு. ’இனி அந்தப்பயலை விட்டு வைக்கக்கூடாது’னு முடிவுக்கு வந்தான். ஏழெட்டுப்பேரை அழைச்சுக்கிட்டு தீயானை தேடி அலைஞ்சு கண்டுபிடிச்சான். அவனை இழுத்துக்கிட்டுக் கள்ளித்தோப்புக்கு போனாக. கதறக்கதற கண்டந்துண்டமா வெட்டி அங்கேயே தீமூட்டி எரிச்சுப்புட்டாக.

இந்த சேதி வெள்ளச்சிக்குப் போச்சு. அவளால தாங்க முடியலே... ”தீயான்... தீயான்”னு கத்திக்கிட்டே கள்ளித்தோப்புக்கு ஓடுனா. ஆயி, அப்பன்லாம் தடுத்தாக., எல்லாரையும் கீழே தள்ளிவிட்டுட்டு ஓடுனா. கள்ளித்தோப்புக்குள்ள எரிஞ்சுக்கிட்டிருக்கான் தீயான்... பாதிக்கு மேல எரிஞ்சு எழுந்து எழுந்து அடங்குது உடம்பு. நேராப்போயி அந்த தீக்குள்ள குதிச்சுட்டா... அதோட அடங்கி, நெருப்போட நெருப்பா கலந்திருச்சு தீயானோட உடம்பு.

தங்களோட கண்ணு முன்னாடியே மகள் தீக்குள்ள இறங்கி செத்துப்போனதை வெள்ளச்சியோட அப்பனால தாங்க முடியலே.

மாரு அடைச்சு மயங்கிச் சரிஞ்சுட்டான். அவங் கதையும் முடிஞ்சிருச்சு.

அந்த சம்பவத்துக்கப்புறம் யாரும் கள்ளித்தோப்புப் பக்கமே போறதில்லை. சாயங்காலத்துக்கு மேல யாரும் வீட்டை விட்டு வெளிய வர்றதேயில்லை. ஊரே களையிழந்து போச்சு. அஞ்சாறு வருஷமா வானமும் வஞ்சனை பண்ணிருச்சு. பொட்டுத்தண்ணி இல்லே... தொலைதூரம் போயி தண்ணியெடுத்தே காலசந்து போனாக பொம்பளைகளெல்லாம். அம்மை, காலரான்னு வரிசையா நோய்கள் வந்து மக்களை கொத்துக் கொத்தா சாச்சுப்போட்டுச்சு. அதுக்கப்புறம் தான் மக்களுக்குப் புரிஞ்சுச்சு... எல்லாம் வெள்ளச்சி, தீயானோட கோவம்தான்னு. கள்ளித்தோப்பு பக்கமா, ரெண்டு பேருக்கும் செலையெடுத்து புகை காமிச்சு படையல் போட்டு, ”நாங்க பண்ணுன தவறுகளை மன்னிச்சு எங்களைக் காப்பாத்துங்க சாமிகளா”ன்னு வேண்டிக்கிட்டாக. அதுக்கப்பறம் தான் வானம் கருத்து நாலு மழைத்துளி மண்ணு மேல விழுந்துச்சு. நோய் நொடியெல்லாம் விலகுச்சு.

வெள்ளச்சியைப் பாக்கனும்ன்ன பெரம்பலூர் மாவட்டத்துக்குப் போகனும். பல ஊருகள்ல கள்ளித்தோப்புகள்ல நின்னுக்கிருக்கா. கூடவே தீயானும் நிக்குறான். அந்தக் கோயிலுக்குள்ள நுழைஞ்சாலே மனசுக்குள்ள சுளீர்ன்னு ஒரு சூடு இறங்குது..!

17. மாசி - மல்லி

மாசியும் மல்லியும் சின்ன வயசுல இருந்தே ஒண்ணா வளர்ந்த புள்ளைக. ரெண்டு புள்ளைகளும் வெவ்வேற சமூகத்தைச் சேர்ந்ததுகளா இருந்தாலும் அந்த வேறுபாடு தெரியாம வளந்துதுக. இந்தப் புள்ளைக நட்பால ரெண்டு குடும்பங்களுமே ஒண்ணுக்குள்ள ஒண்ணாயிடுச்சு. சொத்து சுகமுன்னு வளமான குடும்பங்கதான். ஒண்ணுக்கொண்ணு சளைச்சதில்லை.

மல்லியோட அப்பன் வெவசாயி. வீட்டுல ஏகப்பட்ட மாடு கன்னுக. இந்த மாடு கன்னுகளைப் பாத்துக்கறதுக்கு 'வெள்ளான்'னு ஒரு வேலைக்காரனை வச்சிருந்தான் அந்த மனுஷன். பய ரொம்ப பொறுப்பான ஆளு. நேர்மையான பயலும் கூட. மல்லி எங்காவது வெளியில போகனுமின்னா கூட்டு வண்டி கட்டி அவந்தான் கூட்டிக்கிட்டுப் போவான். மல்லிக்கு வெவரம் தெரிஞ்ச காலத்துல இருந்து வெள்ளான் இவுக வீட்டோட இருக்கான். ஆயி அப்பன் யாருன்னு தெரியாது. மல்லி வீடே கதின்னு கிடக்குறான் பய.

மாடு கன்னு மேய்க்கிறது, வயக்காடு கொல்லைக்காடு வேலைகளைப் பாக்குறது, வெளிவேலைகளை செஞ்சு குடுக்கிறதுனு பய வஞ்சகமில்லாம வேலை செய்வான். மல்லிக்கு அவன்மேல எப்பவுமே ஒரு கரிசனம் உண்டு. நல்லாப் பேசுவா. காயி, கறின்னு கைநிறைய அள்ளிவச்சு சோறு போடுவா. தன் வீட்டுலயே வளர்ந்ததால புள்ளைக்கு வித்தியாசம் தெரியலே... தன் வீட்டு மனுஷன்ல ஒருத்தனா நினைச்சுக்கிட்டா.

ஆனா, அந்தப் பய நினைப்பு அப்படியில்லை. அவனுக்கு மல்லி மேல ஒரு கண்ணு. அவ பேசுறது, சிரிக்கிறதெல்லாம் தம்மேல இருக்கிற ஆசையிலதான்னு நினைச்சுக்கிட்டான். எல்லாப்பேரும் வட்டியில கஞ்சித்தண்ணி ஊத்துறபோது, இவமட்டும் கறியும் சோறுமாப் போடுறது தன்னைக் கட்டிக்கப்போறவங்கிற நினைப்புலதான்னு நினைப்பு அவனுக்கு. பய மனசுக்குள்ள ஆசை புத்தாட்டம் வளர்ந்துக்கிட்டிருக்கு.

மல்லிக்கு வயசாகுது. தம் மவளுக்கு ஒரு கல்யாணம் காச்சிப் பண்ணிப் பாக்கனுங்கிற ஆசை அவ அப்பனுக்கு. ஒருக்கா, பக்கத்துப் பட்டணத்துல தனக்குச் சமமான ஒரு மனுஷன் வீட்டுல

மாப்பிளை இருக்கது தெரிஞ்சு பொண்டாட்டியைக் கூட்டிக்கிட்டுக் கிளம்புனான். வெள்ளாந்தான் வண்டிக்கட்டிக்கிட்டு வந்தான். மனசு திக்குன்னு ஆகிப்போச்சு.

'ஆகா... நம்ம கனவு கருகிரும்போலருக்கே... ஏதாவது செய்யனுமேனு ஒரே யோசனை. சாப்பாடு இறங்கலே... ராவுல தூக்கம் வரலே... ஒரு முடிவோட நேரா மல்லியோட அப்பங்காரங்கிட்டப் போனான். "அய்யா... நான் நம்ப மல்லியை உயிருக்குயிரா நேசிக்கிறேன்யா... எனக்குக் கல்யாணம் பண்ணிக் குடுங்கய்யா"னு கேட்டான். மல்லியோட அப்பங்காரனுக்கு மீசை துடிச்சிருச்சு. 'தன் வீட்டுல பண்ணை வேலை செய்யிற பய... தன்கிட்ட சரிக்குச்சமமா வந்து பேசுனது மட்டுமில்லாம, உன் மவளைக் கட்டித்தான்னு வேற கேக்குறானே'னு வேகம்... உள்ள போயி, திருக்கை வாலை எடுத்துக்கிட்டு வந்து, "ஏலே... போக்கத்த பயலே... யாருக்கிட்ட வந்து பொண்ணு கேக்குறே... உனக்குச் சோறு போட்டு வளத்ததுக்குக் காட்டுற விசுவாசமாடா இது"னு சொல்லிக்கிட்டே விலாசி எடுத்துட்டான். "இனிமே இந்த வீட்டுல உனக்கு இடமில்லை... இந்தப் பக்கம் வரப்புடாது"னு சொல்லி விரட்டிட்டான். உடம்பெல்லாம் ரத்தக்காயம்... தட்டுத்தடுமாறி எல்லையில இருக்கிற ஏரிக்கரைப் பக்கம் போயிப் படுத்துட்டான் வெள்ளான்.

மல்லி மனசளவுலகூட வெள்ளானைப் பத்தி தப்பா நினைச்சதில்லை... 'தாயாப் புள்ளையா பழகுன நம்மைப் பத்தி இப்படியொரு நினைப்பை வளத்துக்கிட்டானே... அவன் அடிவாங்க காரணமா இருந்துட்டமே'னு மனசுக்குள்ள வருத்தம். 'நாளைக்கு வேலைக்கு வரும்போது அவங்கிட்ட மன்னிப்புக் கேட்கனும்'னு நினைச்சுக்கிட்டிருந்தா... ஆனா, அதுக்கப்புறம் வெள்ளான் வேலைக்கு வரவேயில்லை.

மல்லியோட அப்பன் அவளுக்கு மாப்பிள்ளை பாக்குறதுல தீவிரமாயிட்டான். ஆனா, எங்கெல்லாம் அவன் போயி மாப்பிள்ளை பாக்குறானோ, அங்கெல்லாம் இந்த வெள்ளான் பய போயி இல்லாதது பொல்லாதது சொல்லி பேச்சுவார்த்தையை நிறுத்திப்புட்டான். 'ஆகட்டும், பாப்போம்'ன்னு சொன்னவங்கள்லாம் 'சரியா வராதுங்க'னு ஆளுவுட்டுச் சொல்லிட்டாக.

பாக்குற மாப்பிள்ளைகள்லாம் வேணாம், வேணாம்ன்னு போறதால மல்லி மனசுடைஞ்சு போனா. மல்லிக்குக் கல்யாணம் தள்ளிப்போகுதேன்னு அவ தோழி மாசிக்கு வருத்தமாப்

போச்சு. மாசிக்கு ஒரு அண்ணங்காரன் உண்டு. அவம்பேரு மாசான். அவன்கிட்டப் போயி, ‘நீ மல்லியக் கல்யாணம் பண்ணிக்கிறியா’ன்னு கேட்டா. அவன் சம்மதிச்சான். மல்லியோட அப்பன், ஊரு ஊரா மாப்பிள்ளைத் தேடி அலையுறதைப் பாத்த மாசியோட அப்பங்காரனும், தன் பையனையே மல்லிக்குக் கட்டித்தர சம்மதிச்சான். மல்லியோட அப்பனுக்குக் கொஞ்சம் யோசனை. என்ன இருந்தாலும் வேற சாதி... ‘உறவுகள்லாம் என்ன சொல்லுமோ’ன்னு ஒரு பயம். ஆனாலும், ‘புள்ளைக்கு வயசாகிக்கிட்டே போவுதே... சரி முடிச்சிருவோம்’னு கல்யாண ஏற்பாடுகள்ல இறங்கிட்டான்.

ஊரை வளச்சு பந்தல் போட்டிருக்காக. ஏழூரு சனங்களுக்கும் பத்திரிகை அடிச்சுக் கொடுத்திருக்காக. கூட்டமுன்னா கூட்டம்... ஒரு பக்கம் சட்டி சட்டியா விருந்து தயாராகிக்கிட்டிருக்கு. மாசான், பட்டுவேட்டி பட்டுச்சட்டை கட்டி மணவறையில உக்காந்திருக்கான். மல்லியை தேவதை மாதிரி அலங்கரிச்சு மணவறைக்குக் கூட்டியாறாக.

அப்போ திடீர்னு உள்ளே நுழைஞ்சான் வெள்ளான். கண்ணெல்லாம் செவந்திருக்கு. தலையெல்லாம் கலைஞ்சிருக்கு. “மல்லி எனக்குன்னு பெறந்தவ. அவளை எப்படி இன்னொருத்தனுக்குக் கட்டித் தருவிய”னு மல்லி அப்பனோட சண்டை போட்டான். ஆளுகல்லாம் சேந்து அவனைப் பிடிச்சு வெளியே தள்ளுனாக. எல்லாரையும் திமிறித் தள்ளிட்டு மேடையைப் பாத்தான் வெள்ளான். மல்லிக்குப் பக்கத்துல மணக்கோலத்துல மாசான் உக்காந்திருந்தான். அந்தக் காட்சியைப் பாத்தவுடனே இன்னும் கோபம் தலைக்கேறியிருச்சு. விறுவிறுன்னு மணமேடைக்குப் போனான். இடுப்புல சொருகியிருந்த கத்தியை எடுத்து மாசானோட மூக்கை அறுத்துப்போட்டுட்டு ஓடிட்டான்.

எல்லாரும் அதிர்ந்து போயிட்டாக. ஒருத்தனை கழுத்தறுக்கிறதை விட கொடுமை, மூக்கறுக்கிறது. மானம், மருவாதி எல்லாத்தையும் அறுத்துப்போட்டுப் போறதா அர்த்தம். மாசான் மயங்கிச் சரிஞ்சுட்டான். மல்லி திகைச்சுப்போயி நின்னா.

தன் அண்ணங்காரன் மூக்கறுபட்டு நிக்கிறதை பாக்கச் சகிக்கலே மாசிக்கு. இத்தனை சனங்க இருந்தும் அண்ணனை மூக்கறுக்கவிட்டு, தன் குடும்பத்தையே அவமானப் படுத்திட்டாங்களேன்னு ஆதங்கம் அவளுக்கு. தானும் அதுக்குக் காரணமாயிட்டமேன்னு வருத்தம். இறுகிப்போய் உக்காந்திருந்த

மாசி, அப்படியே எழுந்து நடக்க ஆரம்பிச்சா. எல்லா சனங்களும் ஓடிப்போயி அவளைத் தடுத்தாக. நிக்கலே. கண்ணுல தண்ணி வடியுது. நிலைக்குத்தி நிக்குது பார்வை. கால்போன போக்குல நடக்க ஆரம்பிச்சா. தன்னோட தோழி இப்படி நிலைகுலைஞ்சு போறாளேன்னு மல்லிக்கு வருத்தம்... அவளும் எழுந்து மாசி பின்னாடி ஓட ஆரம்பிச்சா. ரெண்டு புள்ளைகளும் கை கோர்த்துக்கிட்டு காடு, மலை பாக்காம நடந்துக்கிட்டே இருந்தாக. அவுக பின்னாடி வந்த சனங்கள்லாம், அதுகளுக்கு ஈடுகொடுத்து நடக்கமாட்டாம தவிச்சாக. புள்ளைக எங்கே போச்சுக, எப்படிப் போச்சுகன்னு கண்டுபிடிக்க முடியலே.

சாப்பாடில்லாம, தண்ணியில்லாம நடந்துக்கிட்டேயிருந்த மாசியும் மல்லியும், ஒருத்தரோட ஒருத்தர் பேசிக்கலே. முகம் பாத்துக்கலே. ஏன் போறோம்... எங்கே போறோம்... எதுவும் தெரியலே... நடக்க, நடக்க பசி தெரியுது... உடம்பு சோர்ந்து போச்சு. வனாந்திரத்துக்குள்ள ஒரு மாட்டுப்பட்டி இருக்கிறதைப் பாத்துச்சுக. அந்தப் பட்டிக்குள்ள போயி பட்டிக்காரரைப் பாத்து, "சாப்பிட ஏதாவது குடுங்க"ன்னு கேட்டுச்சுக. பட்டிக்காரு, ,'யாரு, என்ன'ன்னு விசாரிச்சாரு... நடந்த கதைகளை ஒண்ணுவிடாமச் சொல்லி, "எங்க ரெண்டு பேருக்கும் அந்த ஊருக்குள்ள வாழவே பிடிக்கலே..."னு சொல்லுச்சுக பட்டிக்காரர் இரக்கப்பட்டு சோறு பொங்கி, நெய்விட்டுக் கொடுத்தாரு.

நாலைஞ்சு நாளு பட்டியில தங்கியிருந்த மாசியும் மல்லியும், "அய்யாப் பட்டிக்காரரே... நாங்க மேற்கு மலை அடிவாரத்துல இருக்கிற எங்கச் சொந்தக்காரக வீட்டுக்குப் போகப்போறோம்... எங்களுக்குக் கொஞ்சம் சந்தனக் கட்டைகளையும் ஒரு தீக்கடைக்கோலும் தர முடியுமா"னு கேட்டுச்சுக. அவரும் ஒரு வண்டி நிறைய கட்டைகளையும் ஒரு தீக்கடைக்கோலையும் கொடுத்தாரு. ஆளுக்கொரு பக்கம் நின்னு வண்டியை இழுத்துக்கிட்டு அப்படியே எதிர்ப்பக்கமிருந்த அடிவாரத்தை நோக்கி நடக்க ஆரம்பிச்சுச்சுக.

பட்டிக்காரரு ஓடிப்போயி மல்லியோட அப்பனையும் மாசியோட அப்பனையும் பாத்து, 'புள்ளைக ரெண்டும் சந்தனக் கட்டைகளை வாங்கிக்கிட்டு அடிவாரம் பக்கமாப் போறதா'ச் சொன்னாரு. எல்லாரும் அலறி அடிச்சுக்கிட்டு ஓடிவாராக.

சந்தனக் கட்டையோட போன மாசியும், மல்லியும் ஒரு ஆலமரத்தடியில நின்னாக. போட்டிருந்த நகைகளையெல்லாம்

கழட்டி ஆலமரத்து வேருக்குள்ள வச்சாக. வண்டியில இருந்த சந்தனக் கட்டைகளை இறக்கி அடுக்குனாக. தீக்கடைக்கோலை எடுத்துக் கடைய, அதுல இருந்து தீக் கங்குகள் வந்து விழுந்துச்சு. அதை சந்தனக் கட்டைகள் மேலவச்சு தீ மூட்டினாக. 'திகுதிகு'ன்னு நெருப்பு எரிய ஆரம்பிச்சுச்சு. மாசியும் மல்லியும் இறுக்கமா கையைக் கோத்துக்கிட்டு அந்த நெருப்புக்குள்ள பாஞ்சாக. தீ மளமளன்னு பத்திக்கிட்டு எரியுது.

பட்டிக்காரரோட வந்தவுக எல்லாரும் அந்த ஆலமரத்தடியில புகை வர்றதைக் கண்டு பதட்டத்தோட ஓடியாறாக. அதுக்குள்ள எல்லாம் அடங்கிருச்சு. வெறும் சாம்பல் மட்டுந்தான் மிஞ்சிக்கிடக்கு. ஆலமர வேருக்குள்ள மாசியும் மல்லியும் போட்டிருந்த நகைகள்லாம் இருந்துச்சு.

'இந்தப்புள்ளைக செத்துப்போக நாம காரணமா இருந்துட்டமே'ன்னு பட்டிக்காரருக்கு மன வருத்தம். அந்த வருத்தத்துலயே மாரடைப்பு வந்து செத்துப்போனாரு. மூக்கறுத்துட்டு ஓடுன வெள்ளான் ஏரிக்கரையில படுத்திருந்தப்போ பாம்பு தீண்டிச் செத்துப்போனான்.

மல்லியோட அப்பனும் மாசியோட அப்பனும் தங்களோட பிள்ளைகள் தெய்வப்பிள்ளைகள்ன்னு புரிஞ்சுக்கிட்டு ரெண்டு கல்லை நட்டு படைப்புப்போட்டு குலதெய்வமா கும்பிட ஆரம்பிச்சாக.

திண்டுக்கல் மாவட்டத்துல முருநெல்லிக்கோட்டைன்னு ஒரு ஊரிருக்கு. அங்கே தூண் வடிவத்துல நிக்குறாக மல்லியும் மாசியும். அந்தத் தூணைக் கூர்ந்துபார்த்தா , மாசியோட ஆன்மாவும் மல்லியோட ஆன்மாவும் ஒண்ணுக்குள்ள ஒண்ணா உறைஞ்சு கிடக்கிறதை உணரமுடியுது. கல்யாண வரம் கேட்டு வரவுகளுக்கும், குழந்தை வரம் கேட்டு வரவுகளுக்கும் இல்லேன்னு சொல்லாம அள்ளியள்ளிக் கொடுத்துக்கிட்டிருக்காக ரெண்டு பேரும்..!

18. பட்டி

பட்டிக்கு ஏழு அண்ணன்காரனுங்க. ஏழு பேரும் அந்தூரு ஜமீனுக்கு, சுத்துப்போட்டு காவளாலு வேலை செய்யிறவனுங்க. வலுவா தடித்தடியா இருப்பானுவ. பட்டிக்கு ஒரு தங்கச்சியும் உண்டு. ஊருல பெரிய குடும்பம். பட்டிக்குக் காலு கொஞ்சம் ஊனம். தாங்கித் தாங்கித்தான் நடப்பா. பெறப்புலயே ஆன கொறை அது. அதனாலயே குடும்பத்துல எல்லாரும் பட்டியை தெய்வப் பெறப்பாகக் கருதி வளர்த்தாக. குறிப்பா, அண்ணங்காரனுவ. தங்கச்சியை 'தாங்கு தாங்கு'ன்னு தாங்குனானுங்க. ஊரே இந்த அண்ணன் தங்கச்சியைக் கண்டு மூக்குமேல விரலை வைக்கும்.

பட்டிக்குப் பதினேழு வயசாச்சு. அண்ணங்காரனுங்க ஏழு பேரும், 'பட்டிக்குக் கல்யாணம் முடிக்காம நாங்க முடிக்கமாட்டோம்'னு உறுதியா நின்னானுங்க. இத்தனை இருந்தும், 'பொண்ணு காலுத்தாங்கி நடக்குறாள்'னு வந்த சம்பந்தமெல்லாம் வாசலோட போயிருச்சு. பட்டியோட அப்பங்காரன் ஊரு ஊரா மாப்பிள்ளை தேடி அலைஞ்சு ஓஞ்சிட்டான். ஒரு சம்பந்தமும் அமையலே.

இந்த நேரத்துலதான், நெசவு செய்யிற அண்ணனும் தம்பியும் அந்தூருக்கு குடிவந்தானுவ. அண்ணன் பேரு பெரிய அவினாசி. தம்பி பேரு சின்ன அவினாசி. ரெண்டுபேரும் தறி போட்டு சேலை நெஞ்சு தலைச்சுமையாக் கொண்டுபோய் யாவாரம் பண்ணிட்டு வருவானுக.

ஒருக்கா, அண்ணங்காரனும் தம்பிக்காரனும் தலைச்சுமையா பட்டுச்சேலையை சுமந்துக்கிட்டு வீதி வீதியா வித்துக்கிட்டு வந்தானுவ. பட்டியோட அப்பங்காரன் அந்தப் பயலுகளைக் கூப்புட்டான். பட்டிக்கிட்ட உக்காரவச்சு, 'புடிச்ச சேலையை வாங்கிக்க புள்ளே'ன்னு சொன்னான். சின்ன அவினாசி, பட்டியைப் பார்த்தவுடனே மயங்கிட்டான். 'கட்டுனா இவளத்தான் கட்டனும்'னு அப்பவே முடிவு பண்ணிட்டான்.

சேலை யாவாரம் முடிஞ்சுச்சு. வீட்டுக்குப்போன அவினாசிக்கு பட்டி நினைப்பாவே இருந்துச்சு. அண்ணங்கிட்ட ஆசையைச் சொன்னான். 'அடேய் தம்பி... அவளுக்குக் காலு பாதகமா இருக்கே... கவனிச்சியா'ன்னு கேட்டான் பெரியவன்.

'அதெல்லாம் பாத்தாச்சு... அவளுக்குக் காலா நான் இருப்பேன்... அவளைத் தான் கட்டிக்கிவேன்'னு உறுதியா நின்னான் சின்னவன்.

மறுநாள், தம்பியைக் கூட்டிக்கிட்டு நேரா பட்டி வீட்டுக்குப் போனான், பெரிய அவினாசி. பட்டி அப்பங்காரனைப் பாத்து, 'என் தம்பிக்கு உங்க பொண்ணைக் கட்டித்தாரியளா'னு கேட்டான். பட்டியோட அப்பன், தன் புள்ளைகளைக் கலந்து பேசுனான். எல்லாப் பேருக்கும் சம்மதம். பட்டிக்கும் புடிச்சுப்போச்சு.

ஊரு மெச்ச கல்யாணம் நடந்துச்சு. சீரு செனத்தினு வண்டி வண்டியா ஏத்திவிட்டானுக பட்டியோட அண்ணங்காரனுங்க. போதாக்குறைக்கு, மச்சினன்மாரு நெசவு செஞ்சு கஷ்டப்படக் கூடாதுனு அவங்க பாத்துக்கிட்டிருந்த ஜமீன் வீட்டுக் காவலாளு வேலையையும் சீதனமாக் கொடுத்தானுங்க. பக்கத்தூருல எடம் வாங்கி வீடும் கட்டிக் கொடுத்தாச்சு.

குடும்பம் சந்தோஷமாப் போச்சு. சின்ன அவினாசி பொண்டாட்டியை நல்லவிதமாப் பாத்துக்கிட்டான். பட்டி உண்டாகியிருந்தா. தங்கச்சி கர்ப்பிணியா இருக்கிறது தெரிஞ்சு அண்ணங்காரங்கெல்லாம் வந்து கொண்டாடிட்டுப் போயிட்டானுக. சின்ன அவினாசி கூடவே பெரிய அவினாசியும் தங்கியிருந்தான். ரா ஒருத்தன், பகல் ஒருத்தன்னு அண்ணனும் தம்பியும் ஜமீன் வீட்டுக் காவலாளு வேலைக்குப் போய் வந்துக்கிட்டிருந்தாக.

எல்லாம் நல்லாப் போய்க்கிட்டிருந்த சமயத்துல பெரிய அவினாசி மனசுக்குள்ள சாத்தான் புகுந்துட்டான். பட்டியும் சின்ன அவினாசியும் சந்தோஷமா இருக்கிறதைப் பாத்து பொறாமைப்பட ஆரம்பிச்சான். பொன்னும், பொருளுமா பட்டியோட அப்பங்காரனும் அண்ணங்காரனுங்களும் அள்ளிக்கொடுத்த சொத்தை அவன் மட்டுமே அனுபவிக்கிறானேனு வயித்தெரிச்சல் வேற. 'தொட்டாக் குத்தம்', 'பட்டாக் குத்தம்'னு பேச ஆரம்பிச்சான். அண்ணனுக்கும் தம்பிக்கும் அடிக்கடி சண்டை வர ஆரம்பிச்சுச்சு.

'தம்பியை எப்படியாவது பழிவாங்கனும், அசிங்கப்படுத்தனும், அவன் சொத்தையெல்லாம் அபகரிக்கணும்'னு கங்கணம் கட்டிக்கிட்டு அலைஞ்சான் பெரிய அவினாசி. ஒருநா, அண்ணனோட காவல் முடிஞ்சு, தம்பியோட காவல் தொடங்குற நேரம்... சின்ன அவினாசி, கையில

ஈட்டிக்கம்பையும், அரிக்கேன் விளக்கையும் எடுத்துக்கிட்டு தலையில முண்டாசைக் கட்டிக்கிட்டு காவலுக்குக் கிளம்புனான். அன்னைக்கு, ஜமீன் வீட்டுக் குதிரை லாயத்துல வேலை. இதுதான் சாக்குன்னு பெரிய அவினாசி, லாயத்துல இருந்து ஒரு ராசகுதிரையை ஓட்டிக்கிட்டுக் கிளம்பிட்டான்.

சின்ன அவினாசி இதைக் கவனிக்கலே. வழக்கம்போல, காலையில எழுந்து, குதிரைகளை எண்ணிப் பாத்தான். ராசகுதிரையை மட்டும் காணோம். அதுவும் காணாமப்போன ராசகுதிரை ஜமீனுக்கு ரொம்பவும் புடிச்சது வேற. பதற்றமாகி, எல்லாப் பக்கமும் தேடிப்பாத்தான். எங்கேயும் அம்புடலே. ஜமீன்கிட்ட சொல்லாமலும் இருக்கமுடியாது. ‘சரி... நடக்கிறது நடக்கட்டும்’னு நேராப் போயி, ‘ஜமீனய்யா... நம்ம லாயத்துல வெள்ளை ராசகுதிரையைக் காணுமுய்யா... எல்லா இடமும் துளாவிப் பாத்துட்டேன்... கண்ணுலயே படலே’னு கலக்கமாச் சொன்னான்.

ஜமீனுக்கு கண்ணெல்லாம் செவந்துப்போச்சு. அதுலயும் கண்ணுக்குக் கண்ணா வளத்த ராசகுதிரையைக் காணுமின்னாப் பொறுப்பாரா மனுஷன்..? திருக்கை வாலையெடுத்து சுழட்ட ஆரம்பிச்சுட்டார். காலைப் புடிச்சுக்கிட்டு கெஞ்சுறான்... அழுவுறான்... ம்கூம்... ஜமீன் மனசு இறங்கலே... ‘இன்னைக்கு ராத்திரிக்குள்ள குதிரை வந்தாகனும்... இல்லேன்னா உனக்கு மரண தண்டனை தான்’னு சொல்லி அனுப்பிட்டாரு.

திருக்கை வாலு பட்ட இடமெல்லாம் ரத்தம் வழிய, சின்ன அவினாசி வீட்டுக்கு வந்தான். அவன் வந்தக் கோலத்தைப் பாத்து பட்டி பதறிப்போனா. அவகிட்டப் பொறுமையா விஷயத்தைச் சொன்னான். அவ ஒப்பாரி வைக்க ஆரம்பிச்சுட்டா... ‘கவலைப்படாதே... ஊரெல்லாம் தேடுவோம்... லாயத்துல இருந்து எகிறி எங்காவது மேஞ்சுக்கிட்டிருக்கும். தேடிப் புடிஞ்சாந்தர்றேன்’னு சொல்லிட்டு கிளம்புனான் சின்ன அவினாசி. பட்டி, உசுரைக் கையில புடிச்சுக்கிட்டு வீட்டுக்குள்ள உக்காந்திருந்தா.

ராத்திரியாச்சு... காடு, கரையெல்லாம் தேடியலைஞ்சான் சின்ன அவினாசி. குதிரை கிடைச்சபாடில்லை... எப்படிக் கிடைக்கும்..? அதைத்தான் பெரிய அவினாசி புடிச்சுக்கிட்டுப் போய் அசலூர்ல தொண்டிவாய்க் குதிரைக்காரன்கிட்ட வித்துப்புட்டானே... தம்பி தவிக்கிற தவிப்பை மனசுக்குள்ள

ரசிச்சுக்கிட்டு, முகத்துல சோகத்தை அப்பிக்கிட்டு ஒன்னும் தெரியாத மாதிரி உக்காந்திருந்தான் பெரிய அவினாசி.

ஊரெல்லாம் தேடியலைஞ்சும் குதிரை கிடைக்கலேங்கிற தகவலை ஜமீன்கிட்டப் போய் சொன்னான் சின்ன அவினாசி. உடனே அவரு, தன்னோட அதிகாரிமாரெல்லாம் அழைச்சாரு. பெருமா கோயில்ல கூட்டம் கூடுச்சு. 'இந்தப்பய காவல் வேலையை ஒழுங்காச் செய்யலே... ஜமீனுக்குத் துரோகம் பண்ணிட்டான். இவனுக்கு மரண தண்டனை குடுக்கிறேன்'னு சொன்னாரு. உடனே, நாலைஞ்சு கையாளுக சின்ன அவினாசியைப் புடிச்சு ஒரு மரத்துல, கையை கால விரிச்சு வச்சுக் கட்டுனானுவ. தலைவெட்டி ஆட்களுக்குத் தகவல் போச்சு. அவனுக அருவாளை மலைப்படுகையிலத் தீட்டி பளபளன்னு எடுத்துக்கிட்டு வந்துட்டானுக.

சேதி பட்டிக்குப் போச்சு. பதறி அடிச்சுக்கிட்டு, காலை இழுத்துக்கிட்டு ஓடியாறா மனுஷி. ஜமீனோட கால்ல விழுந்து, 'அய்யா, எம்புருஷனை விட்டுருங்கய்யா'னு கெஞ்சுனா... கதறுனா... ஜமீன் இறங்கி வரலே... எத்திவிட்டுட்டு, கையை அசைச்சான். தலவெட்டியான் அருவாளை ஓங்கி வீச, சின்ன அவினாசி தலை தலையில உருண்டுச்சு. அந்த ரத்தம் அந்த மண்ணையெல்லாம் செவப்பாக்கியிருச்சு. அந்தக் காட்சியைப் பாக்க மாட்டாம பட்டி மயங்கிச் சரிஞ்சுட்டா.

பட்டியோட பெறந்த வீட்டுக்குத் தகவல் போச்சு. ஆயி, அப்பனும் அண்ணங்காரனுவளும் ஓடி வாரானுவ. மயங்கிக்கெடந்த பட்டி மூஞ்சியில தண்ணிதெளிச்சு தெளிய வைக்குறானுவ. ஜமீன் காரியங்கிறதால யாரும் எதுத்துப் பேசமுடியலே. சின்ன அவினாசி உடம்பையும் தலையையும் எடுத்துக்கிட்டுப் போயி அடக்கம் பண்ணிட்டு, தங்கச்சியை தங்களோட அழைச்சுக்கிட்டுப் போயிட்டானுவ.

பெரியவுக முன்னிலையில பேச்சுவார்த்தை நடந்துச்சு. மாசத்துக்கு ஒரு அண்ணன் வூடு... முத அண்ணங்காரன் தங்கச்சியை நல்லாப் பாத்துக்கிட்டான். வவுத்துப்புள்ளக்காரி வேற... சின்ன மனக்குறை கூட வராத அளவுக்கு அண்ணிக்காரியும் பாத்துப் பாத்துச் செஞ்சா... ரெண்டாவது அண்ணங்காரனும் தங்கச்சியை நல்லவிதமாப் பாத்துக்கிட்டான். இப்படியே அடுத்தடுத்துன்னு ஆறுமாசம் ஓடுச்சு. ஏழாவது அண்ணங்காரன் வீட்டுக்குப் போனா பட்டி. அது நிறைமாசம் வேற. அந்தப்பய பொண்டாட்டி பெரிய

கொடுமைக்காரி. பட்டி வந்ததுல இருந்தே அவப்போக்கு சரியில்லை. அண்ணங்காரன் இல்லாத நேரத்துல, ‘வக்கத்தவ வந்து வீட்டுல உக்காந்துக்கிட்டு உசுர வாங்குறா’னு குத்தலாப் பேசவும் ஆரம்பிச்சா.

பட்டிக்கு வாழ்க்கை வெறுத்துப் போச்சு. ‘இனிமே யாருக்கும் பாரமா இருக்கக்கூடாது’னு முடிவு பண்ணிட்டா. அண்ணன், அண்ணிக்கிட்ட சொல்லாம வீட்டை விட்டுக் கிளம்பிட்டா. கால்போன போக்குல நடந்தா. மலை, முகடு, பள்ளம், பாதாளம்ன்னு நடந்துக்கிட்டே இருந்தா. திடீர்ன்னு பிரசவ வலி வந்திடுச்சு. வயித்தைப் புடிச்சுக்கிட்டு விழுந்து கத்த ஆரம்பிச்சா. அந்தப் பக்கமா வந்த ஒரு பாட்டி, பட்டியை தன் குடிசைக்குத் தூக்கிட்டுப் போயி பிரசவம் பாத்தா. அழகான ஆண்குழந்தை பெறந்துச்சு.

பட்டிக்குப் பிரசவ மயக்கம் தீந்துச்சு. எழுந்து தன் மகனைப் பாத்தா... அப்பனை மாதிரியே மொகம்... அப்படியே அள்ளிக் கொஞ்சிட்டு, பாட்டி கையில குழந்தையைக் குடுத்தா... ‘ஆயி... என் அண்ணங்காரனுக செல்வத்துல கொழிக்கிற ஆட்கள்... என்னைத் தேடி இந்த வழியா வருவாக... அவுக கையில இதுதான் உங்க மருமகப்புள்ளைன்னு சொல்லி இந்தப் புள்ளையச் சேத்துருங்க’னு சொல்லிட்டு திரும்பவும் நடக்க ஆரம்பிச்சா.

ஆளரவமில்லாத ஒரு இடத்துல காஞ்ச மரங்களையெல்லாம் அள்ளி அடுக்கித் தீமூட்டுனா... தன் அண்ணனுங்களையும் பெத்தவுகளையும் நினைச்சு கண்ணீர் வடிச்சா... அப்படியே தீக்குள்ள பாஞ்சுட்டா...

பட்டியைத் தேடி வந்த அண்ணங்காரனுங்க கையில புள்ளையைக் கொடுத்தா கௌவி. பட்டி தீக்குளிச்ச எடத்தைக் கண்டுபிடித்து, அந்த இடத்துல விழுந்து புரண்டு அழுதானுங்க. பட்டிக்கு நேர்ந்ததைக் கேள்ளிப்பட்ட பெரிய அவினாசி, ‘தம்பிக்கும் தம்பி குடும்பத்துக்குத் துரோகம் பண்ணிட்டமே’ன்னு குற்ற உணர்வுல, ஜமீன்கிட்டப் போயி உண்மையைச் சொல்லிட்டு, கிணத்துல விழுந்து மாஞ்சுபோனான். ‘தப்பா முடிவு பண்ணி ஒரு குடும்பத்தை அழிச்சுட்டமே’னு ஜமீனும் மாரடைப்பு வந்துச் செத்துப்போனான்.

ஏழு அண்ணங்காரனுங்களும் தம் தங்கச்சியை சாமியா வச்சு படைப்புப் போட்டுக் கும்பிட ஆரம்பிச்சானுக. அவனுக

நினைப்புல கலந்து, உறவுல கலந்து, உணர்வுல கலந்து சந்ததி தாண்டி இன்னைக்கு வரைக்கும் அந்தக் குடும்பத்துல ஒருத்தியா வாழ்ந்துக்கிட்டிருக்கா பட்டி.

கரூருக்குப் பக்கத்துல வேப்பங்குடினு ஒரு ஊரு இருக்கு. அங்கே ஒரு பீட வடிவத்துல உறைஞ்சிருக்கா பட்டி. அவளோட சந்ததியெல்லாம் தாய்க்குத் தாயா அவளை மதிச்சு நல்லது கெட்டது பண்ணிக்கிட்டிருக்காக.

19. குழலி

பலவேசமும், செல்லையனும் பெரிய திருட்டுப்பயலுக. ஆளு அசந்தா வேட்டி, சேலையக்கூட உருவிக்கிட்டுப் போயிருவானுவ படுபாவிப் பயலுக. எவ்வளவு கனத்த பூட்டுப்போட்டாலும் சின்ன தெறவுக்குச்சியை வச்சு தெறந்து, இருக்கிறதை வாரிச் சுருட்டிக்கிட்டுப் போயிருவானுவ. நல்லா வெளைஞ்சு நிக்குற வயலாப்பாத்து ராத்திரியோட ராத்திரியா ஆள வச்சு அறுத்துக்கட்டிக்கிட்டுப் போறதுல பயலுவ படு கில்லாடிக.

ஊர்ல சுந்தரம்ன்னு ஒரு அய்யர் இருந்தாரு. வேலிக்கணக்குல நெலபுலம் கெடக்கு. ஆளு கனத்த கையி. ஏகப்பட்ட ஆளுக இவரு பண்ணையில வேலை செய்றாக. எல்லாப் பேத்துக்கும் அறுவடை முடிஞ்ச உடனே ஞாயமா தானியம் கட்டி அனுப்பிருவாரு. அய்யரு வூட்டுல அம்பது, அறுபது மாடுங்க உண்டு. பக்கத்தூரைச் சேர்ந்த பெரியமாடன், அய்யருக்கிட்ட காவக்காரனா இருந்தான். பேருதான் காவக்காரன்... ஆடு மாடு மேய்க்கிறதுல இருந்து ராத்திரி வயக்காட்டுக் காவல் வரைக்கும் எல்லாமே அவன்தான். விசுவாசமான ஆளு. அய்யருக்குப் பெரியமாடன் மேல நம்பிக்கையும் மரியாதையும் உண்டு. எதையும் நம்பி விட்டுட்டுப் போவாரு.

பெரியமாடன் பெரிய பலசாலி. திடகாத்திரமான ஆளு. அவன் பொண்டாட்டி பேரு குழலி. புருஷனை மாதிரியே தைரியமானவ. வாள் வித்தை கத்தவ. ஈட்டிக்கம்பும் வீசுவா. புருஷனும் பொண்டாட்டியும் அவ்ளோ அன்பா இருப்பாக. கலியாணம் முடிஞ்சு ஆறு வருஷமாச்சு. இதுவரைக்கும் புள்ளைக இல்லை. ஆனாலும் அந்தக் குறை தெரியாம ஒருத்தருக்கொருத்தர் அனுசரணையா இருப்பாக.

அந்த வருஷம் கொஞ்சம் பருவம் தப்பிப்போச்சு. வழக்கமா 'தை'க்கு வரவேண்டிய அறுவடை, மாசி கடைசிக்குப் போயிருச்சு. நெல்லு, உளுந்து, பயிருன்னு எங்கே பாத்தாலும் பச்சைப் பூத்துக்கெடந்துச்சு. ஒரு பக்கம், காட்டுபன்னி, கரடின்னு மிருகங்க புகுந்து வெளைஞ்ச வயலை நாசம் பண்ணுனா, இன்னொரு பக்கம் திருட்டுப்பயலுக வயக்காட்டுல இறங்கி அறுத்துக்கட்டிக்கிட்டுப் போயிருறானுவ.

அய்யரு, அறுவடைக்கு நாள் குறிச்சாரு. ‘சரியா ஏழாம் நாளு பவுர்ணமியன்னிக்கு மேலக்காட்டு வயல்ல இருந்து அறுக்கலாம்’னு முடிவு பண்ணியாச்சு. மாடனை அழைச்சாரு அய்யர். “மாடா... அறுவடை தீர்மானிச்சாச்சு. வயக்காட்டைப் பத்திரமாப் பாத்துக்கோ. திருட்டுப்பயலுக நடமாட்டம் அதிகமாக் கெடக்கு. விழிப்பா இருக்கனும். அறுவடைக்கு ஆளுச் சொல்லு. செங்கோடன் பட்டறையில சொல்லி கருக்கருவாளுக்கு இரும்பெடுத்துக் குடு...’ன்னாரு.

மாடனுக்கு ராத்திரியில்லை... பகலு இல்லை... எல்லா நேரமும் வயக்காட்டையே சுத்தி வந்தான். வானக்கார முத்துக்கிட்டச் சொல்லி கருமருந்து வாங்கியாந்து காட்டுப்பன்னிக்கு வெடி தயார் பண்ணி வச்சான். நாலைஞ்சு பன்னிங்க வெடியைக் கடிச்சு வெடிச்சுச் செத்துப்போச்சுக.

அடுத்த மூணாம் நாளு அறுவடை. பாலு வெச்ச பயிரெல்லாம் முத்திருச்சு. அண்டையூரு கங்காணியைப் பாத்து அறுவடைக்கு ஆளு சொல்லிட்டான் மாடன். கருக்கருவா வந்து எறங்கிருச்சு. எல்லா வேலையும் முடிச்சுட்டு சோர்ந்து போயி வீட்டுக்கு வந்தான் மாடன். காட்டுக்கோழி புடிச்சாந்து சாறு செஞ்சு வச்சிருந்தா குழலி. கோழிச்சாறு ஒரு கலயமும், கம்மங்கஞ்சி ஒரு கலயமும் ஊத்தியாந்து குடுத்தா மகராசி. குடிச்சு முடிச்சுட்டு கயித்துக்கட்டில்ல படுத்தான் மாடன். அவனையறியாம கண்ணசந்துட்டான். நேரம் போனதே தெரியலே... ‘ராக்காவலுக்குப் போகாம மனுஷன் உறங்கிக்கிட்டிருக்காரே’னு குழலி வந்து எழுப்பினா. கண்ணெல்லாம் ஒரே எரிச்சல். கொவ்வாப்பழமாட்டம் செவந்துவேற கெடக்கு. முழிக்கமாட்டாம கெடந்தான் மாடன். பயலுக்குக் கடுமையான காய்ச்சல். பனின்னு பாக்காம, மழைன்னு பாக்காம வயக்காட்டுலயே கெடந்தது ஒத்துக்கிடலே. பதறிப்போனா குழலி.

கொள்ளைப்பக்கம் போயி கொஞ்சம் மூலிகைகளைப் பறிச்சாந்து கசாயம் போட்டுக் குடுத்தா. காய்ச்சல் குறையலே... எழுந்து உக்கார வாய்க்கலே. இருந்தாலும் செரமப்பட்டு எழுந்து மல்லைக்கட்டிக்கிட்டு வயக்காட்டுக்குக் கௌம்புனான் மாடன். ‘கடுங்காச்சலடிக்குது... இதோட வயக்காட்டுக் காவலுக்குப் போயி பனியில திரிஞ்சா காச்சல் அதிகமாகிப்போவும். அய்யர்கிட்டச் சொல்லி இன்னிக்கு காவலுக்கு மாத்தாளு போடச்சொல்லுவோம். வீட்டுல இருங்க’ன்னு சொன்னா குழலி. மாடன் கேக்கலே.

‘அறுவடைக்கு மூணு நாளுதான் கெடக்கு. பக்கத்தூரு ஆண்டை வயக்காட்டுல திருட்டுப்பயலுக இறங்கி அறுத்துக்கிட்டுப் போயிட்டானுவ. பன்னிங்க, மானுங்கள்லாம் தானிய வாசனை புடிச்சு வந்து நாசம் பண்ணிருதுக. இந்தச் சமயத்துல நாம வீட்டுல படுத்துக்கிட்டா நல்லாயிருக்காது. நான் சமாளிச்சுக்கிறேன். நீ கவலைப்படாம இரு’னு சொல்லிட்டு, கிளம்புனான் மாடன்.

குழலி யோசிச்சுப் பாத்தா. ‘இவுரு சொல்றதும் சரிதான். அய்யரு நம்பிக்கையா நம்மளை விட்டிருக்காரு. அறுவடை நேரத்துல முடங்கி வூட்டுல படுத்துக்கிட்டா மனுஷன் தப்பா நினைச்சுக்குவாரு. அதுக்காக இவ்வளவு காச்சலோட இவுரைக் காவலுக்கு அனுப்பவும் முடியாது.’னு ஒரு முடிவுக்கு வந்தா.

“இன்னிக்கு நானும் உங்ககூட வாரேன். காச்சல் அதிகமாகி ஒண்ணுல்லாட்டி ஒண்ணு ஆனா என்ன பண்றது... பக்கத்துல உக்காந்து ஒத்தாசையா இருக்கேன்”னு சொன்னா. மாடன் ஒத்துக்கலே. “அதெல்லாம் சரிப்படாது புள்ளே... பனியும் குளிரும் பயங்கரமாயிருக்கு. ராத்திரி மிருகங்க உலாவ ஆரம்பிச்சிருக்கு. நீ பாட்டுக்கு வீட்டுக்குள்ளாற படுத்திரு. நான் பாத்துக்கறேன்”னு சொன்னான். குழலி கேட்கலே. ஈட்டிக்கம்பை கையில எடுத்துக்கிட்டா. அரிக்கேன் விளக்கை தூண்டிவிட்டு அதையும் தூக்கிக்கிட்டா. ஒரு பாத்திரத்துல கசாயத்தையும் ஊத்திக்கிட்டு புருஷன்கூட கிளம்பிட்டா.

வானம் வெளுத்துக் கெடக்குது. நட்சத்திரங்களும் நிறைஞ்சிருக்கு. நேரா மேலக்காட்டு வயலுக்கு வந்து சேர்ந்தாக ரெண்டு பேரும். கெழக்கு வரப்புல உசரமா மோட்டுக் கட்டி ரெண்டாளு படுக்கிற அளவுக்கு பந்தல் போட்டிருக்காக. அதுல ஏறிட்டாக. மாடனுக்கு காச்சல் குறையலே... பந்தல்ல ஏறுனவுடனே அசந்து படுத்துட்டான். மெல்ல நேரம் கடந்துச்சு. ஊசு ஊசுன்னு காத்து வீசுது. எங்கோ தூரத்துல காட்டுப்பன்னிக்கு வேட்டு வைக்கிற சத்தம் கேக்குது.

நிலா ஒரு பக்கம் ஏறி இன்னொரு பக்கம் எறங்கிருச்சு. நடுச்சாமம் இருக்கும். மேலக்காட்டு வயலுக்குள்ள சலசலன்னு சத்தம் கேக்குது. ஆளுக பேசிக்கிற சத்தம் கேக்குது. ‘யாரோ வயக்காட்டுக்குள்ள இறங்கிட்டாக’னு தெரிஞ்சு போச்சு. புருஷனைப் பாத்தா குழலி. அசந்து தூங்குறான். காச்ச கொதிக்குது. ஈட்டிக்கம்பைக் கையில எடுத்தா... தலைமுடியை அள்ளி முடிஞ்சா. முந்தானையை எடுத்துச் சொருவுனா. விறுவிறுன்னு

பந்தல்ல இருந்து எறங்குனா. ஆளுசரத்துக்கு நெல்லுப்பயிரு வளந்து நிக்குது. அப்படியே தணிஞ்சு எறையைப் புடிக்கப்போற புலி மாதிரி பதுங்கிப் பதுங்கிப் போனா.

வயலுக்குள்ள நாலைஞ்சு ஆளுக நிக்குறானுவ. விறுவிறுன்னு கருதோட மேப்பகுதியை மட்டும் அறுத்து சாக்குல திணிக்கிறானுவ. ஆளுகளைக் கூர்த்து பாத்தா குழலி. அந்தப் பலவேசம் பயலும் செல்லையனும் தான் ஆட்களைக் கூட்டியாந்து இந்த வேலையை செய்யிறானுவ. 'சரி, அய்யரைக் கூட்டாயிருவோம்'னு யோசிச்சா குழலி.

திடீர்ன்னு ஒரு எண்ணம். 'பலவேசம், தெரிஞ்ச பயதான். ஒரு சுத்துக்கு உறவுக்காரன் வேற. நாமளே பேசி விரட்டி விட்டுருவோம்'னு நினைச்சு நேரா வயலுக்குள்ள இறங்குனா குழலி. ஆளரவம் கேட்டதும் சுதாரிச்ச திருட்டுப்பயலுக கருதுக்குள்ள பதுங்குனானுக. "எலே... பலவேசம் வயலைவிட்டு வரப்புல ஏறு... சத்தம் காட்டாம வெட்டுன கருதை வெளிய அள்ளிப்போட்டுட்டு ஆளுகளைக் கூட்டிக்கிட்டு ஓடிப்போயிரு... இல்லே, நாளைக்கு அய்யர்கிட்டச் சொல்லி பஞ்சாயத்துல நிறுத்திருவேன்"னா குழலி. பலவேசம் பக்கத்துல திரும்பி ஒருத்தன்கிட்ட கண்ணைக் காட்டுனான். அந்தப்பய கருதுக்குள்ளயே பதுங்கி பின்பக்கமாப் போயி கடப்பாரையால குழலி தலையில ஓங்கி ஒரு அடி அடிச்சான் பாருங்க... அப்படியே முன்பக்கமா 'பொத்து'னு கீழே விழுந்தா குழலி. ரத்தம் பெருக்கெடுத்து ஓடுது. அப்படியே எல்லாத் திருட்டுப்பயலுகளும் சுத்திக்கிட்டானுவ. "இவளை இப்படியே விட்டுட்டுப்போனா, அய்யர்கிட்டச் சொல்லி அசிங்கப்படுத்தியிருவா... விடக்கூடாது"ன்னு சொன்ன பலவேசம், செல்லையனுக்குக் கண்ணைக் காட்டுனான். செல்லையன் கையில இருந்த வாளால குழலியோட கழுத்தை அறுத்தான். அஞ்சு நிமிசத்துல, தலைவேற முண்டம் வேறயா ஆகிப்போச்சு. பச்சைப் பயிரெல்லாம் செவப்பா மாறிப்போச்சு.

தலையை வயலுக்குள்ளயும் முண்டத்தை வரப்புலயும் போட்டுட்டு அறுத்த பயிரை அள்ளிக்கிட்டுக் கிளம்பிட்டானுவ. காச்சல்ல கெடந்த மாடன் மறுநாள் காலையில தான் முழிச்சான். ஒண்ணொண்ணா அவனுக்குக் கனவு மாதிரி நினைவுக்கு வர, பொண்டாட்டியை காணுமேன்னு பதறித் தேட ஆரம்பிச்சான். மேலக்காட்டு வரப்புல அவ உடலும், வயலுக்குள்ள அவ தலையும்

கெடந்துச்சு. அழுது புலம்புன மாடன், இந்தப் படுபாதகத்தைச் செஞ்சது பலவேசமும் செல்லையனும்தாங்கிறதைத் தெரிஞ்சுக்கிட்டான். அவனுவளைத் தேடிக் கண்டுபிடிச்சு கண்டந்துட்டமா வெட்டிப்போட்டான். குழலி இல்லாத உலகத்துல வாழப் பிடிக்காம அவனும் ஈட்டியைச் சொருவிக்கிட்டு உயிரை விட்டுட்டான்.

அய்யருக்கு செய்தி அறிஞ்சு அலறி அடிச்சுக்கிட்டு ஓடியாந்தாரு. ஊரே கூடி நின்னு குழலியோட வீரத்தையும், மாடனோட தியாகத்தையும் பேச்சாப் பேசுச்சு. 'குழலியும் மாடனும் நம்மளைக் காக்க வந்த தெய்வம்'னு அய்யரும் ஊராரும் நினைச்சாக. ரெண்டு பேருக்கும் சிலையெடுத்து சாமியாக் கும்புட ஆரம்பிச்சாக.

தூத்துக்குடிக்குப் பக்கத்துல செய்துங்கநல்லூர்ன்னு ஒரு ஊரு இருக்கு. அங்கேதான் இருக்காக குழலியும், மாடனும். குழலி ரொம்பவே சாந்தமாயிட்டா... மாடனுக்குத்தான் கோபம் குறையலே... பரிவாரங்களோட பீடமா நின்னு, எல்லாப் பேரையும் முறைச்சுப் பாத்துக்கிட்டிருக்கான்!

20. தொட்டி

அந்த மக்க இருக்காகளே, அவ்வளவு கட்டுப்பாடான ஆளுக... ஆம்புளை, பொம்புளை வித்தியாசமில்லாம எல்லாப்பேரும் சண்டை படிச்சவுக. வில்லு, வாளு, கத்தி, கோடாரி, பந்தம், ஈட்டின்னு எல்லா ஆயுதங்களையும் கத்து வச்சிருந்தாக. புள்ளைகளுக்கு வெவரம் தெரிஞ்சவுடனே சண்டைப் பட்டறைக்கு அனுப்பி வச்சிருவாக. அங்கேயே பாடம் படிச்சுக்கிட்டு சண்டையும் படிச்சிருங்க புள்ளைக.

அந்த சனங்களுக்கு பிழைப்பே வேட்டையாடுறதுதான். வேட்டையில அவுகளை மிஞ்ச யாருமில்லை. கண்ணி சுத்தி முசல் புடிக்கிறதுலருந்து, வில்லடிச்சு வேங்கையை சாய்க்குறது வரைக்கும் எல்லா உத்தியும் தெரிஞ்சாளுக. ஆளுகளுக்கு இணையா நாய்களும் வேட்டைக்குப் போவும். மிருகங்களை அணைக்கட்டி வளைச்சுக் கொண்டு வர்றது, முசல்களை விரட்டிப் பிடிக்கிறதுன்னு நாய்க்கூட்டத்துக்கும் பயிற்சி குடுத்து வச்சிருக்காக.

இவ்வளவு வீரமா, வெகுமானமா வாழுற இந்த சனங்க மத்தியில கட்டுப்பாடுகளும் ஏகமா உண்டு. ஆம்பிளைகளுக்குச் சரிக்குச்சமமா பொம்பளைகளும் வேட்டைக்குப் போவாக. ஆனா, பொம்பளைக எங்கே போனாலும் ஆறு மணிக்கு முன்னால வீட்டுக்குத் திரும்பிறனும். இது காலங்காலமா கடைபிடிக்கப்படுற ஒரு பழக்கம்.

அந்த சனங்களோட தலைவர் பேரு செங்காளை. அவுரு பேச்சுக்கு மறுபேச்சு கிடையாது. பெரிய வீரன். பெரிய வேளத்துக்கிட்டே தனியா மல்லுக்கு நின்னு செயிச்சு கொம்பை ஒடிச்சுக் கொண்டாந்தவரு. அவரு தலைமையிலதான் வேட்டைக்குக் கிளம்புவாக. அதிகாலை எழுந்து, ஆயுதங்களை தரிச்சுக்கிட்டு குதிரையைக் கெளப்புனா, சாயங்காலம் வரும்போது ஆளுக்கொன்னா மிருகங்களை அடிச்சுத் தூக்கியாருவாக. பொது மையத்துல பாண்டம் வச்சுச் சமைச்சு ஊரே ஒண்ணா உக்காந்து சாப்புடும்.

செங்காளையோட ஒரே மவ, தொட்டி. ஆளு தேவதை மாதிரியிருப்பா. தொட்டியப் பெத்துப்போட்ட கையோட

அம்மை வாத்துச் செத்துப்போனா அம்மா. 'அம்மா இல்லாத பிள்ளையாச்சே'ன்னு அன்பைக் கொட்டிக்கொட்டி வளத்தாரு செங்காளை. சின்ன வயசுலயே யுத்தம் பழகினவ. வீரத்துல அப்பனை மிஞ்சுவா. வேட்டைக்கு இறங்கிட்டா வேங்கை மாதிரி பாயுவா. அப்பா மேல உசுரயே வச்சிருந்தா புள்ள.

அன்னிக்கு நிறைஞ்ச அமாவாசை. உக்கடத் தீ மூட்டி எல்லாப் பேரும் உக்காந்து ஆட்டம் பாட்டம்ன்னு கொண்டாடுனாக. எல்லாரையும் அமைதிப்படுத்திட்டு, "நீர்க்க மழை பேஞ்சு குளம் குட்டையெல்லாம் நிறைஞ்சு கிடக்கு... பச்சை பூத்து வனமே மங்களகரமா மாறியிருக்கு. விலங்குகள்லாம் ஆங்காங்கே கண்ணுக்குத் தட்டுப்படுது. விடியக்காத்தால எல்லாரும் வேட்டைக்குக் கிளம்பனும். தினை மாவைக் கட்டிக்கிட்டு, ஆயுதங்களோட எல்லாரும் தயாராயிருங்க"ன்னு சொன்னாரு செங்காளை.

தொட்டிக்கு வேட்டைக்குப் போறதுன்னாவே கொண்டாட்டம்தான். வீட்டுக்குள்ள போயி, வில்லு, அம்பையெல்லாம் தூசி தட்டி எடுத்து வச்சா. குதிரைக்குக் கூடுதலா கொஞ்சம் தீவனம் கட்டுனா.

விடிஞ்சிருச்சு.

எல்லாரும் குதிரைகளை கிளப்பி தயாரா நின்னாக. தொட்டி தன்னோட வெள்ளைக்குதிரையில ராஜகம்பீரமா உக்காந்திருந்தா. செங்காளை கண்ணைமூடிக் கொஞ்சம் நேரம் அசையாம நின்னாரு. மெதுவா கண்ணைத் தெறந்து, "செங்காத்து கிழக்காப்புல இருந்து வீசுது... போத்துக்குருவியும் அந்தப் பக்கம் கத்துது. நல்ல சகுனம் கெளம்பலாம்"னு சொல்லிட்டு குதிரையைக் கிளப்புனாரு. பின்னாடியே எல்லாரும் கிளம்ப, காத்துல பறக்குற பஞ்சு மாதிரி பறக்குது குதிரையெல்லாம்.

நடுவனாந்திரத்துல குழுக்குழுவா பிரிஞ்சுபோயி வேட்டையாடுனாக. காடே கலகலத்துப் போச்சு. குதிரையோட குளம்புச் சத்தத்தைக்கேட்டு மிருகங்கள்லாம் ஓலம் போட்டுக்கிட்டு ஓடி ஒளியுதுக. செங்காளையோட குழுவுல இருந்தா தொட்டியச்சி. வேங்கை, வேளம்ன்னு பெரிய பெரிய விலங்குகளைத் தேடி வேட்டையாடுனாரு செங்காளை.

பொழுது மெல்லமெல்லக் கவியுது. குதிரையெல்லாம் களைச்சு வாணி உதுக்குது. ஒவ்வொரு குழுவா ஒரு பொதுவிடத்துல

வந்து குவியுறாக. அடிச்ச மிருகங்கள்லாம் மலை மாதிரி குவிஞ்சு கெடக்கு. செங்காளையும் அவரு கூட போனவுகளும் வந்துட்டாக. ஆனா, தொட்டிய மட்டும் காணல. செங்காளைக்கு அதிர்ச்சியாப் போச்சு. 'கூடவே நின்னுச்சே புள்ள... எப்படித் தவறிப்போனா'னு குழம்பி, ஆளுகளை நாலு பக்கமும் அனுப்பித் தேடச் சொன்னாரு.

மெல்லமெல்ல பொழுது சாயுது. தேடிப்போன ஆளுகல்லாம் சேதியில்லாமத் திரும்பி வாராக. கூட வந்தப் பொம்பளைகள்லாம் கண்ணு கலங்கி நிக்குறாக. 'என்ன ஆச்சோ... விலங்குகள் ஏதும் அடிச்சுப் போட்டிருச்சோ'னு பயம். செங்காளை கலங்கிப்போனாரு... "சரி... இருட்டாகுது... நடக்குறது நடக்கட்டும்... இதுக்கு மேல வனத்துக்குள்ள இருக்க வேணாம்"னு சொல்லி எல்லாரையும் அழைச்சுக்கிட்டு ஊருக்கு வந்துட்டாரு.

காட்டுக்குள்ள ஒரு கடமானைத் துரத்திக்கிட்டுப்போன தொட்டி வழிதவறிப்போனா. எல்லாப் பக்கமும் ஒரே மாதிரியிருக்கு. புதுசா பேஞ்ச மழை காட்டை ஒரேமாதிரி மாத்திப்போட்டு வச்சிருக்கு. வந்த வழியும் தெரியலே, போற வழியும் தெரியலே...

நல்லா இருட்டிருச்சு... குதிரையை போன போக்குல விரட்டுறா தொட்டி... நாசிக்கெட்டுன தூரம் வரைக்கும் மனுஷ வாடையே இல்லை. தன் சாதி சனத்தை நினைச்சா உள்ளுக்குள்ள பகீர்னு இருக்கு. இருட்டு கவியுறதுக்குள்ள வீட்டுக்குப் போகலேன்னா வீட்டுக்குள்ள சேக்க மாட்டாகளேன்னு பயம். அவளையறியாம கண்ணு கலங்கி தண்ணி வடியுது... ஓடுன குதிரை களைச்சு தட்டுத்தடுமாறி நிக்கிது. பசி, பயம், கவலைன்னு தொட்டிச்சிக்கும் உடம்பு சோர்ந்து போச்சு. மயங்கிக் கீழே விழுந்துட்டா...

மழைத்தண்ணி முகத்துல விழுந்து விழிப்பு வந்தப்போ நல்லா விடிஞ்சிருந்துச்சு. குதிரை ஒரு பக்கம் மேஞ்சுக்கிட்டு கெடக்கு. மெதுவா எழுந்தா... குதிரையை இழுத்துக்கிட்டு, காட்டுப்பழங்களைப் பறிச்சுத் தின்னுக்கிட்டு கால்போன போக்குல நடந்தா... தூரத்துல கோடு கிழிச்ச மாதிரி புகை கிளம்புது... ஆகா... மனுஷங்க இருக்காக.

ராஜகம்பீரமான உடையோடவும், களைச்சுப்போன முகத்தோடவும் வந்து நிக்கிற பொண்ணைப் பார்த்து அந்த

மக்களுக்குக் குழப்பமாகிப் போச்சு. ஊர்த்தலைவர் வந்து விசாரிச்சாரு... உண்மை விளங்கிருச்சு... 'நேத்து, சில வேட்டைக்காரங்க, 'கூடவந்த பொண்ணைக் காணோம்'னு தேடி வந்தாக... அது நீதானாம்மா'னு கேட்டு, ஆகாரம் கொடுத்து உக்காரவச்சு உபசரிச்சாக. ஆளுப்பேரை அனுப்பி அந்த வேட்டைக்காரகளைத் தேடச் சொன்னாக. ஒருவழியா செங்காளைக்குத் தகவல் போச்சு.

வேகவேகமா செங்காளையும் அவரோட சனங்களும் வந்து சேந்தாக. ஊர்க்காரங்க, தொட்டிய அவுகக்கிட்ட ஒப்படைச்சாக. செங்காளைக்கு, உசுருக்கு உசுரா வளர்த்த ஒத்தை மக கிடைச்சுட்டாளேன்னு ஒரு பக்கம் சந்தோசம்... ஆனா, ஒரு முழு ராத்திரி வீட்டுக்கு வராம வெளித்தங்குனவளை எப்படி சேக்குறதுன்னு குழப்பம் ஒரு பக்கம்... ஆனாலும் அந்த ஊர் மக்களுக்கு நன்றி சொல்லிட்டு தொட்டியக் கூட்டிக்கிட்டு கிளம்புனாக எல்லாரும்.

யாரும் ஒரு வார்த்தை பேசலே... ஒருத்தர் முகத்தை ஒருத்தர் பாக்கலே... தங்களோட ஊரெல்லையில இருக்கிற கருப்பச்சாமி முன்னால தொட்டிய நிறுத்துனாக. பெரியாளுகல்லாம் தனியாப் போயி கூடிப்பேசுனாக. கொசகொசன்னு பேச்சுச்சத்தம் மட்டும் தொட்டி காதுல விழுகுது... அடுத்து என்ன நடக்கப்போகுதுன்னு தெரியலே...

செங்காளை முன்னால வந்தாரு... "மகளே... தொட்டி... நீ எம் மவளா இருந்தாலும் எல்லாருக்கும் நீதி ஒன்னுதான். நம்ம குல வழக்கப்படி ராத்திரி வெளித்தங்குன பொம்பளைகளை ஊருக்குள்ள சேக்குறதில்லை. அப்படி சேக்குறது நம்ம சாமிக்கு ஆகாது... இனிமே உனக்கு இங்கே உறவுன்னு யாருமில்லை... இந்த ஊரும் உனக்கு சொந்தமில்லை... எல்லாம் அந்துபோச்சு... இனிமே இந்த எல்லையைக் கடந்து ஊருக்குள்ள வரக்கூடாது" னு கையெடுத்துக் கும்புட்டாரு... கண்ணுல தண்ணி வழியுது... நாலு பெரியாளுக வந்து அவரைக் கைத்தாங்கலா கூட்டிக்கிட்டுப் போனாக. கடைசி வரைக்கும் திரும்பியே பாக்கலே அந்த மனுஷன்...

தொட்டியச்சி கலங்கிபோனா... 'நான் என்ன தவறு பண்ணினேன்... வனத்துக்குள்ள பாதை தவறிப்போனது என்னோட தவறா... எனக்கு ஏன் இந்தத் தண்டனை... இந்த

122 தெய்வ மனுஷிகள்

ஊரைப் பாக்காம, உறவைப் பாக்காம எப்படி வாழுவேன்... உசுருக்கு உசுரான அப்பனைப் பாக்காம எப்படி இருப்பேன்...'

கருப்பசாமி பக்கம் திரும்பி கதறி அழுதா தொட்டி. அவளைத் தேத்த, தலைகோதி ஆறுதல் சொல்ல ஒருத்தரும் வரலே... அந்தக் கருப்பனும் கல்லாட்டம் உக்காந்து வேடிக்கைதான் பாத்தான். கத்திக்கத்தி தொண்டைத்தண்ணி வத்திப்போச்சு... 'கருப்பா... இனி ஏன் நான் உசுரோட இருக்கனும்'னு கேட்டுக்கிட்டே முன்னால ஊண்டியிருந்த சூலாயுதத்தைப் புடுங்கி வயித்துல சொருகிகிட்டா தொட்டி... கருப்பன் கோயிலே ரத்தத்தால செவந்துபோச்சு. நாலைஞ்சு துடிப்போட அடங்கிப்போனா மனுஷி...

அவளைக் காப்பாத்தி அப்பங்காரன்கிட்ட சேத்த ஆளுங்கல்லாம் செய்தி தெரிஞ்சு ஓடி வந்தாக. தேவதை மாதிரிப் பொண்ணு சூலத்துல பாஞ்சு ரத்த வெள்ளத்துல கிடக்குறதைப் பாத்து கதறி அழுதாக. 'இவ சாதாரணப் பொண்ணுல்லே... கன்னி தெய்வம்'ன்னு சொல்லி அவளை சாமியா கும்புட ஆரம்பிச்சாக...

கரூர்ல இருந்து திண்டுக்கல் போற சாலையில மணவாடின்னு ஒரு ஊரிருக்கு. அங்கேதான் இருக்கா, தொட்டி. சம்பவத்துக்குச் சாட்சியா தொட்டி கூடவே கருப்புச்சாமியும் உக்காந்திருக்காரு..!

21. பூவுளத்தா

நம்ம மாலைக்குட்டி இருக்காரே... நல்ல வளமான ஆளு. சொத்து சொகமுன்னு நெறையக் கெடக்கு. பெரிய சனக்கட்டு. ஊருல பங்காளிகளோட சொத்துத்தகராறு. அதனால எல்லாரையும் ஒதுக்கிப்புட்டு இந்த ஊருக்கு வந்து குடியிருக்காரு. மனுஷனுக்கு இந்தூர்லயும் நல்ல மரியாதி. நல்லது, கெட்டது பண்ணனும்ன்னா யாரும் இவரில்லாமப் பண்ண மாட்டாக. பொதுக்காரியங்கள்லயும் ஈடுபாடான ஆளு.

மாலைக்குட்டிக்கு ஆறு ஆம்புளைப் பயலுவ. எல்லாம் வலுவான ஆளுக. வம்பு, தும்புன்னு வந்தா ஆறு பயலுகளும் கைகோத்துக்கிட்டு மல்லுக்கு நிப்பானுவ. நாலு தலைமுறைக்குச் சொத்து, தோளுக்குச் சமமா ஆறு ஆம்பளைப் பயலுக இருந்தாலும் மாலைக்குட்டிக்கு ஒரு பெரிய மனக்குறை உண்டு. ஆஸ்திக்கு ஆறு ஆம்பளைப் பசங்களைக் கொடுத்த செங்கிடாக்காரன், ஆசைக்கு ஒரு பொம்பளப்புள்ளையைக் குடுக்கலையே... வீட்டுக்குப் பக்கத்துலேயே செங்கிடாக்காரனுக்குப் பீடம் எடுத்துக் கோயிலு கட்டிக் கும்புட்டாரு மாலைக்குட்டி. தெனமும் போயி ‘எனக்கொரு பெண்வாரிசுக்கு வரம்குடு சாமி’ன்னு கேக்காத நாளுல்ல... ஒருக்கா, மாலைக்குட்டி குரல் செங்கிடாக்காரனுக்குக் கேட்டிருச்சு...

அந்த தெய்வக் கருணையில பாக்கியத்தா முழுகாம இருந்தா. பத்தாம் மாசம், மலர்ந்த பூ மாதிரி அழகான ஒரு பொம்பளப்புள்ளையப் பெத்தெடுத்தா பாக்கியத்தா. பூமாதிரி இருந்ததால ‘பூவுளத்தா’னு பேரு வச்சாக. ஆறு அண்ணங்காரனுவளும் உசுருக்கு உசுராப் பாத்துக்கிட்டானுவ தங்கச்சிய. ஆயி, அப்பனுக்கும் வாழ்க்கையே நிறைவானமாதிரி இருந்துச்சு.

பூவுளத்தா வளர்ந்தா. பெரிய மனுஷன் வீட்டுப் புள்ளைங்கிறதால அவளை ஊரே தம் வீட்டுப்புள்ள மாதிரி நினைச்சுச்சு. ஆடை அணிகலன்னு புதுசுபுதுசா வாங்கிக் குவிச்சானுவ அண்ணங்காரனுவ. பூவுளத்தாலும் அண்ணங்காரனுங்க மேல உசுரயே வச்சுருந்தா.

பதிமூணு வயசுல பெரிய மனுசியானா பூவுளத்தா. அதுவரைக்கும் சிட்டுக்குருவி மாதிரி ஊருக்குள்ள சுத்தித்திரிஞ்ச

அவளை, அதுக்குமேல வெளியில செல்ல அனுமதிக்கலே பாக்கியத்தா. 'வயசுப்புள்ள, வெளியில போன நாலு நல்ல கண்ணுபடும், நாலு கெட்டக் கண்ணு படும், ஆவி கீவி அண்டிக்கும்'னு அவளுக்குப் பயம். பூவுளத்தாவும் வீட்டுக்குள்ளயே இருந்தா.

அந்தச் சுவத்துக்கும் இந்தச் சுவத்துக்கும் நடந்துக்கிட்டு எவ்வளவு காலத்துக்கு வீட்டுக்குள்ளயே கெடக்க முடியும். போரடிச்சுப்போச்சு புள்ளைக்கு. ஒருக்கா, அண்ணங்காரனுங்களைக் கூப்புட்டு, 'என்னை மாதிரி புள்ளைகள்லாம் வீட்டுக்குள்ள உக்காந்துக்கிட்டு ராட்டை நூத்துக்கிட்டிருக்குதுக. எனக்கும் ஒரு ராட்டை வாங்கித்தந்தா நூப்பேன்ல'னு கேட்டா. 'நம்ம அப்பன் சேத்து வச்சிருக்கிற சொத்தே நாலைஞ்சு தலைமுறைக்கு உக்காந்து சாப்பிடலாம்னு இருக்கு. போதாக்குறைக்கு நங்கூரம் கணக்கா உனக்கு ஆறு அண்ணங்காரனுவ இருக்கோம். நீ எதுக்குத் தாயி உடம்பை வருத்தி நூலு நூற்கனும். உடம்புக்கு ஒத்துக்காமப் போயிரும். நீ பாட்டுக்கு சாப்பிட்டமா, வீட்டுக்குள்ள விளையாண்டமானு இரு தாயி'ன்னான் மூத்தவன். 'இல்லண்ணே... நான் சாம்பாதிச்சுக் கொடுக்கனும்ன்னு இல்லே... நேரம் போவமாட்டேங்குது... ராட்டை இருந்தா சும்மா சுத்திக்கிட்டுக் கெடப்பேன்ல'னா பூவுளத்தா. அண்ணங்காரனுவளுக்குப் பாவமாப்போச்சு. 'தங்கச்சிக்கு ராட்டை வாங்கித் தந்திருவோம்'னு ஆறு பயலுவலும் கிளம்புனானுவ.

ராட்டை வாங்கி ஆறுபேருக்கும் அனுபவமில்லை. ஊரு, ஊராச் சுத்தித் திரிஞ்சானுவ. ராட்டை செய்யிற ஆட்களைக் கண்டுபிடிக்க முடியலே. வழியில மாடு ஓட்டிக்கிட்டு நாலைஞ்சு பேரு நடந்து வந்திக்கிட்டிருந்தாக. ஆறு பயலுகளும் முகம்வாடிச் சுத்துறதைக் கவனிச்ச அந்தாளுக, 'என்னா தம்பிகளா... வாட்டமா அலையுறீக'ன்னு கேட்டாக. 'ஒத்தைத் தங்கச்சி ஆசையா ராட்டை கேட்டா... நல்ல ராட்டை வாங்குறதுக்காக அலையுறோம்... ஆனா, எங்கேயும் வாய்க்க மாட்டேங்குது'னான் மூத்தவன். 'அடடே.... தம்பியளா... என்கூட வாங்க... தெரிஞ்ச ஒருத்தரு ராட்டை செய்யிறாரு... வாங்கித்தாரேன்'னு கூட்டிக்கிட்டுப் போனாரு ஒரு பெரியவர். ராட்டைக்கு விலை தெகஞ்சு யாவாரம் முடிச்சு வாங்க ராவாகிப்போச்சு. அமாவாசை இருட்டு வேற... மழை வேற புடிச்சுக்குச்சு. அந்த பெரிய மனுஷன், 'தம்பியலா... இந்த இருட்டுலயும் மழையிலயும் போகவேணாம். எம் வீட்டுல ராத்தங்கிட்டு காலையில கிளம்புங்க'னாரு.

முதல்ல தயங்குன பயலுக, கடைசியா தங்க இசைஞ்சானுக. ஆறு பேத்தையும் அந்தப் பெரிய மனுஷனோட சம்சாரம் நல்லா வரவேத்து உபசரிச்சா. காயி, கறியெல்லாம் போட்டு கனமா சமைச்சு சாப்பிடக் கூப்புட்டா. கடைசிப்பய சத்தமில்லாம மூத்தவன்கிட்ட, ‘அண்ணே... இவுக என்ன சாதிசனம்ன்னு தெரியாம வந்து தங்கிட்டோம். எப்படி கைநனைக்கிறது... நாளைக்கு எதுனா வம்பாகிறப்போகுது’ன்னான். ‘அடப்போடா சின்னப்பயலே... இதுல வம்பாகுறதுக்கு என்னடா இருக்கு... எந்த சாதிசனமா இருந்தா நமக்கென்ன... வந்தவுகளை இவ்வளவு சந்தோஷமா வரவேத்து சோறு போடுறாக... இவுகளால நமக்கென்ன பிரச்னை வரப்போகுது’னு திட்டுனான் மூத்தவன். சாப்பாடு களைக்கட்டுச்சு. எல்லாப்பேரும் வயிறு முட்டத் தின்னுட்டு கதைபேச ஆரம்பிச்சானுவ. அந்தப் பெரிய மனுஷன் எல்லாருக்கும் வெத்திலை மடிச்சுக் குடுத்தார். நல்லாத் தூங்கி எழுந்திரிச்சு விடியக்காத்தால வீடு வந்து சேந்தானுவ ஆறு பேரும்.

அண்ணனுங்க வாங்கியாந்த ராட்டையப் பாத்தவுடனே பூவுளத்தாவுக்கு முகம் மலந்துபோச்சு. ஆசை ஆசையா வாங்கி நூற்க ஆரம்பிச்சா. பொழுது அதுபாட்டுக்கு வேகவேகமா ஓடுச்சு. பூவுளத்தாவுக்கு நிறைய சம்மந்தங்க வர ஆரம்பிச்சுச்சு. உறவுக்காரங்கள்லாம் வரிசையா வந்துபோக ஆரம்பிச்சாக. ஆனா, மாலைக்குட்டி யாருக்கும் புடிகொடுக்கலே... ‘எம்மவ இருக்கிற அழகுக்குச் சீமையில இருந்து பெரியகுடும்பத்து மாப்பிள்ளைக வருவாக... உங்களுக்கெல்லாம் தர்றதாயில்லே’னு சொல்லி அனுப்பி வச்சுட்டாரு.

ஒருநா காலையில அஞ்சாறு ஆம்புள, பொம்புளைக தாம்பூலத் தட்டோட வீட்டுக்கு வந்தாக. அவுக யாரு என்னன்னு யாருக்கும் வெளங்கலே... வீட்டுக்குள்ளாற கூப்பிட்ட மாலைக்குட்டி, என்ன ஏதுன்னு விசாரிச்சாரு... ‘எங்களை உங்க பிள்ளைகளுக்கு நல்லாவே தெரியும். ராட்டை வாங்க வந்தப்போ எங்க வீட்டுலதான் தங்கியிருந்து கைநனைச்சுட்டு வந்தாக. உங்க மவளை எங்க புள்ளைக்கு பொண்ணு கேட்டு வந்திருக்கோம்’னு சொன்னாக.

அவுக ஊரு, பேரை விசாரிச்ச மாலைக்குட்டிக்கு கோபம் தலைக்கேறியிருச்சு... ‘யாரு வீட்டுல வந்து யாருடா பொண்ணு கேக்குறது... சாதி, சனம், மானம், மரியாதின்னு ஒண்ணுமில்லையா... உங்க தரத்துக்கு என் வீட்டுக்குள்ள

நுழையலாமா'ன்னு கடுமையாப் பேசி தாம்பூலத் தட்டைத் தூக்கி வெளியே வீசிட்டாரு. ஆறு பயலுகளும் என்ன பேசுறதுன்னு தெரியாம மௌனமா நிக்குறானுவ.

அந்தக்குடும்பத்துக்கு பெரிய அவமானமாப் போச்சு... 'இன்னும் ஒருவாரத்துல ஒம்பொண்ணைச் சிறையெடுத்துக்கிட்டுப் போயி கல்யாணம் பண்றோம் பார்'னு சவால் விட்டுட்டுக் கிளம்பிட்டாக.

மாலைக்குட்டிக்கு உடம்பெல்லாம் வியர்த்துப்போச்சு. தம் புள்ளைகளைக் கூப்பிட்டாரு. 'தோ பாருங்கடா... அவனுவ சாதாரண ஆளில்லை... காட்டானுங்க... அடுத்த எட்டு நாளும் ஒருத்தன் மாத்தி ஒருத்தன் பூவுளத்தாவுக்குக் காவலிருக்கனும். ஊரு எல்லையைத் தாண்டி எவன் வந்தாலும் அவனுவளை வெட்டித்தள்ளனும்'னு சொல்லிட்டாரு.

ரெண்டுநாளு ஓடிப்போச்சு. அன்னைக்கு மூணாவது பயலோட முறை. நடுராத்திரி, நிலா வெளிச்சத்துல பளபளன்னு மின்னுது. அடிச்ச காத்துல பய கொஞ்சம் அசந்து தூங்கிட்டான். விழிச்சுப் பாத்தா பூவுளத்தாளைக் காணோம். பதறிப்போனான் பய. சத்தம்போட்டு அண்ணன் தம்பிகளையும் அப்பங்காரனையும் கூட்டிக்கிட்டு ஊரெல்லாம் தேடியலையுறாக. அதுக்குள்ள ஊருக்குள்ள செய்தி பரவி எல்லாப்பேரும் தீப்பந்தத்தோட கூடிட்டாக. எல்லையில, ஒரு பெரிய கூட்டம், பூவுளத்தாளை கூட்டு வண்டியில வச்சுக் கொண்டுபோவுது. ஊர்மக்கள் அந்த வண்டியை நெருங்கிட்டாக.

மக்களெல்லாம் திரண்டு வர்றதை சிறையெடுத்த கூட்டம் பார்த்திடுச்சு. இனிமே, இந்தப் பொண்ணைக் கொண்டுபோறது செரமம். ஆனாலும் நம்மை அவமானப்படுத்தினவன் மகளை அப்படியே விட்டுட்டும் போகக்கூடாது... காலம் முழுவதும் உக்காந்து அழுவுற மாதிரி ஏதாவது செய்யனும்ன்னு யோசிச்சானுவ. பக்கத்துல ஒரு பாழுங்கிணறு இருந்துச்சு. அப்படியே பூவுளத்தாவைத் தூக்கி அந்தக் கெணத்துக்குள்ள போட்டுட்டு வண்டியைப் பத்திக்கிட்டு வேகவேகமா கிளம்பிட்டானுவ. தன்னோட கண்ணு முன்னாடியே, மகளை கெணத்துக்குள்ளத் தூக்கிப்போட்டதைப் பாத்துப் பதறிப்போனாரு மாலைக்குட்டி.

அண்ணங்காரனுங்க அலறி அடிச்சுக்கிட்டு கெணத்துக்குள்ள குதிச்சு தங்கச்சியைத் தூக்குனானுக. பாழாப்போன கெணறு,

பூவுளத்தாவை காவு வாங்கியிருச்சு. பொணமாத்தான் மேலே எடுத்தாக. ஊரே கதறித் துடிச்சுச்சு. எந்தப் பாவமும் செய்யாம, உயிரை விட்டு வதங்கிப்போனப் பூ மாதிரிக் கிடந்த பூவுளத்தா உடலை ஊருக்குக்கொண்டு வந்து அடக்கம் செஞ்சாக.

பூவுளத்தா இறந்தாலும் அவ ஆன்மா அடங்கலே... ஊரையே சுத்திச்சுத்தி வந்துச்சு. பொண்டுக, புள்ளைகள்லாம் வெளிய நடமாடவே பயந்தாக. மாலைக்குட்டி செங்கிடாக்காரனுக்குக் கட்டின கோயில்லயே தம் மவளுக்கும் ஒரு பீடம் கட்டி வாரந்தவறாம படைப்புப் போட்டாரு. அதுக்குப் பெறகுதான் பூவுளத்தாளோட ஆங்காரம் அடங்குச்சு.

கன்னியாகுமரிக்குப் பக்கத்துல கொட்டாரம்னு ஒரு ஊரு இருக்கு. அங்கிருந்து, நடக்குற தொலைவுல இருக்கிற வடுகப்பற்று பகுதில கல்லா உறைஞ்சு நிக்குறா பூவுளத்தா. அவளுக்குப் பக்கத்துல மாலைக்குட்டிக்கும் ஒரு பீடம் வச்சிருக்காக. அன்னைக்கு வஞ்சகமா கொல்லப்பட்ட பூவுளத்தா இன்னைக்கு பலநூறு குடும்பங்களுக்குக் குலதெய்வமா இருந்து வழிநடத்துறா. இப்போ எல்லோரும் அவளை 'பூலங்கொண்டாள்'ன்னு அழைக்கிறாக!

22 - பொன்னி

அணஞ்சன் இருக்காரே... அவருதான் அந்த ஊருக்கு நாட்டாமைக்காரரு. செல்வத்துக்கு ஒரு குறையுமில்ல... ஊருல பாதி வேளாமை அவரோடதுதான். உள்ளூர் ஆளுக போதாம அண்டையூர்கள்ல இருந்தாலும் பண்ணையாளுகளை அழைச்சாந்து வேலை செய்வாக. அணஞ்சனோட பொண்டாட்டி பேரு மாரி... நல்ல மகராசி... வேலையாளுகளை சொந்தக்காரக கணக்கா கவனிப்பா. நல்லது கெட்டதுக்கெல்லாம் வாரிக்குடுப்பா.

இவுகளுக்கு மொத்தம் ஏழுபுள்ளைக...எல்லாம் ஆம்பளைப் பயலுக. ஆம்பளைப் புள்ளைகளைப் பெத்த எல்லாருக்கும் பொம்பளைப் புள்ளைக மேல ஆசையிருக்குந்தானே. அப்படித்தான் அணஞ்சனுக்கும் மாரிக்கும். ‘வரிசையா ஏழு ஆம்பளைப் புள்ளைகளைக் கொடுத்த சாமி, தங்களுக்கொரு பொம்பளைப் புள்ளைய கொடுக்கலேயே’ன்னு கவலை.

அந்தக் கவலையைத் தீக்குறமாதிரி எட்டாவதா முழுகாம இருந்தா மாரி. ‘இந்தப் புள்ளையாவது பொம்பளைப் புள்ளையா பெறக்கனும்’னு சாமிக்கு வேண்டுதல் வச்சு பூசையெல்லாம் போட்டாக மாரியும் அணஞ்சனும். அவங்க கோரிக்கை வீண்போகலே. தங்கரதம் மாதிரி ஒரு பொம்பளைப் புள்ளை பெறந்துச்சு. அந்தப் புள்ளைக்கு ‘பொன்னி’னு பேரு வச்சாக. தங்களோட ஊரு நாட்டாமைக்குப் பொம்பளைப் புள்ளை பொறந்ததை ஊரே கொண்டாடுச்சு. அண்ணங்காரனுகளுக்கும் ரொம்ப சந்தோசம். எல்லாரையும் கூப்பிட்டு கெடா வெட்டி விருந்து வச்சுக் கொண்டாடுனாக பொன்னி பெறப்பை..

பொன்னி வளந்தா. அண்ணங்காரனுக, தங்கச்சி மேல உசுரயே வச்சிருந்தானுவ. பொன்னிக்கும் அண்ணங்காரனுங்க மேல அவ்வளவு பாசம். ஊருக்குள்ள மான்குட்டி மாதிரி துள்ளித் திரிஞ்சா பொன்னி. உண்ண, உடுத்த, அலங்காரம் பண்ணன்னு எந்தக் குறையுமில்லாம பாத்துப் பாத்து வாங்கிக் குடுத்தானுக அண்ணங்கே.

ஊருக்கு வெளியில அடிவாரக் காட்டுல ஒரு சுனை. தினமும் காலையில எழுந்து தோழிகளோட அந்தச் சுனைக்குப் போவா பொன்னி. நேரம் போறதே தெரியாம நீந்தி விளையாடுவா.

பலநாள், ‘குளிக்கப்போன புள்ளையைக் காணுமே’னு தேடிவந்து திட்டி கூட்டிக்கிட்டுப் போவா மாரி. வயசு பதினாறாகியும் விளையாட்டுப் புள்ளையா வளந்தா பொன்னி.

ஒருநாள், ஆசைதீர குளிச்சுட்டு தோழிகளோட வீட்டுக்குத் திரும்பிக்கிட்டிருந்தா பொன்னி. கேலி கிண்டல்னு எல்லாப் புள்ளைகளையும் சிரிச்சுக்கிட்டும் விளையாண்டுக்கிட்டும் வந்துக்கிட்டிருந்துச்சுக. அப்போ, அந்தப்பக்கமா தன் நண்பர்களோட வந்தான், திருமலை நாயக்கரோட சொந்தக்காரன் சூரப்பெருமா. ஆளு, பெரிய வீரன். அப்பங்காரன், நாயக்கருக்கு தளவாய். அரண்மனையில நிறைய செல்வாக்கு. பொன்னியைப் பாத்ததும் அசந்துபோனான் சூரப்பெருமா . வச்ச கண்ணு வாங்காம அவளையே பாத்துக்கிட்டிருந்தான். பொன்னிக்கு வெக்கமாப் போச்சு. விலகி வேகவேகமா ஓடிப்போனா.

சூரப்பெருமாளுக்கு அடுத்த அடி எடுத்து வச்சு நடக்க வாய்க்கலே... யாரு அந்தப் பேரழகி... தன்கூட வந்த போர் வீரர்கள்கிட்டச் சொல்லி அவளைப் பத்தி விசாரிக்கச் சொன்னான். வந்த வேலையை மறந்துட்டு நேரா வீட்டுக்குப் போயி தன்னோட தாயி, தகப்பன்கிட்ட சொல்லி, ‘கட்டுனா அவளைத்தான் கட்டுவேன்’னுட்டான்.

பொன்னிக்கும் நிலைக்கொள்ளலே... ‘என்ன ஒரு கம்பீரம்... முகத்துல ஏதோ ஒரு ஒளி அடிச்ச மாதிரி இருந்துச்சே... இப்படி ஒரு ஆண்மகன் நமக்குக் கணவனா வந்தா நல்லாயிருக்குமே’னு ஆசை...

சூரப்பெருமா உறுதியா இருக்கிறதைப் பாத்த பெத்தவங்க, அணஞ்சனுக்குத் தகவல் சொல்லி அனுப்பிட்டு சீரு செனத்தியோட பொண்ணு பாக்கப் போனாக. அணஞ்சனுக்கும் மாரிக்கும் பெருமை புடிபடலே... தன்னோட மகளை, நாட்டோட தளவாய் மகனே பொண்ணு கேட்டு வந்திருக்காரே... பொன்னி யோகத்தோட பொறந்திருக்கான்னு தோழிகளுக்கும் சந்தோஷம். ஊரு, உறவுகள்லாம் கூடிநின்னு திருமணத்துக்கு நாள் குறிச்சாக.

ஊரையே மடக்கி, பெரிய பந்தல் போட்டாக. கன்னியாகுமரிப் பக்கமிருந்து பிரபலமான சமையக்காரங்களையெல்லாம் கூட்டியாந்து விதவிதமா சமைச்சு எல்லாருக்கும் விருந்து வச்சாக. அரண்மனையில இருந்து நாயக்கரும் ராணியும் பரிவாரத்தோட வந்து கல்யாணத்துல நின்னாக. ஊரு உலகமே மூக்குல விரல் வைக்குறமாதிரி பெரிசா கல்யாணத்தை நடத்தினாரு அணஞ்சன்.

அண்ணங்காரனுக தங்கச்சிக்குப் பாத்துப் பாத்து சீரு செனத்தியை அள்ளி விட்டானுக.

ரதம் தயாராச்சு. பொன்னி புகுந்த வீட்டுக்குப் புறப்புட்டா... அண்ணனுங்கெல்லாம் தங்கச்சி பிரிவுதாங்காம கதறி அழுவுறானுவ. அணஞ்சனும் மாரியும் ஆனந்தக்கண்ணீர் வடிக்கிறாக. தோழிகளெல்லாம் பொன்னியைக் கட்டிப் பிடிச்சு விடை கொடுக்கிறாக. ரதம் கௌம்பிருச்சு.

சூரப்பெருமா வீட்டுல, பொன்னிய ராணி மாதிரி பாத்துக்கிட்டாக. ஒரு வேலை செய்ய விடுறதில்லை. எல்லாத்துக்கும் வேலையாளுக. நினைச்ச மாதிரி வாழ்க்கை... நாள்கள் சந்தோஷமாப் போச்சு..

பொன்னி முழுகாம இருந்தா. பெறந்த வீட்டுக்கு முறைப்படித் தகவல் சொல்லி விட்டாக. தங்கச்சி முழுகாம இருக்கிற செய்தியைக் கேட்டு அண்ணனுங்களுக்கெல்லாம் சந்தோசம் தாங்கலே. சீரு செனத்தியோட தங்கச்சி வீட்டுக்குப் போய் கொண்டாடித் தீர்த்தானுக.

மரபுப்படி, முதல் பிரசவம் தாய்வீட்டுலதானே நடக்கனும். ஒரு நல்லநாள் பாத்து மகளைக் கூப்பிட வந்தாக அணஞ்சனும், மாரியும். பொன்னிக்குக் கிளம்பவே மனசில்ல... சூரப்பெருமாவுக்கும் அனுப்ப மனசில்லை. ரெண்டு பேரும் மாறி மாறி அழுதாக. ‘ரெண்டுமாதம் தானே... கண் மூடித் திறக்குறதுக்குள்ள ஓடிப்போயிரும்... பொருத்துக்குங்க’னு பெரியவுகள்லாம் சேர்ந்து ரெண்டு பேருக்கும் ஆறுதல் சொன்னாக. சூரப்பெருமாளோட அம்மா, ‘நம்ம வீட்டு வாரிசை நல்லபடியா பெத்து எடுத்துக்கிட்டு வாம்மா’னு ஆசீர்வாதம் செஞ்சு அனுப்பி வச்சா... தெருமுனை போற வரைக்கும் புருஷனைத் திரும்பி திரும்பி பாத்துக்கிட்டே போனா பொன்னி.

பொன்னிய தங்கதட்டுல வச்சு தாங்குனானுங்க அண்ணனுங்க. மாரி, நாளொரு பூசை, வாரமொரு வழிபாடுன்னு மகளுக்கு நல்லவிதமா பிரசவமாகனும்னு வேண்டிக்கிட்டுத் திரிஞ்சா. ஊர்ல எல்லாரும் கோயில்ல வேண்டுதல் செஞ்சு பிரசாதம் கொடுத்து பொன்னிய வாழ்த்திட்டுப் போனாங்க.

நிறைமாசம்... இன்னைக்கோ நாளைக்கோன்னு இருக்கு பிரசவம். திடீர்ன்னு பொன்னிக்கு ஒரு ஆசை... அம்மாக்காரிக்கிட்டப் போனா... ‘அம்மா... வழக்கமா நான்

குளிக்கிற சுனையில கொஞ்சநேரம் குளிச்சுட்டு வாரேம்மா'னா... மாரி ஒத்துக்கலே... 'வயித்துப்புள்ளைக்காரி, அதுவும் எந்த நேரமும் பிரசவமாகாலாம்னு வைத்தியச்சி தகவல் சொல்லியிருக்கா... இப்பப்போயி சுனையில குளிக்கிறேங்கிறியே... அதெல்லாம் சரிப்படாது'னு சொல்லிட்டா... ஆனாலும் பொன்னிக்கு ஆசை அடங்கலே... அண்ணங்காரனுங்கக்கிட்ட போயி கண்ணை கசக்குனா... தங்கச்சி அழுவுறதைப் பொறுக்க மாட்டாத அண்ணங்காரனுங்க, 'அம்மா... பொன்னி ஆசைப்படுறா... நாலைஞ்சு தோழிகளோட அவளை அனுப்பி வைக்கலாமே'னு சொன்னானுங்க. மாரிக்கு மனசேயில்லை... ஆனாலும் புள்ளைக சொல்லிட்டானுவளே...

தோழிகளையெல்லாம் அழைச்சா... 'இங்கே பாருங்கம்மா... உங்களை நம்பித்தான் அனுப்பி வைக்கிறேன்... புள்ளைய பத்திரமா பாத்துக்குங்க... அடுத்த அரை மணி நேரத்துல அவ இங்கேயிருக்கனும்'னு கண்டிப்பாச் சொல்லி அனுப்பி வச்சா.

தோழிகளுக்கெல்லாம் மகிழ்ச்சி... ரொம்பநாள் கழிச்சு பொன்னியோட குளிக்கப்போறோம்னு குதூகலமா வர்றாளுக. எல்லாரும் சேந்து சுனையில இறங்கிக் குளிச்சாக.

அதுவரைக்கும் வெளுத்துக்கிடந்த வானம் திடீர்னு கருக்க ஆரம்பிச்சுச்சு. சடசடன்னு தூறல் விழுந்துச்சு. இடி, மின்னல்னு அந்த சூழலே மாறிப்போச்சு. விறுவிறுன்னு எல்லாரும் கரையேறுனாக. ரெண்டு தோழிங்க, பொன்னியோட கையப் புடிச்சு கரையேத்தி விட்டாக. வேகவேகமா நடக்க ஆரம்பிச்சாக... மேகம் சூழ, நல்லா இருட்டிப் போச்சு. பொன்னியால நடக்க முடியலே... ரெண்டு தோழிகளைக் கூப்பிட்டு, 'வீட்டுக்குப் போய் அண்ணனுங்களை வண்டி கட்டிக்கிட்டு வரச்சொல்லுங்கடி'னு சொன்னா பொன்னி. அவளுக ஓடுனாளுக. மத்த ரெண்டு பேரும் முன் நடக்க பொன்னி மெதுவா பின் நடந்தா.

மழை அடிச்சுப் பேயுது... இருட்டுல தோழிகளோட நடந்த பொன்னி வழிமாறிப் போயிட்டா... அவளுக்குப் பயம் வந்திருச்சு. தோழிகளைக் கூப்பிட்டுப் பாக்குறா... சத்தமேயில்லை. பக்கத்துல காட்டாளம்மன் கோயிலு... அதுக்குள்ள போயி நின்னுக்கிட்டா. மின்னல் வெட்டி வெட்டி அடிக்குது. இடியும் பயங்கரமா இருக்கு. சோர்வும் பயமும் உடம்புல ஒன்னா ஏறி வதைக்க, மயங்கிச் சாஞ்சுட்டா பொன்னி...

காட்டாளம்மா கோயிலுக்குள்ள நாலைஞ்சு திருடனுங்க நின்னுக்கிட்டிருக்கிறது பொன்னிக்குத் தெரியலே... உள்ளேயிருக்கிற புதையலை எடுக்க வந்தனுக. கூடவந்த சாமியாரு, 'காட்டாளுக்கு ஒரு சூலிப்பொண்ணைப் பலிகொடுத்தாத்தான் புதையலை எடுக்க முடியும்'னு சொல்லிட்டாரு. 'சூலியை எங்கிருந்து புடிச்சாரது'னு யோசிச்சுக்கிட்டிருக்கும்போதுதான் பொன்னி அங்கே போயி சிக்குறா... அவளைப் பாத்துட்டான் ஒரு திருட்டுப் பய.

உள்ளேபோயி, 'காட்டாளம்மா நமக்குன்னே ஒரு சூலியை இங்கே கொண்டாந்து விட்டிருக்கா... அவளைத் தூக்கியாந்து பலி கொடுத்திடலாம்'னு சொன்னான். எல்லாப்பேரும் வெளியில வந்தானுக. ஒரு வாழையிலையை விரிச்சு வச்சு அதுல பொன்னியைத் தூக்கி வச்சு கோயிலுக்குள்ள கொண்டு போனானுக. சாமியாரு, உடுக்கையை அடிச்சுக்கிட்டு காட்டாளம்மாவுக்கு பூசையை ஆரம்பிச்சான்.

உடுக்கைச் சத்தம் மூளையை உசுப்ப திடீர்ன்னு கண்விழிச்சுப் பாத்தா பொன்னி. என்ன நடக்கப்போகுதுன்னு புரிஞ்சுக்கிட்டா... திருட்டுப்பயலுக்கிட்ட கெஞ்சி அழுதா... 'இங்கே கிடைக்கிற புதையலை விட அதிக பொன்னும் பொருளும் அள்ளித்தருவானுக என் அண்ணனுங்க... அதுவும் போதலேன்னா, என் வீட்டுக்காரர் தன் சொத்தெல்லாம் தருவார்... எங்குடும்பத்து வாரிசைச் சுமந்துக்கிட்டிருக்கேன். என்னைய விட்டுருங்க'னு கதறுனா. எதுவும் அந்த பாவிக காதுல விழுகலே... சாமியாரு கண்ணசைச்சான். ஒரு திருட்டுப்பய, வாளையெடுத்து ஒரே வெட்டு... பொன்னி துவண்டுபோனா... காட்டாளம்மா முகத்துல பட்டுத் தெரிச்சுச்சு அந்த இளரத்தம்.

தகவல் சொல்லப்போன தோழிகள் போய் சேர்றதுக்குள்ளயே, மழையும் இடியுமா இருக்கிறதைப் பாத்துட்டு அண்ணங்காரனுங்க தங்கச்சியைத் தேடி வண்டியைக் கட்டிக்கிட்டு வந்தானுக. வழியில தோழிகளையும் ஏத்திக்கிட்டு காடு, கரையெல்லாம் தேடி அலைஞ்சானுக. 'பொன்னி', 'பொன்னி'னு கத்திக் கூப்பாடு போட்டானுக... சூரப்பெருமாவுக்கும் தகவல் போயி அவனும் அலறி அடிச்சுக்கிட்டு ஓடியாந்தான். கடைசியா காட்டாளம்மன் கோயிலுக்கு எல்லாரும் வந்து சேந்தாக.

வெ.நீலகண்டன்

உள்ளே... ரத்தம் பெருக பொன்னி கெடந்தா... அந்தக் காட்சியைப் பாத்தா அணஞ்சனும் மாரியும் அப்படியே நெஞ்சடைச்சுக் கீழே விழுந்தாக. உசுருக்கு உசுரா வளத்த தங்கச்சியும் ஆயி, அப்பனும் இப்படிக் கிடக்கிறதைப் பாத்து அண்ணங்காரனுக உடைஞ்சு போனானுக. 'எங்க தங்கச்சிக்கிட்டேயே போய் சேந்திடுறோம்'னு சொல்லி, காட்டாளம்மாவுக்கு முன்னாடியிருந்த சூலாயுதத்தைப் புடுங்கிக் குத்திக்கிட்டு ஏழுபேரும் செத்துட்டானுக. 'இனி எனக்கு என்ன வாழ்க்கையிருக்கு'னு சூரப்பெருமாவும் தன்னோட உடைவாளால நெஞ்சைக் கீறிக்கிட்டு செத்துப்போனான்.

காட்டளம்மா கோயிலே ரத்தத்துல மிதந்துச்சு. அந்தக் காட்சியைப் பார்த்த மக்கள், 'பொன்னி சாதாரண மனுஷியில்லை... மனுஷியாப் பெறந்த தெய்வம்'னு நம்புனாக. காட்டாளம்மா கோயில்லயே பொன்னிக்கும் சூரப்பெருமாளுக்கும் சுதை வச்சுக் கும்புட ஆரம்பிச்சாக. வழிவழியா வழிபாடு வளந்துச்சு.

இப்போ பொன்னி பல குடும்பங்களுக்குத் தலைமகளா வேர்விட்டு நிக்குறா... அவளைப் பாக்க விரும்புறவங்க, கடையம் பக்கத்துல இருக்கிற தோரணமலைக்கு வாங்க... அங்கே அடிவாரத்துல உக்காந்து காவல் காத்துக்கிட்டிருக்கா பொன்னி... 'பொன்னியம்மா'ன்னும், 'பொன்னிறத்தா'ன்னும் அவளைக் கொண்டாடுறாக. 'இனியொரு பொண்ணுக்குத் தனக்கு நேர்ந்த கொடுமை நடந்திடக்கூடாது'ன்னு எப்பவும் தீர்க்கமா முழிச்சுக்கிட்டு உக்காந்திருக்கா மகராசி!

23. சோனமுத்து

நீலன் இருக்கானே... அவன்தான் அந்த ஊருக்கு வெளுப்புத் தொழிலாளி. அவனும், அவம் மனைவி மாடத்தியும் அதிகாலையில வீட்டை விட்டுக் கிளம்புனா சூரியன் சாயுற வரைக்கும் வீடு வீடாப் போயி அழுக்குத்துணி எடுப்பாக. வாரத்துல ஒருநாளு, உப்பு மண்ணை ஊறப்போட்டு, ஆத்தங்கரையில வெள்ளாவி வச்சு வண்ணாந்துறையில துவைச்சு காயப்போட்டு நெருப்புப்பொட்டி வச்சு தேச்சு துப்புரவாக் கொண்டுபோய் கொடுப்பாக. கஞ்சியோ, கூழோ, நெல்லோ, ராகியோ கையில கிடைக்கிறதை ஊராளுக கொடுப்பாக. அதைவச்சுத்தான் சீவனம்.

புருசனும் பொண்டாட்டியும் ரொம்ப நல்லவுக. எதுக்கும் ஆசைப்படமாட்டாக. எது கிடைக்கிதோ அதைத் தின்னுட்டு ஒண்ணுக்கொண்ணு ஆதரவா வாழ்ந்துக்கிட்டிருந்தாக. ரெண்டு பேருக்கும் தீராத ஒரேயொரு மனக்குறை இருந்துச்சு, ஆசையா சீராட்டிப் பாராட்டி வளக்க ஒரு வாரிசு இல்லை.

போகாத கோயிலில்லை... இருக்காத விரதமில்லை. மாடத்தியை எல்லாரும் முன்னாடி விட்டு பின்னாடி பேச ஆரம்பிச்சுட்டாக. நல்லது, கெட்டத்துக்குக்கூட யாரும் கூப்பிடுறதில்லை. கேட்டா, மலட்டுப்பொம்பள வந்தா காரியம் கெட்டுப்போகும்பாங்க.

ஒரு கட்டத்துக்கு மேல ரொம்பவே ஒடைஞ்சுபோனா மாடத்தி. ஒருநா, புருசன் இல்லாத நேரத்துல அரளிக்காய அரைச்சுக் குடிச்சுட்டா. குத்துயிரும் குலையுயருமா கெடந்த அவளைக் தூக்கிட்டு வைத்தியச்சிக்கிட்ட ஓடுனான் நீலன். உப்பை கரைத்து ஊத்தி வெஷத்தை எடுத்துக் காப்பாத்துனா வைத்தியச்சி. ‘இந்தளவுக்குப் போயிட்டாளே’னு நீலன் மனசுடைஞ்சு போயிட்டான்.

பழந்துணி எடுக்கப்போகும்போது ஊருல ஒரு பெரிய மனுஷி, “ஏண்டா நீலா... சங்கரன்கோயிலு போயி ஒரு நாப்பத்தெட்டு நாளு கோயில்ல உக்காந்து மடிப்பிச்சை வாங்கிச் சாப்பிடச் சொல்லுடா ஓம் பொம்மனாட்டிய...”னு சொன்னா.

‘எல்லாத்தையும் பாத்தாச்சு... இதையும் பாத்துருவோம்’னு மாடத்தியும் நீலனும் சங்கரன்கோயிலுக்குக் கெளம்புனாக.

நாப்பத்தெட்டு நாளூ கோயில்லயே உக்காந்து வர்ற போற ஆளுககிட்டயெல்லாம் மடிப்பிச்சை வாங்கிச் சாப்பிட்டாக. சாமி கருணையில அடுத்த ரெண்டாம் மாசம் முழுகாம இருந்தா மாடத்தி.

பத்தாம்மாசம் அழகான ஆம்புளைப் புள்ளையப் பெத்தெடுத்தா மகராசி. புள்ளைக்குப் பேரு 'மூர்த்தி'னு வச்சாக. சின்ன வயசுலேயே மந்திரம், தந்திரமெல்லாம் கத்துக்கிட்டு திறமையா வளந்தான் மூர்த்தி. ஊர்ல எல்லாரும் 'மந்திர மூர்த்தி'னு பட்டப்பேரு வச்சுக் கூப்பிட ஆரம்பிச்சாங்க.

மந்திரமூர்த்திக்கு வயசு பதினாறாச்சு. எல்லா மந்திர தந்திரங்களும் பயலுக்கு அத்துப்படியாச்சு. அண்டையூர்லருந்தெல்லாம் ஆளுக தேடிவர ஆரம்பிச்சாக. ஆளு கம்பீரமா ஆறு அடிக்கு இருப்பான். அதனால 'தடிவீரன்', 'தடிவீரன்'னு அவனுக்கு ஒரு பட்டப்பேரு வந்திருச்சு.

ஒருநாள் காலையில அழுக்குத்துணிகளை வண்டியில ஏத்திக்கிட்டு துறைக்குப் போய்க்கிட்டிருந்தான் மூர்த்தி. வழியில பனியில குளிச்ச பூ மாதிரி ஆத்துல குளிச்சுட்டு தோழிகளோட நடந்து வந்துக்கிட்டிருந்தா சோனமுத்து. அவளைப் பாத்தவுடனே மூர்த்தியோட வண்டிதானா நின்னுருச்சு. வச்ச கண் வாங்காம சோனமுத்துவையே பாத்துக்கிட்டிருந்தான் மூர்த்தி.

சோனமுத்துவுக்கும் தடுமாற்றமாப்போச்சு. 'யாரு இவன்... இவ்வளவு தைரியமா வண்டியை நிறுத்திட்டு நம்மளப் பாத்துக்கிட்டிருக்கானே...ன்னு ஆச்சரியம் ஒருபக்கம்... வெக்கம் ஒரு பக்கம்... ஆனாலும் மூர்த்தியோட கள்ளங்கபடமில்லாத வெள்ளந்தியான பார்வை புடிச்சிருந்துச்சு. அவளையறியாம லேசா சிரிச்சா சோனமுத்து.

மூர்த்தி வண்டியில இருந்து இறங்குனான். சோனமுத்துக்கிட்டப் போய், "உன் பேரென்ன ஆத்தா"னு கேட்டான். "எம்பேரு சோனமுத்து"னு சொல்லிட்டு விறுவிறுன்னு நடந்தா சோனமுத்து. மூர்த்திக்கு வானத்துல பறக்குறமாதிரி இருந்துச்சு. என்ன ஒரு குரல்... என்ன ஒரு அழகு... என்ன ஒரு வசீகரம்... சோனமுத்துக்கும் நிலைக்கொள்ளலே. திரும்பித் திரும்பி பாத்துக்கிட்டு நடந்தா. துறைக்குப் போய் விறுவிறுன்னு வெளுக்க ஆரம்பிச்சான் மூர்த்தி. என்னைக்கு இல்லாத மாதிரி இன்னைக்கு வேலை பலமடங்கு வேகமா நடந்துச்சு.

நெடுநெடுன்னு வளந்து நிக்குற மூர்த்தியோட உருவம் சோனமுத்து கண்ணுக்குள்ளயே நின்னுச்சு. தைரியமா இறங்கிவந்து, “உம் பேரென்ன”னு வேற கேட்டுப்புட்டான்... பலவருஷமா பாத்துப்பழகுன மாதிரி ஒரு உணர்ச்சி.

சோனமுத்து சாதாரணக் குடும்பத்துப் புள்ளையில்லை. நாயக்கமாருக்கிட்ட அதிகாரியா வேலை பாக்குறவனோட மவ. ஏழெட்டு ஊருகளுக்கு வரி வசூல் பண்ற அதிகாரி. செல்வாக்கான ஆளு. அவனுக்குத் தடித்தடியா ஏழு மகனுங்க. எல்லாம் வெலம் எடுத்த பயலுக. ‘ம்’ன்னா அறுவா தூக்குற கூட்டம். ஆனா, காதலுக்கு முன்னாடி அதிகாரி என்ன, அம்பலம் என்ன...

தினமும் காலையில மூர்த்தியைப் பாக்கவே குளிக்கப் போக ஆரம்பிச்சா சோனமுத்து. சோனமுத்தைப் பாக்கவே வெளுக்க வர ஆரம்பிச்சான் மூர்த்தி. ரெண்டு பேரும் பார்வையாலயே பேசிக்கிட்டாக. காதல் அதுபாட்டுக்கு காட்டுக்கொடி கணக்கா விறுவிறுன்னு வளர ஆரம்பிச்சுச்சு. அடிக்கடி சந்திச்சுப் பேச ஆரம்பிச்சாக.

ஒருநாள் சாயங்காலம் ஆத்தங்கரையோரமா ரெண்டுபேரும் உக்காந்து பேசிக்கிட்டிருந்தாக. மூர்த்தி கலக்கமா பேசுனான்... “நீ ஊர்ல பெரிய மனுஷன் மவ. சாதியிலயும் செல்வத்துலயும் என்னைவிட பல மடங்கு பெரியவ... நான் சாதாரண ஊர்த்தொழிலாளி. நாம ரெண்டுபேரும் சேர முடியுமா? உங்க அப்பனுக்கும் அண்ணனுங்களுக்கும் தெரிஞ்சா என்னைய கொன்னுல்ல போட்டுருவாங்கே...”னான். அவன் தலையைக் கோதிவிட்ட சோனமுத்து, “எங்க அப்பனும் சரி, அண்ணனுங்களும் சரி, நான் நல்லா வாழனுன்னுதான் நினைப்பாங்க. நான் உசுரோட இருக்கிற வரைக்கும் உனக்கு ஒன்னும் ஆகாது... எங்கக் குடும்ப சம்மதத்தோட நமக்குக் கல்யாணம் நடக்கும்”னு ஆறுதல் சொன்னா சோனமுத்து. மூர்த்தியை மடியில சாச்சு ஆறுதலா தலை கோதிவிட்டா.

சோனமுத்துவுக்கு ஒரு மாமங்காரன் உண்டு. கட்டுனா சோனமுத்துவத் தான் கட்டுவேன்னு கல்யாணமே கட்டாம நிக்குறான். ஆனா, சோனமுத்துவுக்கு அந்தப் பயலைக் கண்டாலே பிடிக்காது. சோனமுத்து எங்கே போனாலும் பின்னாடியே திரிவான் பய. யாராவது அவளைப் பாத்து சிரிச்சாலோ, கேலி பேசுனாலே பிடிச்சு அடிச்சுப் போட்டுருவான்.

அந்தப் படுபாவி, மூர்த்தியும் சோனமுத்துவும் ஒண்ணாயிருக்கிறதைப் பாத்துப்புட்டான். கண்ணெல்லாம் செவந்துபோச்சு. உடம்பு நடுங்குது. "அடிப்பாவி மவளே... உனக்காக ஒருத்தன் காத்துக்கிட்டிருக்கேன்... நீ ஊர்த்தொழிலாளி கூட உக்காந்து பேசிக்கிட்டிருக்கியா"ன்னு மனசுக்குள்ள பேசிக்கிட்டு நேரா சோனமுத்து வீட்டுக்கு ஓடுனான். சோனமுத்துவோட அண்ணங்காரனுங்களைப் பாத்து, "என்னய்யா புள்ளை வளக்குறீக.. ஊருக்கு ஒதுக்குப்புறமா வெளுக்குற பயலோட உரசிக்கிட்டு உக்காந்து பேசிக்கிட்டிருக்கா உங்க தங்கச்சி... வீட்டுக்குள்ள கெடக்குறீகளேய்யா..."னு போட்டுக் குடுத்துட்டான்.

சோனமுத்து அண்ணங்காரனுங்க கொதிச்சுப் போயிட்டானுங்க... "யாரு பொண்ணுகூட யாரு பழகுறது... ஆளுக்கொரு அருவாளை உருவுனானுக. "வரும்போது அந்த மூர்த்திப் பய தலையோட வரனுமுடா"னு உசுப்பேத்தி அனுப்புனான் அப்பங்காரன்.

கொலைவெறியோட ஏழு பயலுகளும் ஆத்தங்கரைக்குப் போனானுக. இந்தச்சூது அறியாம சோனமுத்துவும் மூர்த்தியும் வெள்ளந்தியா உக்காந்து பேசிக்கிட்டிருந்தாக. ஏழு அண்ணங்காரனும் அவுகளைச்சுத்தி வளைச்சுட்டானுக. சோனமுத்து பாத்துட்டா... ஏழுபேரோட முகத்துலயும் கொலைவெறி தெரியுது... கையில அருவாளோட நிக்குறதைப் பாத்தா மூர்த்தியை கொலை செய்யாம விடமாட்டானுவனு தெரிஞ்சு போச்சு. மெதுவா மூர்த்திக்கிட்டச் சொன்னா... "மூர்த்தி எப்படியாவது தப்பிச்சு ஓடிரு... என் அண்ணனுங்க உன்னை கொலை செய்ய கூடிட்டானுக..."

மூர்த்தி தாவிக்குதித்து ஆத்துக்குள்ள விழுந்தான். ஏழு பயலுகளும் அவனைத் துரத்துனானுக. வேகவேகமா நீந்தி அக்கரைக்குப் போன மூர்த்தி காட்டுக்குள்ள ஓடி ஒழிஞ்சுட்டான். "எங்கக் கையாலதாண்டா உனக்குச் சாவு"னு கர்வம் கட்டிக்கிட்டு சோனமுத்துவ இழுத்துக்கிட்டு ஏழுபேரும் வீட்டுக்குப் போயிட்டானுவ.

சோனமுத்தோட அப்பன், நாயக்கமாருக்குச் சேதி சொல்லி 'எப்பிடியாவது அந்தப் பயலைப் புடிச்சு கழுவுல ஏத்தனும்'னு வேண்டிக்கிட்டாரு. நாயக்கமாரு மூர்த்தியைப் பிடிக்க பெரிய படையை காட்டுக்குள்ள அனுப்பி வச்சாக. மூர்த்தி காட்டு

விலங்குகளை அடிச்சுத் தின்னுக்கிட்டு அந்தப் பக்கமே சுத்திக்கிட்டுத் திரிஞ்சான். படை இண்டு இடுக்குள்ளாம் ஆறேழு மாசம் தேடியலைஞ்சு ஒரு குகைக்குள்ள வச்சுப் புடிச்சுக் கொண்டாந்துச்சு.

நாயக்கமாரு என்ன ஏதுனு விசாரிச்சாக. மூர்த்தி செஞ்சது தப்புனு தீர்ப்புச் சொல்லி மரணதண்டனை விதிச்சாக. ரெண்டு துண்டா வெட்டி தண்டனையை நிறைவேத்தனும்ன்னு ஆளுகளுக்கு ஆணையிட்டாக. அந்த ஆளுக மூர்த்தியைக் கூட்டிக்கிட்டுப் போயி ரெண்டு துண்டா வெட்டி தலையொரு பக்கம் உடம்பொரு பக்கமா வீசுனாக.

சேதி சோனமுத்துவுக்குப் போச்சு. மகராசி கதறித் துடிச்சா... 'அய்யோ... எம்மேல ஆசைப்பட்ட பாவத்துக்கு இப்படி அநியாயமா உசுர விட்டுட்டானே'னு அழுது கத்துனா. அண்ணனுங்களும் அப்பனும் எவ்வளவோ ஆறுதல் சொன்னாக. அவளுக்கு மனசு ஆறலே. அப்பங்காரனோட இடைவாளை எடுத்து தன் கழுத்தை தானே அறுத்துக்கிட்டா...

இதுநடந்து கொஞ்சநாள்ல சோனமுத்துவோட அப்பன் வலிப்பு வந்து செத்தான். அண்ணங்காரனுகளுக்கும் பல தொல்லைகள்... எல்லாத்துக்கும் காரணம், அகாலமா செத்துப்போன மூர்த்தியும் சோனமுத்தும் தான்னு புரிஞ்சுக்கிட்டு நம்பூதிரிமாரை அழைச்சாந்து சாங்கியம் பாத்தானுக. 'ரெண்டு பேரும் தெய்வப்பிறவிக. அவுகளுக்குக் கோயில்கட்டி சிலையெடுத்துக் கும்புடுங்க.. உங்க கஷ்டமெல்லாம் தீரும்'னு சொன்னாரு நம்பூதிரி. ஏழு அண்ணங்காரனுகளும் ஆளுக்கொரு திசையில கோயிலெடுத்துக் கும்புட சோனமுத்து, மூர்த்தியோட ஆன்மா அமைதியடைஞ்சுச்சு.

இப்போ, சோனமுத்துவும் தடிவீரனும் திருநெல்வேலி திருச்செத்தூர் பாதையில இருக்கிற வி.என்.சத்திரம்ங்கிற ஊர்ல குடியிருக்காக. இப்போ அவுகளுக்கு ஏகப்பட்ட பரிகாரக்காரக இருக்கா. அவுகளை மீறி யாரும் கிட்ட நெருங்க முடியாது. கஷ்டம்னு வர்றவுகளுக்குப் பார்வையாலேயே ஆறுதல் சொல்லி குளிரவச்சு அனுப்புறாக ரெண்டு பேரும்..!

24. நாகு

நாகு, கடுமையான உழைப்பாளி. காலநேரம் பாக்க மாட்டா... வயல், தோட்டம், தொரவு எல்லா வேலைக்கும் போவா... கூலிக்கேத்த வேலைனு இல்லாம மனப்பூர்வமா உழைப்பா. ஊர் ஆண்டைக நாகுக்கு கூலி அளக்கும்போது மனசார நாலுபடி கூட அளந்து விடுவாக. இப்படி நாயாப் பேயா கெடந்து உழைச்சுக் கஷ்டப்பட்டதாலதான் இன்னைக்கு குந்த ஒரு சொந்தக் குடிசை கட்டி பசியில்லாம சாப்பிட்டு தூங்கி எழும்புறா... புள்ளைக்கும் நல்லது கெட்டது பண்ண முடியுது.

நாகு குடும்பத்தை இருபது வருஷத்துக்கு முன்னாடி இந்த கிராமத்துக்கு ஆண்டைக தான் அழைச்சுக்கிட்டு வந்தாக. ஊருல மழை தண்ணியில்லாம, குலதொழிலுக்கும் வாய்ப்பில்லாம பஞ்சத்துல சிக்கிக்கிடந்துச்சுக. 'மூணு வேளை சோறு, வேலைக்கேத்த கூலி'னு ஆண்டைக கூப்பிட்டதும் குடும்பத்தோட கெளம்பி வந்துட்டாக.

இங்கிருக்கிற பேராண்டை தோட்டத்துலதான் வேலை. அங்கே மரத்தொழிலாளியா இருந்த முனியன், நாகுவைப் பார்த்த நாள்லயே மயங்கிப்போனான். நாகுவுக்கும் அவம்மேல பிரியம் இருந்துச்சு. 'கட்டுனா அவளைத்தான் கட்டுவேன்'னு நின்னான் முனியன். ஆனா, அவன் குடும்பத்துல ஏத்துக்கலே. 'எங்கோ தூரதேசத்துல இருந்து பிழைக்க வந்த பொண்ணைக் கட்டுனா ஊரு உறவெல்லாம் கேலி பேசும்'னு மல்லுக்கு நின்னாக. ஒருநா, எல்லாரும் அசந்துருந்த நேரத்துல நாகுவை பெருமா கோயிலுக்குக் கூட்டிக்கிட்டுப் போயி மாலை மாத்தி கல்யாணம் பண்ணிக்கிட்டு வந்துட்டான் பய. ஆயி, அப்பன் அவனை வீட்டுக்குள்ள சேக்கலே. கருவிக்கிட்டே துரத்தி விட்டுட்டானுவ. ஆண்டை தான் போனாப்போகுதுன்னு குடிலுக்கு எடம் குடுத்து பாத்துக்கிட்டாரு.

சும்மா சொல்லக்கூடாது... முனியனும் கடுமையான உழைப்பாளிதான். விடியக்காலம் வயக்காட்டுக்குள்ள எறங்குனா சாயங்காலம்தான் சகதியைவிட்டு மேலே ஏறுவான். பொண்டாட்டி மேல அவ்ளோ அன்பா இருப்பான் பய. அவ பேச்சைத் தட்டமாட்டான். நில்லுன்னா நிப்பான்... உக்காருன்னா உக்காருவான்... அந்த அன்புக்கு சாட்சியா நாகு முழுகாம

இருந்தா. என்னமோ ஊருக்காட்டுல எந்தப் பொம்பளையும் புள்ள பெக்காத மாதிரி, பொண்டாட்டியை 'தாங்கு தாங்கு'னு தாங்குனான் முனியன்.

ஒருமுறை விடாம மழை பேஞ்சுச்சு. காலம் கடந்து நின்ன மரங்கள்லாம்கூட சாய்ஞ்சு போச்சு. வயக்காடெல்லாம் உடைப்பெடுத்து தண்ணியில மூழ்கிக்கிடந்துச்சு. குளிரான குளிரு. 'முனியன் வேலைக்கு வரனும்'னு ஆளு விட்டுட்டாரு ஆண்டை. நாகுவுக்கு நிறைமாசம். பிரசவம் இப்பவோ, அப்பவோன்னு இருக்கு. பொண்டாட்டியை விட்டுட்டுப் போக முனியனுக்கு மனசேயில்லை. நாகுதான், 'என்னைப் பத்தி கவலைப்படாதய்யா... வயக்காடெல்லாம் குளமா மாறிக்கெடக்கு... போயி வேலையைப் பாரு... ஏதாச்சும் ஒன்னுன்னா ஆளுவிட்டுக் கூப்பிடுறே'னு சொல்லி அனுப்பிவச்சா.

அரைமனசோட கௌம்பிப் போனான் முனியன். இடுப்பளவு தண்ணிக்குள்ள பயிரெல்லாம் முழுகிக் கெடக்கு. அங்கங்கே வரப்பை வெட்டிவிட்டு தண்ணியை வெளியேத்தி செப்பனிட்டுக்கிட்டிருந்தான். அப்போன்னு பாத்து எங்கிருந்தோ மெதந்து வந்த ஒரு பாம்பு, அவம் மம்பட்டியில சிக்கிக்குச்சு. லேசா அதுமேல வெட்டுப்பட்டு ரத்தம் தெரிச்சுச்சு. அந்தக் கோபத்துல சீறிப்பாஞ்சு முனியனோட கையில கொத்திருச்சு. கொத்தின எடம் கன்னிப்போச்சு. பதறிப்போனான் முனியன். ஆண்டையோட ஆட்கள், கட்டை வண்டியில போட்டுக்கிட்டு வைத்தியன் வீட்டுக்குக் கொண்டுக்கிட்டு ஓடுனாக. போறதுக்குள்ள உடம்புக்குள்ள வெஷம் இறங்கி முனியன் போய்ச் சேந்துட்டான்.

நாகு துடிச்சுப்போனா... 'போகமாட்டேன்'னு சொன்ன புருஷனை கட்டாயப்படுத்தி அனுப்பி வச்சமே... மலைமாதிரி நம்பிக்கையா இருந்த மகராசன்... இப்படி தனியா விட்டுட்டுப் போயிட்டானே... கூடவே நாமும் போய்ச் சேந்திரலாம்னா வவுத்துல பூவாட்டம் ஒரு குழந்தை இருக்கே...' துயரம் தாங்காம மயங்கிச் சரிஞ்சுட்டா பாவிமவ. அந்த வேகத்துலயே பிரசவமும் ஆகிப்போச்சு.

பொம்பளப் புள்ள... பிரசவம் பாத்த வைத்தியச்சி, குழந்தை வித்தியாசமா இருக்கிறதைக் கவனிச்சுட்டா... வெளிக்காத்த சுவாசிச்சதும் 'வீல்'னு கத்தவேண்டிய புள்ள கத்தலே. காலு ரெண்டும் சூம்பியிருக்கு. ஏதோ குறைபாடு இருக்குன்னு தெரிஞ்சுபோச்சு. புள்ளையை நாகு கையில ஒப்படைச்ச

வைத்தியச்சி, 'பத்துரமா பாத்துக்க தாயி'னு சொல்லிட்டு சில கசாயங்களைக் குடுத்துட்டுக் கிளம்பிட்டா.

அதுக்கப்பறம் நாகுக்கு அந்தப் புள்ளதான் உலகமாப் போச்சு. கடுமையா உழைச்சா. ஆனாலும் அப்பப்போ முனியனோட சொந்தக்காரனுவ நாகுக்கிட்ட ஓரண்டை இழுப்பானுக. இப்படியே நாள் போய்க்கிட்டிருந்துச்சு. வேலைக்குப் போகும்போது புள்ளையயும் தூக்கிட்டுப் போயிருவா நாகு. கண்ணுக்குத் தெரியிற மாதிரி தொட்டில் கட்டித் தூங்கப்போட்டுட்டு வேலை செய்வா. கருத்து வேலையிலயும் கண்ணு தொட்டியிலயும்தான் இருக்கும்.

குழந்தை வளந்துச்சு. ஆனா, வயசுக்கேத்த மாதிரி அந்தக் குழந்தையோட செயல்பாடும் வளர்ச்சியும் இல்லை. எப்படிப் போட்டமோ அப்படியே கெடக்கும். சரியா பேச்சு வரலே. தவழ வேண்டிய வயசுல தவழலே. நடக்க வேண்டிய வயசுல நடக்கலே.

'புருஷனைப் பறிச்சுக்கிட்ட சாமி, இப்படியொரு புள்ளையைக் கொடுத்து நாகுவை வஞ்சனை பண்ணிருச்சே'னு ஊராளுகல்லாம் ரொம்ப வருத்தப்பட்டாங்க. ஆனா, நாகு வருத்தப்படலே. 'இது தெய்வக் குழந்தை... சாமி கொடுத்தது. நான் நல்லாப் பாத்துக்குவேனு நம்பித்தான் சாமி எனக்கு இந்தக் குழந்தையைக் குடுத்திருக்கு'னு நினைச்சுப் புள்ளையை கண்ணும் கருத்துமாப் பாத்துக்கிட்டா.

புள்ளை பெரிசாயிருச்சு. காலு குச்சுமாதிரி சூம்பிப்போச்சு. நாகு எங்கெல்லாம் போறாளோ, அங்கெல்லாம் காலை இழுத்து இழுத்துக்கிட்டு தவழ்ந்தபடியே அந்தப் புள்ளையும் போவும். ஊராளுகளும் பரிதாபப்பட்டு தானியம், காய்கறின்னு கை நிறைய நாகுவுக்கு அள்ளிக்குடுப்பாக.

இதெல்லாம் முனியனோட சொந்தக்காரனுகளுக்குப் புடிக்கலே. 'முனியன் போய்ச் சேர்ந்ததோட இவளும் நாண்டுக்கிட்டுச் செத்துருவா'னு பாத்தா இப்படித் தலையெடுத்து ஆடுறாளேனு பொறாமை. இதுக்கெல்லாம் முடிவு கட்டனும்னு திட்டம் போட்டானுவ.

ஒருநாள் சாயங்காலம், ராகி வயல்ல களையெடுத்துக் கிட்டிருந்தா நாகு. எதிர்ல காவக்காரனுக்குப் போட்ட கொட்டகையில உக்காந்து விளையாண்டுக்கிட்டிருந்துச்சு புள்ள. முனியனோட சொந்தக்காரப் பயலுவ மூணுபேரு மறைஞ்சு மறைஞ்சு அந்தக் காவக்குடிலுக்கு வந்தானுவ. நாகு கொஞ்சம் அசந்த நேரத்துல புள்ளையத் தூக்கிட்டு ஓடிட்டானுவ.

தூக்கிட்டுப்போன புள்ளைய கருவேலங்காட்டுக்குள்ள வச்சு கழுத்தறுத்துப் போட்டானுவ. இங்கே நாகு புள்ளையைக் காணாம துடிச்சுப்போனா. அவ கத்துன கத்துல ஊரே கூடிப்போச்சு. ஆளுக்கொரு பக்கம் ஓடியாடி புள்ளையத் தேடுறாக. கிடைக்கலே.

கருவேலங்காட்டுப் பக்கம் தேடிப்போன ஆளுக, புள்ள கழுத்தறுத்துக் கிடக்குறதைப் பாத்தாக.தகவல் கேள்விப்பட்டு நாகு அலறி அடிச்சுக்கிட்டு ஓடுனா... உசுருக்கு உசுரா வளத்த மக, தலைவேற உடல் வேறயாக் கிடக்கிறதைப் பாத்துக் கதறி அழுதா... புள்ளை உடலை கையில ஏந்திக்கிட்டு நேரா ஊர் பஞ்சாயத்துத் திடலுக்கு வந்தா.

எல்லாப் பெரிய மனுஷங்களும் அங்கே கூடியிருந்தாக. புள்ளையோட உடலை அவுக முன்னால போட்டு, "அய்யா சாமிகளே... உங்கூருக்குப் பிழைக்க வந்தவ நான்... இதுநா வரைக்கும் உங்களுக்கோ உங்க சந்ததிக்கோ ஒரு துரோகமும் செஞ்சதில்லை. இந்த வயக்காட்டுல கஷ்டப்பட்டு எம்புருஷனும் பாம்பு தீண்டிச் செத்துப்போனான். துணைக்குத் துணையா, உசுருக்கு உசுரா தெய்வமாப் பாத்துக் கொடுத்த இந்தப் புள்ளைதான் உலகம்னு நினைச்சு வாழ்ந்துக்கிட்டிருந்தேன்... அதையும் இப்போ கொண்டு போட்டானுவ... இந்த ஊரும் ஆண்டைகளும்தான் எனக்கு ஞாயம் சொல்லனும்"னு சொல்லி ஒப்பாரி வச்சா நாகு.

பெரியாளுகள்லாம் கூடிப் பேசினாக. 'ஆனது ஆகிப்போச்சு... புள்ளை ஓடியாடித் திரிஞ்சாக்கூடப் பரவாயில்லை. இழுத்துக்கிட்டுத் திரிஞ்சதுதானே... போனாப் போவுதுனு விட்டுட்டு வேலையைப் பாரு... இந்தக் காரியம் செஞ்சவனை அந்த சாமி தண்டிச்சுக்கும்'னு தீர்ப்புச் சொல்லி அனுப்பிவிட்டாக.

'எனக்கு நல்ல நீதி சொல்லாத உங்க குடும்பம் அழியும்'னு சாபம் விட்டுட்டு தன் புள்ளையோட உடலைத் தூக்கிட்டுப் போய் அடக்கம் செஞ்சா நாகு,. நேரா எல்லையில இருக்கிற பெருமா கோயிலுக்குப் போனா... 'ஊரைச்சுத்தி இத்தனை சாமிக இருந்தும் எம்புள்ளையக் காப்பாத்தாம விட்டுட்டியளே... இது ஞாயமா'னு கதறி அழுதா... 'புருஷனும் போய்ச் சேந்துட்டான்... எம்புள்ளையையும் பறிச்சுக்கிட்டிய... இனி நான் ஏன் வாழனும்'னு கோயிலுக்கு வெளியால இருந்த மரத்துல சுருக்கு வச்சுக்கிட்டுத் தொங்கிட்டா நாகு.

மறுநா ஊராளுக நாகு தொங்குறதைப் பாத்தாக. எல்லாரும் சேந்து நாகுவோட உடலை அடக்கம் பண்ணுனாக. ஆனா, அவ்வளவு எளிதா அடங்கலே நாகுவோட ஆன்மா. ஊரைச் சுத்திசுத்தி அடிச்சுச்சு. யாரும் நிம்மதியா தூங்க முடியலே. ராவான ஒரே அழுகைச் சத்தம்... திடீர் திடீர்ன்னு கொலுசு ஒலி... சிண்டு சிறுசுகளுக்கெல்லாம் உடம்புக்கு முடியாமப் போயிருச்சு. பெரியாளுக எல்லையைக் கடந்து வெளியில போகமுடியலே.

எல்லாரும் கூடிப் பேசினாக... 'எல்லாத்துக்கும் காரணம் நாகுவோட கோபம்தான்'னு புரிஞ்சுபோச்சு. 'அம்மா தாயே... எங்களை பழி வாங்கிறாதே... எங்க புள்ள குட்டிகளை காவு வாங்கிறாதே... நீயே எங்களுக்குக் காவல் தெய்வமா இருந்து வழி நடத்தாத்தா'னு சொல்லி சிலையெடுத்து படைப்புப் போட்டு வழிபட ஆரம்பிச்சாக.

காலப்போக்குல நாகுவோட ஆங்காரம் குறைஞ்சுச்சு. ஆன்மா அமைதியாச்சு. தன்னைத் தேடி வர்ற குஞ்சுகளை ஆதரிச்சு வரங்குடுக்க ஆரம்பிச்சா.

விருதுநகர் பக்கத்துல சூலக்கரைன்னு ஒரு ஊரு இருக்கு. இப்போ, அங்கேதான் குடியிருக்கா நாகு. கையில தன் குழந்தையை ஏந்தியபடி எல்லையில உக்காந்திருக்கா... அந்தூர்ல அவ இல்லாம ஒரு காரியமும் நடக்காது. ஊர்ல யாருக்குக் குழந்தை பெறந்தாலும் அவ காலடியில கொண்டாந்து போட்டு, ஆசி வாங்கிட்டுப் போறாக. குடும்பத்தில ஒருத்தியா, 'நாகம்மா...' 'நாகம்மா...'னு எல்லாரும் அவளைக் கொண்டாடுறாக..!

25. பாப்பு

முத்து அந்தூர்ல துணி எடுத்து வெளுத்துக் குடுக்குற தொழிலாளி. ஆளு ரொம்ப வலுவானவன். பாக்க லட்சணமாவும் இருப்பான். முத்துவோட அப்பங்காரனும் இந்த ஊருக்குத் தொழிலாளியா இருந்தவன்தான். அவனுக்கு ஒரு காலு கொஞ்சம் சூம்பீப்போயி இருக்கும். கழுதையை ஓட்டிக்கிட்டுப்போயி வீட்டுக்கு வீடு துணியெடுத்து ஏத்திவிடுவான். கழுத பாட்டுக்கு வெடுவெடுன்னு நடந்து துவைக்கிற துறைக்குப் போயிரும். அளவா உவர்மண் போட்டு துணிகளை ஊறவச்சு பெரிய ஈயப்பானையில போட்டு வேகவைச்சு வெளுப்பான்.

முத்துவுக்கு இந்தத் தொழில்மேல விருப்பமில்லை. வீட்டுக்கு வீடு அடிமைபோல நின்னு துணி கேக்குறதும் பழங்கஞ்சிக்காக பாத்திரமேந்திக்கிட்டு நிக்கிறதும் அவனுக்குச் சுத்தமாப் புடிக்கலே. அழுது அடம்புடிச்சு சின்ன வயசுலயே பள்ளிக்கூடம் போக ஆரம்பிச்சுட்டான். அவந் தலைமுறையிலேயே பள்ளிக்கூடம் போன பய முத்து ஒருத்தன்தான். எட்டாவது வரைக்கும் படிச்சான். ஒருக்கா, முத்துவோட அப்பங்காரன், உவர் மண்ணு அள்ள கரம்பைக்காட்டுக்குப் போகும்போது ஏதோ விஷம்தீண்டி உடம்பெல்லாம் ஊந்தண்ணியா வடிய ஆரம்பிச்சிருச்சு. அஞ்சாறு மாசம் இழுத்துக்கிட்டுக் கெடந்து ஒருநா செத்துப்போனான். அவனுக்குப் பெறவு ஊர்த்தொழில் செய்ய ஆளில்லை. சாவு, பூப்புன்னு எந்தத் தீட்டுக் காரியம் நடந்தாலும் தொழிலாளிதான் முதல்ல நின்னு சடங்கு செஞ்சாகனும். வழக்கமா, அப்பன் செத்தா புள்ளதான் அதைச் செய்யனும். ஆனா, முத்து அதுக்கு இசையலே. ஊர்ப் பஞ்சாயத்துக் கூடி, 'கட்டாயம் செஞ்சுதான் ஆகணும்'னு சொல்லிப்புட்டாக. ஊர விட்டுப் போகலாம்ன்னா, வயசான அம்மாவையும், நாலைஞ்சு தொத்தக் கழுதைகளையும் கூட்டிக்கிட்டு எந்தூருக்குப் போயி என்னத் தொழில் செஞ்சுப் பெழைக்கிறது... 'ஆனது ஆகட்டும்'னு நினைச்சுக்கிட்டு ஒத்துப்போயிட்டான் முத்து.

ஆனாலும், யார்கிட்டயும் வளைஞ்சு பேசமாட்டான். கஞ்சிக்குன்னு யார்க்கிட்டயும் போய் நிக்கமாட்டான். அவுகளா கொடுத்தா மட்டும் வாங்கிக்குவான். அவன் உண்டு, அவன் வேலையுண்டுன்னு திரியிற பய.

அந்தூர்ல பெரிய மனுசன் ஒருத்தர் இருந்தாரு. ஊர்க்கோயில் நிர்வாகத்துல இருந்து வயக்காடு, வரப்புக்காடு பஞ்சாயத்து வரைக்கும் அவருதான். காசு, பணத்துலயும் பெரிய ஆளு. ஊருல யாருவீட்டு நல்லது கெட்டதும் அவரில்லாம நடக்கிறதில்லை. பெரிய சனக்கட்டு வேற. அவரு வீட்டுக்குத் தெனமும் வந்து அழுக்குத்துணி எடுத்துக்கிட்டுப் போவாம் முத்து. சாயங்காலமா வெளுத்த துணிகளை எடுத்தாந்து குடுத்துட்டு சோறு வாங்கிட்டுப் போவான்.

அந்தப் பெரிய மனுஷனுக்கு ஒரு மக. பேரு பாப்பு. ஒத்தைப் புள்ளை. ஆளு வடிவா இருப்பா. குணத்துலயும் தங்கம். அவளுக்கு முத்துமேல எப்பவும் ஒரு கரிசனம் உண்டு. அவன் துணியெடுக்க வரும்போதும், துவைச்சுக் கொண்டு வரும்போதும் வரத்தண்ணி கொடுத்து, சுடுசோறும் போட்டு அனுப்புவா. முத்துவும் குணிஞ்ச தலை நிமிராம வாங்கிக்கிட்டு கிளம்பிருவான். ஊர்ல எல்லாப்பேரும் அவன் பாக்குற வேலையைச் சொல்லி அழைக்கும்போது, பாப்பு மட்டும் 'முத்து' 'முத்து'னு அவம்பேரைச் சொல்லிக் கூப்பிடுவா. முத்துவுக்கும் அவ மேல மதிப்பும் மரியாதையும் உண்டு. ஆனா அவ முகத்தை ஒருக்காகூட நிமிர்ந்து பாக்க மாட்டான். எப்பாவது, அவ பாக்காத நேரத்துல ஒளிவாப் பாத்துட்டு குணிஞ்சுக்குவான்.

ஒருக்கா, முத்துவுக்கு அம்மை வாத்திருந்துச்சு. ஏழெட்டு நாளா அவன் ஊருக்குள்ள துணியெடுக்க வரலே. ஊராளுகல்லாம் ஏசுவாகளேனு அவனோட அம்மாதான் கழுதைகளைப் பத்திக்கிட்டு வீடுவீடா வந்துநின்னு துணி வாங்கிட்டுப்போனா. பாப்புவுக்கு ஒரு மாதிரியாயிருச்சு. முத்துவப் பாக்கனும்போல இருந்துச்சு. திரும்பத்திரும்ப அவன் முகம் மனசுக்குள்ள வந்துவந்து நின்னுச்சு. அவளுக்கே அது புதுசாவும் புதிராவும் இருந்துச்சு. 'ஏன் அவனுக்காகக் காத்திருக்கோம்...', 'ஏன் அவன் வரனும்ன்னு எதிர்பாக்குறோம்'னு புரியலே. ஆனா, அவனுக்கு என்ன ஆச்சோனு கவலையும் குழப்பமுமா இருந்துச்சு. சில நேரங்கங்கள்ல அழுகையும் வந்துச்சு. அவன் பக்கத்துலயே இருந்தா நல்லாயிருக்கும்போல இருந்துச்சு.

'எப்பவும், மலர்ந்த முகத்தோட வளைய வர்ற மக ஏன் வதங்கிப்போன பூ மாதிரி மங்கியிருக்கா'ன்னு ஆயி, அப்பனுக்குக் கவலையாப் போச்சு. உடம்புக்கு என்னவோன்னு நினைச்சுக்கிட்டாக.

ஒரு நா, துணியெடுக்க வந்த முத்துப்பயலோட அம்மாக்கிட்ட, "ஏந்தாயி வயசான காலத்துல இப்பிடி அலையுறே... உம்புள்ளைய வரச்சொல்லலாம்ல"னு கேட்டா பாப்பு. "அதையேம்மா கேக்குறே... ராஜாவாட்டம் திரிஞ்சுக்கிட்டிருந்த பய அம்மை வார்த்து படுக்கையில கெடக்கான். அந்த மாரியாத்தாளுக்கு மாவெளக்குப்போட்டு இலுப்பையெண்ணெய் விளக்கு ஏத்துறதா வேண்டியிருக்கேன். புள்ளை உடம்புலருந்து எப்ப ஆத்தா எறங்கப்போறாளோ தெரியலே"னு கண்ணைக் கசக்குனா ஆத்தாக்காரி.

பாப்புவுக்கு ரொம்பக் கஷ்டமாப்போச்சு. வீட்டுல காச்சிருந்த அஞ்சாறு நார்த்தங்காயையும் ரெண்டு எளநியையும் கையில குடுத்து "இதையெல்லாம் வெட்டி நீரெடுத்துக் குடு"னு குடுத்து அனுப்புனா. மகாராசியோட பெரிய மனசைப் பாத்து புல்லரிச்சுப்போனா முத்துவோட ஆத்தா. ''நீ நல்லாயிருப்பேம்மா"னு வாழ்த்திட்டு வந்தா.

முத்துவுக்கு அம்மையெல்லாம் இறங்கிருச்சு. ஊறித்தேறி திரும்பவும் வீடுவீடாப் போயி துணியெடுக்க ஆரம்பிச்சான். அன்னைக்கு பாப்புவோட உறவுக்காரர் ஒருத்தர் பக்கத்தூர்ல செத்துப்போனார். அதுக்கு வீட்டுல இருந்த எல்லாப்பேரும் போயிட்டாக. பாப்பு மட்டும் வீட்டுல இருந்தா.

பெரியவீட்டுக்கு வந்த முத்து, "அம்மா, துவைக்கத் துணியிருந்தாக் குடுங்க"னு குரலெழுப்புனான். பாப்பு வெளியில வந்தா... சூரியனைக் கண்ட பூ மாதிரி மலர்ந்து போயிருந்துச்சு அவ முகம்... "முத்து...வீட்டுக்குள்ள வா"னு கூப்பிட்டா. இதுவரைக்கும் முத்து தன்னோட வாழ்க்கையில கேட்காத வார்த்தை... "அது எப்படி தாயி... பெரியவுக வீட்டுக்குள்ள வர்றது"னு கேட்டான். "அதெல்லாம் எதுவும் ஆயிராது... வா"னு சொல்லி கையைப் பிடிச்சு உள்ளே அழைச்சுட்டுப் போனா. உக்கார வச்சு சாப்பாடு போட்டா... முத்து மனசுக்குள்ள திக்குத் திக்குன்னு இருக்கு. என்னவாகப் போகுதோன்னு பயம்.. ஆனா, இப்பிடியே பாப்புவோட இருந்திட மாட்டோமானு இருக்கு. வேகவேகமா சாப்பிடுற முத்துவோட முகத்தையே பாத்துக்கிட்டே இருந்தா பாப்பு. முத்துவுக்கு வெக்கமா இருக்கு. அவளை நிமிந்து பாக்கத் தைரியமில்லை.

முத்து சாப்பிட்டு முடிச்சான்... "அம்மா... துணிகளைக் கொடுத்தாக் கிளம்பிருவேன்.,. வெள்ளாவி வெக்கனும்"னான்.

பாப்பு அவனை இருக்கையில உக்கார வச்சா... இதுவரைக்கும் அதுமாதிரி ஒரு வெல்வெட்டு இருக்கையில உக்காந்ததேயில்லை முத்து. பாப்பு அவம் பக்கத்துல உக்காந்தா.

“முத்து... என்னைக்கல்யாணம் கட்டிருக்கிறீயா”னு கேட்டா... பயலுக்கு வியர்த்துக் கொட்டுது. உடம்பெல்லாம் நடுங்குது... ”தாயி... நான் இந்த வீட்டுக்குள்ள வந்து, அய்யாமாருங்க உக்கார்ற நாற்காலியில உக்காந்து சாப்பிட்டேன்னு தெரிஞ்சாலே என்னை உசுரோட கொளுத்திருவாக... இதுமாதிரியெல்லாம் பேசாதீய தாயி... எல்லாப்பேரும் ’தொழிலாளி’ ’தொழிலாளி’னு கூப்பிடும்போது நீங்க மட்டும் ’முத்து’னு பேரு சொல்லி அழைச்சு என்னை மனுசனா மதிச்சிக... அம்மா மாதிரி உக்கார வச்சு சோறு போட்டிய... இதுபோதும் தாயி... இந்த மாதிரி எண்ணத்தை வளத்துக்க வேண்டாம்...”னு சொல்லிட்டு கிளம்பிட்டான். அவன் கையைப் புடிச்ச பாப்பு சொன்னா... ”முத்து... இந்த ஜென்மத்துல உனக்கு நான்... எனக்கு நீனு எழுதியிருக்கு... அதை மாத்த முடியாது... நிச்சயம் நாம ஒண்ணு சேருவோம்”

முத்துவுக்கு வேலையிலயே கவனம் இல்லை. ஒரு பக்கம், தேவதை மாதிரி ஒரு பொண்ணு... அதுவும் பக்கத்துல நடந்தாலே தீட்டுன்னு சொல்ற ஊர்ல, கையைப் புடிச்சு வீட்டுக்குள்ள கூட்டிக்கிட்டுப்போயி ’கட்டிக்கிறியா’ன்னு கேட்குறா... ஆனா, இது நடக்குமா.... பாப்புவோட அப்பங்காரனுக்குத் தெரிஞ்சா கொன்னுல்ல போட்டுருவான்... ஒரு பக்கம் பயம்... இன்னொரு பக்கம் பாப்பு முகம் மனசுக்குள்ள வந்து வந்து போகுது...

புள்ள முகம் குழம்பிக்கிடக்கிறதை முத்துவோட அம்மாக்காரி கண்டுபிடிச்சுட்டா... பக்கத்துல உக்கார வச்சு என்ன, ஏதுன்னு விசாரிச்சா... நடந்ததைச் சொன்னான் முத்து... பதறிப்போனா அம்மாக்காரி. ”முத்து... ஏதோ கெட்ட சகுனம் மாதிரி இருக்கு... மனசைப் போட்டுக் குழப்பிக்காதே... நாம அழுக்கோடவும் கழுதையோடவும் வாழுறவுக... அவுக வாழ்க்கை முறை வேற... இனிமே பெரிய வீட்டுக்கு துணி எடுக்கப்போகாதே... நான் போயி எடுத்துக்கறேன்”னு சொன்னா. அவ முகம் கலங்கிப்போச்சு.

அதுக்கப்புறம் முத்து, பெரிய வீட்டுக்கு மட்டும் போறதில்லை. அம்மாக்காரி போயி துணி எடுத்தாந்தா. முத்து வராதது பாப்புக்கு பெரும் துயரமாப் போச்சு. ஒருநாள், யாருமில்லாத நேரத்துல கிளம்பி ஆத்தங்கரைக்குப் போனா.

முத்து வெள்ளாவி அடுப்பை ஊதி எரிய வச்சுக்கிட்டிருந்தான். பாப்புவைப் பாத்ததும் அவனுக்கு என்ன செய்யிறதுனே தெரியலே. யாராவது பாத்துப்புட்டா பிரச்னையாயிருமேன்னு பயம் வேற...

பாப்பு, முத்துவோட கையைப் பிடிச்சுக்கிட்டா... "முத்து... ஏன் வீட்டுக்கு வர்றதேயில்லை..."னு கேட்டா. முத்துக்கிட்ட பதில் இல்லை. அவன் கண்ணுல இருந்து தண்ணி ஊத்துது. "முத்து... என்னை ஏத்துக்க... இந்த ஊரை விட்டே ஓடிருவோம்... எங்காவது கண்காணாத இடத்துக்குப் போய் நம்மால என்ன வேலை செய்ய முடியுமோ அதைச் செஞ்சு வாழ்ந்துக்குவோம்..."ன்னா. முத்து பதில் பேசாம இருந்தான்.

பாப்பு, விறு விறுன்னு ஆத்தை நோக்கி நடந்தா... பெரும் சுழலெடுத்து ஆறு வேகமா ஓடிக்கிட்டிருக்கு. "முத்து... இப்போ நான் சொல்றதைக் கேட்கலைன்னா ஆத்துல குதிச்சு உசுரை விட்டிருவேன்"னா. முத்து கலங்கிப்போனான். இனி இழக்க எதுவுமில்லை...

“பாப்பு... நிச்சயம் நாம கல்யாணம் பண்ணிக்குவோம்... இந்த ஊர்ல இருந்தா நம்மள வாழவிட மாட்டாக. நாளைக்கு மறுநாள் பவுர்ணமி. ராத்திரி பண்ணெண்டு மணிக்கு மேல ஊரை விட்டுக் கிளம்பிருவோம். கட்டுன சேலையோட வா... எங்க அம்மாவை இங்கே விட்டுட்டு வந்தா உங்க அப்பாவோட ஆளுங்க வெட்டிப் போட்டுருவாக... அவளையும், நாலு தொத்தக் கழுதைங்க இருக்கு... அதுகளையும் கூட்டிக்கிட்டுப் போவோம்... எல்லாம் ஆண்டவன் விட்ட வழி..."ன்னான் முத்து. பாப்பு அவனைக் கட்டிப் பிடிச்சு அழுதா... காடு, கரையெல்லாம் இந்தக் காட்சியை வேடிக்கை பாத்துச்சு. கூடவே, வயித்துக்குச் சரியில்லாம கரைப்பக்கம் ஒதுங்க வந்த ஊருக் கணக்கனும் பாத்துப்புட்டான்.

பதறிப்போயி, நேரா பெரியவீட்டு மனுஷங்கிட்டப் போய் பாத்ததையும் கேட்டதையும் ஒண்ணுவிடாமச் சொல்லிப்புட்டான் படுபாவி. பெரியவீட்டு மனுஷனால இதைச் சகிச்சுக்க முடியலே. ஊரோட வெளுப்புத்தொழிலாளி தன்னோட ஒரே மகளைக் காதலிக்கிறதா..? தன்னோட ஆளுகளைக் கூப்பிட்டான். “இன்னைக்கு ராத்திரிக்குள்ள அந்த முத்துப்பயலோட தலையோட வரணும்... இனிமே யாருக்கும் இப்படியொரு எண்ணமே உருவாகக்கூடாது"னு சொன்னான். ஆளுக நேரம் பாத்துக் காத்திருந்தானுக.

சாயங்காலம் ஊர்ச்சோறு வாங்குறதுக்காக தெருவுக்குள்ள வந்தான் முத்து. வாங்கி ஒரு வெள்ளை வேட்டியில கட்டி தோள்ல மாட்டிக்கிட்டு வீட்டுக்கு நடந்துக்கிட்டிருந்தான்.பெரிய வீட்டு மனுஷன் ஏவி விட்ட ஆளுக, பின்தொடர்ந்து வந்தானுக. கள்ளிக்காட்டைத் தாண்டி வீட்டுக்கு முத்து நடந்தப்போ மூணு பேரு சுத்தி வளைச்சுட்டானுக. ஒருத்தன் காலை வெட்ட, இன்னொருத்தன் கையை வெட்டுனான். ஒருத்தன் கழுத்துல கீறுனான். எதிர்பாராத தாக்குதல்ல நிலைகுலைஞ்சு போனான் முத்து. பலத்தையெல்லாம் திரட்டிப் போராடி கொலைகாரப் பாவிகள்கிட்டத் தப்பிச்சு காலை இழுத்து இழுத்துக்கிட்டு ஓடுனான் முத்து. சத்தம் கேட்டு அந்தப்பகுதியில இருந்த ஆளுக ஓடிவர, துரத்திக்கிட்டே வந்த பயலுக தப்பிச்சுப் பொயிட்டானுக. ரத்தம் ஒழுக, தடுமாறி விழுந்த முத்து கொஞ்ச நேரத்துல செத்துப்போனான்.

முத்து செத்துப்போன செய்தி ஊருக்குள்ள பரவுச்சு. பாப்புவுக்கும் செய்தி எட்டுச்சு. கதறி அழுதா... முத்து இல்லாத வாழ்க்கையை கற்பனைகூட செய்ய முடியலே. துயரம் தாங்காம அரளிக்காயை அரைச்சுக் குடிச்சுட்டு தன்னோட அறைக்குள்ள படுத்துட்டா... பொணமாத்தான் தூக்குனாக.

முத்துவும் பாப்புவும் செத்துப்போன கொஞ்சநாள்ல பெரிய மனுஷன் அம்மை வந்து படுத்துட்டான். ஊராளுக பலபேருக்கு அம்மை வந்திருச்சு. ஊரே வெம்மையாகிப் போச்சு. சிண்டு சிறுசுகல்லாம் தவிச்சுச்சுக. 'எல்லாத்துக்கும் முத்துவும் பாப்புவும்தான் காரணம்'னு எல்லாரும் சொன்னாக. பெரிய வீட்டு மனுஷனும் தன்னோட தப்பை உணர்ந்து தன் மகளுக்கும் முத்துவுக்கும் பீடம் வச்சு சாமியாக் கும்புட ஆரம்பிச்சான். அதுக்குப்பிறகு ஊரு குளிர்ந்துச்சு. நோய் நொடியெல்லாம் தீர்ந்து தெளிவானாக மக்கள்.

தூத்துக்குடி மாவட்டத்துல சிங்கத்தாங்குறிச்சின்னு ஒரு ஊரு... அங்கேதான் முத்துவும் பாப்புவும் இப்போ குடியிருக்காக. செஞ்ச தப்புக்காக எல்லாரும் கையெடுத்துக் கும்புட்டு கால்ல விழுந்துட்டுப் போறாக... பரிவார பீடங்களோட இந்த வேடிக்கைய கண்கொட்டாம பாத்து ரசிச்சுக்கிட்டிருக்காக ரெண்டு பேரும்!

26. பொம்மி - திம்மி

முத்துப்பய இருக்கானே, மகா கெட்டிக்காரன். ஆறு அண்ணனுங்களுக்குப் பிறகு பெறந்த கடைக்குட்டிப் பய. வீட்டுக்கே செல்லப்புள்ள. முத்துவோட அப்பங்காரன் அந்த ஊர்ல பெரிய பணக்காரன். ஏகப்பட்ட நெலபுலங்க கெடக்கு. ஊர்லயும் பெரிய மரியாதை.

அறுபத்து நாலு கலைகள்னு சொல்வாகளே... எல்லாத்திலயும் ஆழங்கால்பட்ட பயலா இருந்தான் முத்து. குறிப்பா, மல்யுத்தம், வாள் சண்டையில அவனை மிஞ்ச அந்த வட்டாரத்துலேயே ஆளில்லை. ஓலைச்சுவடிகளையெல்லாம் படிச்சு மந்திரம், மருத்துவம்னு எல்லாத்தையும் கத்து வச்சிருந்தான்.

முத்துவுக்கு ரொம்பநாளா ஒரு ஆசை... அந்தூரு ராஜாக்கிட்ட தன்னோட தெறமைகளைக் காமிச்சு பரிசு வாங்கணும். அப்பனுக்கும் அண்ணங்காரனுகளுக்கும் தெரிஞ்சா விடமாட்டானுக. ஒருநாளு, யாருக்கும் தெரியாம வீட்டை விட்டுக் கிளம்பிட்டான். கிராமத்துல இருந்து தொலைதூரத்துல இருந்துச்சு அரண்மனை.

காடு, மலைன்னு எல்லாத்தையும் கடந்து ஒருவழியா அரண்மனைக்குப் போயி, வாயில் காப்பாளன்கிட்ட ராஜாவைப் பாக்க வந்திருக்கிறதாச் சொன்னான் முத்து. காப்பாளன் போயி ராஜாக்கிட்ட விபரத்தைச் சொன்னான். ராஜா உள்ள கூட்டியாற சொன்னாரு. ராஜாக்கிட்ட பாட்டு, கவிதை, கூத்துன்னு எல்லாத்தையும் செஞ்சு காமிச்சான் முத்து. ராஜாவுக்கு அவனை ரொம்பப் புடிச்சுப்போச்சு. 'இவ்வளவு திறமைசாலியா இருக்கானே'னு நிறைய வெகுமதிகளைக் கொடுத்து அரண்மனையிலேயே வேலையும் போட்டுக் குடுத்துட்டாரு ராஜா.

முத்துவுக்குப் பெருமை தாங்கலே. தன்னோட கலையை மதிச்சு ராஜா பொன்னும் பொருளும் கொடுத்ததோட வேலையும் கொடுத்துட்டாரே... சந்தோஷமா வேலை பாத்துக்கிட்டிருந்தான்.

ஊருல ஒரே களேபரம். தம்பியைக் காணலேனு அண்ணங்காரனுங்க துடிச்சுப் போயிட்டானுவ. எல்லாத்

திசையிலயும் தேடி அலையுறானுவ. ஒருவழியா அவன் அரண்மனையில வேலை பாக்குறதைக் கண்டுபிடிச்சுட்டானுக. ஆறு பேரும் நேரா அரண்மனைக்குப் போயி தம்பியைப் பாத்து, 'உன்னைய விட்டுட்டு எங்களால இருக்க முடியலே... வீட்டுக்கு வந்திருடா தம்பி'னு கூப்பிட்டானுக.

தம்பிக்கு அரண்மனையை விட்டு வர விருப்பமில்லை. ஆனாலும் அண்ணனுங்க ஆறுபேரும் வந்து அன்பா அழைக்கும்போது மறுக்க முடியலே... நேரா ராஜாக்கிட்டப் போனான். 'ராஜா... என்னோட அண்ணங்காரனுங்க வந்து என்னை வீட்டுக்குக் கூப்பிடுறாங்க... நான் போகலாமா'னு கேட்டான். ராஜா, கைநிறைய சன்மானம் கொடுத்து சந்தோசமா அனுப்பி வச்சாரு.

அண்ணனுங்களுக்கு ரொம்பவே சந்தோஷம், 'நம்ப தம்பி இப்படி ராஜாக்கிட்ட நல்ல பேரு எடுத்திருக்கானே'னு. சன்மானச் சுமையைச் சுமக்க முடியாம நடந்து வந்துக்கிட்டிருந்தாக. காடு, மலையெல்லாம் கடந்து பாதை நீளமாப் போய்க்கிட்டிருந்துச்சு.

முத்துவுக்குக் கடுமையான தாகம்... எங்காவது தண்ணி கிடைக்குமான்னு வழி நெடுகப் பாத்துக்கிட்டே வந்தான். தூரத்துல ஒரு சுனை தெரிஞ்சுச்சு. 'நீங்க போய்க்கிட்டே இருங்க. நான் போய் தண்ணி குடிச்சுட்டு வாரேன்'னு சொல்லிட்டு சுனைப்பக்கம் நடந்தான் முத்து. அண்ணங்காரனுகளும், சரி தம்பி தண்ணி குடிச்சுட்டு வரட்டும்'னு தன் போக்குல நடந்துக்கிட்டிருந்தானுங்க.

சுனைக்கு வந்த முத்து, ஆசை தீர தண்ணி குடிச்சான். அப்படியே குதிச்சு நீந்திக் குளிக்கவும் ஆரம்பிச்சான். நேரம் போனதே தெரியலே.

சுனைக்குப் பக்கத்துல அந்தூரைச் சேர்ந்த பகடைக்காரன், பசும்பட்டி போட்டிருந்தான். நூத்துக்கும் மேல பசுமாடுங்க அவம் பட்டியில இருந்துச்சு. பகல்ல காடு கரையில மேச்சுட்டு ராத்திரி பட்டியில விட்டு காவக்காப்பான். பகடைக்கு ரெண்டு பொம்பளைப் புள்ளைக. ரெண்டும் ரெட்டைப் புள்ளைக. ஒருத்தி பேரு பொம்மி. இன்னொருத்தி பேரு திம்மி. ரெண்டு புள்ளைகளும் தேவதை மாதிரி இருப்பாளுக. அப்பங்காரனுக்குச் சாப்பாடு கொடுத்துட்டுத் திரும்புற வழியில சுனையில தண்ணி குடிக்க வந்துச்சுக ரெண்டு புள்ளைகளும். குளிச்சு முடிச்சு, கரையில நின்னுக்கிட்டிருந்த முத்து, அந்தப் புள்ளைகளைப் பாத்து அசந்து

போனான். 'நாடு, காடுன்னு சுத்தாத எடமில்லை. எங்கேயும் இவ்வளவு அழகான பொண்ணுங்களைப் பார்த்ததில்லையே'. அந்த நொடியிலேயே மனசைப் பறிகொடுத்துட்டான்,

ஒரு அந்நிய ஆளு சுனையில நிக்குறதைப் பாத்து ரெண்டு புள்ளைகளும் தயங்கி நின்னுச்சுக. வச்ச கண்ணு மாறாம அவன் பாத்துக்கிட்டிருக்கிறதைப் பாத்து அதுக முகம் வெக்கத்துல செவந்துபோச்சு. அந்தப் புள்ளைகளுக்கு முன்னாடி வந்து நின்னான் முத்து. 'தேவதை மாதிரி இருக்கிற உங்க பேரு என்ன பொண்ணுகளா?'னு கேட்டான். 'திம்மி, பொம்மி'னாக. 'நான் இதுவரைக்கும் உங்களை மாதிரி பேரழகிகளைப் பாத்ததில்லை... உங்கக்கிட்ட மனசைப் பறிகொடுத்துட்டேன். உங்களை என்னால மறக்கமுடியாது. என்னைக் கல்யாணம் பண்ணிக்கிறீயளா'னு கேட்டான்.

பொம்மிக்கும் திம்மிக்கும் பதற்றமாப்போச்சு. 'பாக்க அரண்மனை அதிகாரி மாதிரியிருக்கான்... பெரிய அறிவாளிக்குரிய முகலட்சணம் இருக்கு. பாத்த நொடியிலேயே காதலிக்கிறேன்னு சொல்றானே'னு குழப்பம். திம்மி சொன்னா... 'எங்களுக்கு எல்லாமே எங்க அப்பன் பகடைதான். அவர் என்ன சொல்றாரோ அதைத்தான் செய்வோம். நீங்க எதுவா இருந்தாலும் எங்க அப்பன்கிட்டப் பேசுங்க'னு சொல்லிட்டு விறுவிறுன்னு நடந்துச்சுக.

பட்டிக்குப் போயி அப்பங்காரன்கிட்ட நடந்ததையெல்லாம் சொன்னுச்சுக ரெண்டு புள்ளைகளும். பகடை நேரா சுனைக்கரைக்குப் போனான். மரத்தடியில உக்காந்திருந்த முத்துவைப் பார்த்து, யாரு என்னனு விசாரிச்சான். பொம்மி, திம்மியோட அப்பங்காரன்னு தெரிஞ்சவுடனே, 'மாமா... பொம்மி, திம்மிக்கிட்ட என் மனசைப் பறிகொடுத்துட்டேன். ரெண்டு பேரையும் எனக்குக் கட்டித்தருவியளா'னு கேட்டான். பகடை சொன்னாரு... 'தம்பி... நீ வசதியான வீட்டுப் புள்ளை மாதிரியிருக்கிய... அதுலயும் சமூகத்திலயும் எங்களைவிட பெரியாளுகளா இருப்பிய போல. என் பொண்ணுகளைக் கட்டிக்கனும்னா, எங்க குலத் தொழிலை நீங்க செய்யனும். எங்க கூடவே இருக்கணும். அதுக்குச் சம்மதிச்சா நாளைக்கே கல்யாணத்தை வச்சுக்கலாம்'னு சொன்னாரு பகடை. 'பொம்மி, திம்மியைக் கல்யாணம் பண்ணிக்கிறதுக்காக எதையும் செய்யத் தயாரா இருக்கேன்'னு சொன்னான் முத்து.

முத்துவை தன்னோட பட்டிக்கு அழைச்சுட்டுப் போனாரு பகடை. அவருக்குத் தன்னோட குலத்தொழிலையெல்லாம் கத்துக்கொடுத்தாரு. முத்து ஆர்வத்தோட செஞ்சான். முத்துவோட வேகத்தைப் பாத்த பகடை, பொம்மியையும் திம்மியையும் முத்துவுக்குக் கல்யாணம் பண்ணி வச்சாரு.

அவுககூடவே தங்கி பசுக்களை மேச்சுக்கிட்டு அவுக குலத்தொழிலையும் செஞ்சுக்கிட்டிருந்தான் முத்து. நாளும் பொழுதும் ஓடுச்சு. திம்மியும் பொம்மியும் முத்துவை நல்லாப் பாத்துக்கிட்டாக. எல்லாரும் சந்தோஷமா இருந்தாக.

முத்துவோட மேய்ச்சல்ல பசுங்கள்லாம் கொழுகொழுன்னு இருந்துச்சுக. இது அந்தப்பகுதியில இருந்த திருட்டுப்பயலுக கண்ணை உறுத்தத் தொடங்குச்சு. 'எப்பிடியாவது ஒரு ராவுல பகடையோட பட்டியில இருந்து பத்திருபது மாடுகளைக் கொண்டு போயிரனும்'னு திட்டம் போட்டானுவ.

அது நல்லப் பனிக்காலம். பட்டியில மாடெல்லாம் குளிர்ல ஒண்டிப்போய் கெடக்கு. பகடை கொஞ்சம் அசந்துத் தூங்கிட்டான். நாள் பாத்துக்கிட்டிருந்த திருட்டுப்பயலுகளுக்கு வசதியாப் போச்சு. உள்ளே புகுந்து பசுக்களையும் கண்டுகளையும் ஓட்டிக்கிட்டுக் கிளம்பிட்டானுவ.

விடிஞ்சுச்சு. எழுந்து பட்டியில இருந்த மாடுகளை எண்ணிப்பாத்த பகடை பதறிப்போனான். சரியா முப்பது உருப்படிகளைக் காணலே. அக்கம் பக்கத்துல விசாரிச்சான். 'பக்கத்து மலையில ஒண்ட வந்த குடித்தனக்காரனுங்கதான் பசுக்களை ஓட்டிக்கிட்டுப் போனானுங்க'னு தெரிஞ்சுபோச்சு. அவனுக வில்லங்கமான ஆளுகளாச்சே... கொலைப் பழிக்கு அஞ்ச மாட்டானுவ.

மருமவனைக் கூப்பிட்டான் பகடை. 'நம்ம வாழ்வாதாரமே இந்தப் பசுக்கள்தான். அதுல கை வைச்சுப்புட்டானுவ. விடக்கூடாது. போய் அவனுவளை வெட்டிப்போட்டுட்டு நம்ம பசுக்களையும் கண்டுகளையும் ஓட்டிக்கிட்டு வாங்க'னு அனுப்பி வச்சான். முத்து வாளைத் தீட்டி இடைவார்ல சொருவிக்கிட்டுக் கிளம்புனான்,

பொம்மியும் திம்மியும் கண்கலங்கி நிக்குறாக. 'அந்தத் திருட்டுப்பயலுக நியாயம் தர்மம் பாக்காத ஆளுக. எந்த அநியாயத்துக்கும் அஞ்ச மாட்டானுவ. கூட நம்ம

உறவுக்காரவுகளையும் கூட்டிக்கிட்டுப் போங்க'ன்னா திம்மி. 'மாமா... மாடு போனா போவட்டும்... எங்க அப்பங்காரனை நாங்க சமாதானப்படுத்திக்கிறோம்... நீங்க போவக்கூடாது'னு தடுக்கிறா பொம்மி. எதையும் கேட்கலே அந்தப் பய. 'எனக்கு எதுவும் ஆகாது... நீங்க, பதறாம வீட்டுல இருங்க'னு சொல்லிட்டு கிளம்புனான்.

திருட்டுப்பயலுகளோட குடியிருப்புக்குள்ள புகுந்தான். திருடிக்கிட்டு வந்த மாடுகளையெல்லாம் பட்டியில அடைச்சு வச்சிருந்தானுக. உள்ளே புகுந்து மாடுகள பத்தி விட்டான். சத்தம் கேட்டு ஓடிவந்த ஆளுகளையெல்லாம் வெட்டித் தள்ளுனான் முத்து. திடீர்ன்னு நடந்த தாக்குதல்ல தடுமாறி எல்லாப்பேரும் ஓடி தெரிச்சுட்டானுக. அந்த வெளியே வெரிச்சுன்னு கெடக்கு. 'அப்பாடா'னு கொஞ்சம் அசந்தாம் பாருங்க முத்து... எங்கிருந்தோ வந்த ஒரு திருட்டுப்பய முத்துவோட கழுத்துல போட்டான் ஒரு வெட்டு... துண்டாகி விழுந்துருச்சு தலை.

செய்தி பொம்மிக்கும் திம்மிக்கும் போய்ச்சேந்துச்சு. ரெண்டு புள்ளைகளும் கதறி அழுவுதுக. அப்பங்காரன் பகடை ஒரு பக்கம் விழுந்து புரண்டு அழுவுறான். பொம்மியும் திம்மியும் கையைக் கோர்த்துக்கிட்டு முத்து வெட்டுப்பட்டுக் கிடக்கிற எடத்துக்கு ஓடியாருதுக. முத்துவோட உடல்மேல விழுந்து கதறி அழுவுதுக. பெறகு, அங்கேயே வெறகடுக்கி தீ மூட்டி முத்துவை தகனம் பண்ணினாக. அந்தத் தீயிலயே பொம்மியும் திம்மியும் இறங்கி உயிர் விட்டாக.

முத்துவோட வீரத்தைக் கண்ட சொரிமுத்தையன்னாரு, அவனைத் தன்னோட தளபதியா வச்சுக்கிட்டாரு. பொதிகை மலையில சொரிமுத்தாருக்கு பக்கத்துல ஒரு பாறையில குடியிருந்து காவக்காக்கிறாரு முத்து. பொம்மியும் திம்மியும் கூடவே இருக்காக..!

27. பெரியாயி

பெரியாயி, அந்தூருப் பெரிய வூட்டுப்பொண்ணு. பாக்க, தேவதை மாதிரியிருப்பா. சுத்துப்பட்டுக் கோயிலெல்லாம் பெரியாயியோட அப்பன் நிர்வாகத்துலதான் இருந்துச்சு. மேலத்தெருவுல வூடு. ஊருல நடக்கிற நல்லது, கெட்டதெல்லாம் பெரியாயியோட அப்பங்காரன் தலைமையிலதான் நடக்கும். பெரியாயி நல்லா நடனமாடுவா. கோயில்ல நடக்கிற விழாக்கள்ல பெரியாயியோட நடனத்தைப் பாக்குறதுக்குன்னே பெருங்கூட்டம் கூடும்.

இதே ஊருல ஒரு பேருபோன வைத்தியன் இருந்தான். அவம்பேரு சிதம்பரம். வீடு கீழத்தெருவுல இருந்துச்சு. மேலத்தெரு ஆளுகளுக்கும் கீழத்தெரு ஆளுகளுக்கும் எந்த சம்பந்தமும் இருக்காது. வேலை வெட்டின்னாக் கூட கீழத்தெரு ஆளுகளைக் கூப்பிட மாட்டாக மேலத்தெரு ஆளுக.

சின்ன வயசுலயே திருவாங்கூர் பக்கம் ஓடிப்போயி அங்கிருந்த காணிக்காரககிட்ட மந்திரம், தந்திரம், வைத்தியமெல்லாம் கத்துக்கிட்டு வந்திருந்தான் சிதம்பரம். வெளியூர்ல இருந்தெல்லாம் வைத்தியம் பாக்க ஆளுக வந்து போவாக.

அன்னைக்கு பெரியாயி வீட்டுல கருதறுப்பு. நாப்பது, அம்பது ஆளுக வயக்காட்டுல இறங்கி கருதறுத்துக்கிட்டு இருக்காக. ஒரு பக்கம், ஆம்பளைக களத்துல கருதை அடிச்சு நெல்லை உதுக்கிட்டு இருந்தாக. உதுத்துட்டுப் போடுற வைக்கோல்ல மாட்டை விட்டு நாலைஞ்சு பயலுக பொனை ஓட்டிக்கிட்டிருந்தானுவ. கருதறுப்பு வேலையை மேலாண்மை பாக்குறதுக்காக, பெரியாயி கூட்டு வண்டியில வந்து எறங்குனா. வரப்புல நடந்து போய்க்கிட்டிருந்தபோது சுருக்குன்னு கால்ல ஏதோ குத்துன மாதிரியிருந்துச்சு. வலி உள்ளங்கால்ல இருந்து உச்சந்தலை வரைக்கும் ஏறுச்சு. ரத்தம் பொட்டுப் பொட்டா வெளியில வரத் தொடங்குச்சு. கடிச்ச வேகத்துல வளைஞ்சு நெளிஞ்சு வேகவேகமா வரப்பைத்தாண்டி ஓடி ஒளிஞ்சுச்சு நீளமா ஒரு பாம்பு. அதைப் பாத்ததுமே பெரியாயிக்குக் கண்ணை இருட்டிக்கிட்டு வந்துச்சு. 'பொத்து'னு மயங்கி விழுந்தா. வேலையில தீவிரமா இருந்த மக்க யாரும் இதைக் கவனிக்கலே.

156 தெய்வ மனுஷிகள்

அப்போன்னு பாத்து அந்தப் பக்கமா வந்துக்கிட்டிருந்தான் சிதம்பரம். பெரியாயி கீழே விழுந்து கிடக்கிறதைப் பாத்துட்டு ஓடிப்போய் கையைப் பிடிச்சு நாடி பாத்தான். கண்டங்கருவளை நாகம் தீண்டியிருக்கு. காயம்பட்ட இடத்துல கீறி விஷத்தை வெளியில எடுத்தான். அடர்ந்து கிடந்த மூலிகைக நாலைஞ்சைப் பறித்து கசக்கி கடிச்ச இடத்துல விட்டான். சுருக்குப் பையில வச்சிருந்த ஒரு மருந்துப்பொடியை எடுத்து அவ நாக்குல வச்சான். சரியா அஞ்சாவது நிமிடம் கண் விழுச்சிட்டா பெரியாயி.

தூங்கி விழிச்ச மாதிரியிருக்கு. நடந்தது எதுவும் நினைப்புல இல்லை. தனக்கு முன்னால அடையாளம் தெரியாத ஒரு மனுஷன் நிக்குறாரேன்னு மிரண்டுபோய் பாக்குறா. “நீங்க யாரு... எனக்கு என்ன ஆச்சு... நான் ஏன் இங்கே படுத்திருக்கேன்”னு கேட்டா. நடந்த எல்லாத்தையும் விளக்கமாச் சொன்னான் சிதம்பரம்.

போயிருச்சுன்னு ஆன உசுரை புடிச்சுக் கொண்டாந்து காப்பாத்தின சிதம்பரம் மேல பெரியாயிக்கு இனம் புரியாத அன்பு உருவாச்சு. அதுக்குப் பரிசா தன்னையே கொடுக்கனும்ன்னு நினைச்சா. அவன் முகத்தைப் பாத்து, “என்னைக் கல்யாணம் கட்டிக்கிறியளா”னு கேட்டா. சிதம்பரம் திகைச்சுப்போனான். ‘பொண்ணோட செழிப்பைப் பாத்தா மேல வீட்டுப் பெரிய மனுஷக பொண்ணு மாதிரியிருக்கு. இப்படி, இங்கிதமில்லாமப் பேசுதே... நம்மைப் பாத்தாலே பாவம்ன்னு நினைக்கிற ஆளுக. பொண்ணைத் தொட்டு வைத்தியம் பாத்தது தெரிஞ்சாலே வெட்டிப் போடுவாக. கல்யாணம் கட்டிருக்கிறியானு கேக்குதே’னு பெரும் யோசனை... அதேநேரம், ‘தன்னோட தகுதிக்குத் தேவதை மாதிரி ஒருத்தி, கட்டிக்கிறியானு கேக்குறதெல்லாம் பெரிய விஷயம்... அவளைப் புறக்கணிக்கிறது சரியா?’னு ஒரு கேள்வி.

மனசுல தைரியத்தை வரவழைச்சுக்கிட்டு, யாரு என்னன்னு விசாரிச்சான். “இந்தா தாயி... நீ பெரிய வூட்டுப்பொண்ணு... ராணி மாதிரி பாத்துப் பாத்து வளத்திருக்காக. எங்கத் தெருப்பக்கம் தலை வச்சுக்கூட படுக்காத சனம் நீங்க. நீ எப்படி எங்கூட வாழமுடியும்..? அதை உன் சாதிசனம் எப்பிடி ஏத்துக்கும்... மனசைக் குழப்பிக்காம வீட்டுக்குப் போ தாயி”னு சொன்னான் சிதம்பரம்.

பெரியாயி விடாப்பிடியா நின்னா. ”நீங்கதான் என் உசுரைப் புடிச்சாந்து விட்டிருக்கிய... வாழ்ந்தா உங்ககூடத்தான் வாழுவேன்.

இல்லேன்னா இப்பவே உசுரை விட்டுருவே"னு சொன்னா. சிதம்பரத்துக்கு ஒண்ணும் புரியலே. நிதானமா யோசிச்சான். பெரியாயி கையைப் புடிச்சுக் கூட்டிக்கிட்டு தன்னோட வீட்டுக்குக் கிளம்பிட்டான்.

செய்தியைக் கேள்விப்பட்டு பெரியாயியோட அப்பங்காரன் கொதிச்சுப்போனான். 'பூவாட்டம் வளத்த பொண்ணு, இப்படி ஏமாத்திட்டுப் போயிருச்சே'னு அம்மாக்காரி அழுது ஆர்ப்பாட்டம் செஞ்சா. ஊராளுகள்லாம் கூடிப் பேசுனாக. "இனிமே, எக்காலத்திலயும் பெரியாயியை இந்தத் தெருப்பக்கம் சேக்கக்கூடாது"னு முடிவு செஞ்சாக.

பெரியாயியை உசுருக்கு உசுராப் பாத்துக்கிட்டான் சிதம்பரம். அந்தத் தெருவே, இந்த மேலவீட்டுப் பொண்ணை கொண்டாடுச்சு. சிதம்பரம் கடுமையா உழைச்சு சம்பாதிச்சு பெரியாயியை நல்லா வச்சிருந்தான்.

பெரியாயி முழுகாம இருந்தா. சிதம்பரத்துக்கும், அவங்குடும்பத்துல உள்ளவர்களுக்கும் ரொம்பவே சந்தோசம். ஈ, எறும்புகூட அண்டாம அவளைப் பாத்துக்கிட்டாக. முகம் கோணாம பாத்துக்கிற புருசங்காரன், எப்பவும் பக்கத்துலயே இருந்து அன்பைக் கொட்டுற உறவுக்காரக, ராணி மாதிரி மரியாதை காட்டுற ஊராளுக... எல்லாம் இருந்தும் பெரியாயி மனசுக்குள்ள ஒரு கீறல்... 'தாயாகி நிக்குற இந்த நேரத்துல நம்ம அப்பாவும் அம்மாவும் இருந்தா எப்படியிருக்கும்..?' வயித்துக்குள்ள இருந்த கருவைப் போலவே மனசுக்குள்ள இந்த ஆசையும் வளர்ந்துச்சு.

ஆறுமாசமாச்சு. வயிறு பெருத்து பெரியாயிக்கு அழகு கூடியிருந்துச்சு. சந்தன நிறம் பூசினதுபோல உடம்பு பளபளக்குது. ஆனா, எல்லாத்தையும் தாண்டி முகத்துல அவளறியாம ஒரு சோகம் அப்பிக்கடந்ததை சிதம்பரம் பய கண்டுபிடிச்சுட்டான். "தாயி... என்னாச்சு தாயி... ஏன் ஒரு மாதிரியிருக்கே... வாயிம் வயிறுமா இருக்கிற இந்த நேரத்துல இப்படி மனசுக்குள்ள குழப்பத்தை சுமந்துக்கிட்டு நிக்குறியே... எதுவா இருந்தாலும் சொல்லு... நிறைவேத்தி வைக்கிறேன்"னு கண்கலங்கச் சொன்னான் சிதம்பரம்.

"நான் தாயாகி நிக்கிற இந்த நேரத்துல, என் தாயையும் தகப்பனையும் பாக்கனும் போலருக்கிய்யா... கூட்டிக்கிட்டுப் போவியளா"னு கேட்டா பெரியாயி. சிதம்பரத்துக்கு மனசு

158 தெய்வ மனுஷிகள்

துடிச்சுப்போச்சு. 'பெரிய வீட்டு ஆளுக ஏத்துக்குவாகளா... வெட்டி வீசிறுவாகளே... என்ன ஆனாலும் பரவாயில்ல... பெரியாயியை அவ ஆயி, அப்பன்கிட்ட கூட்டிக்கிட்டுப் போவோம்... நடக்கிறது நடக்கட்டும்'.

ஒருநாளு ரெண்டு பேரும் கூட்டு வண்டியைப் புடிச்சு நேரா பெரியாயி அப்பன் வீட்டுல போயி இறங்குனாக.

சிதம்பரத்தைப் பாத்தவுடனே பெரியாயியோட அப்பங்காரனுக்குக் கோபம் பொத்துக்கிட்டு வந்திருச்சு. எழுந்து வீச்சரிவாளை எடுக்கத் திரும்புனான்... வாயும் வயிறுமா இருக்கிற பெரியாயியைப் பாத்தவுடனே அப்பங்காரனுக்குக் கோபமெல்லாம் காணாமப் போயிருச்சு. உள்ளேயிருந்து பாசமும் அன்பும் சுரக்குது... எல்லா அழுக்கும் கரைஞ்சு போச்சு. அப்படியே போய் மகளைக் கட்டிப்பிடிச்சுக்கிட்டு "தாயி... ஏந்தாயி எங்களையெல்லாம் விட்டுட்டுப்போனே..."னு அழுவ ஆரம்பிச்சான். பெரியாயியோட அம்மாவும் மகளைக் கட்டிக்கிட்டு அழுதா. பெரியாயி நடந்த கதையெல்லாம் சொன்னா... 'சிதம்பரம் தன்னை உசுருக்கு உசுரா பாத்துக்கிறார்'னு சொன்னா... பெத்தவுகளுக்கு சிதம்பரம் மேல இருந்த கோபமெல்லாம் போயிருச்சு. "இனிமே, நீயும் மாப்பிள்ளையும் எங்கேயும் போக வேணாம்... இங்கேயே இருங்க"னு சொல்லி தங்க வச்சு நல்லா உபசரிச்சாக.

சிதம்பரமும், பெரியாயியும் ஊருக்குள்ள வந்த செய்தியும், அவுகளை வீட்டுக்குள்ள வச்சு உபசரிக்கிற செய்தியும் ஊருக்குள்ள பரவுச்சு. பெரியாளுகள்லாம் கூடி, "இதென்ன அநியாயம்... நம்ம தெருவுக்குள்ள எப்படி அவுகளை தங்க அனுமதிக்கலாம்..."னு பேசுனாக. நேரா, பெரியாயியோட அப்பங்காரனைப் பாத்து, "ஊருல பெரிய மனுஷனான நீங்களே இப்படியொரு செயலைச் செய்யலாமா? நம்ம குலத்துக்கே பாதகம் செஞ்சவளையும் கீழத்தெரு ஆளையும் வீட்டுக்குள்ள வச்சு உபசரிக்கிறியளே... இது நியாயமா"னு கேட்டாக. 'உடனடியா ரெண்டு பேரையும் தெருவை விட்டு விரட்டனும்'னு சொன்னாக.

பெரியாயியோட அப்பங்காரன் மறுத்துட்டான்... "இது எங்க குடும்பப் பிரச்னை... இதுல ஊரு தலையிடக்கூடாது. எம் மாப்பிள்ளையும் மகளும் என் வீட்டுலதான் இருப்பாக... உங்களால முடிஞ்சதைச் செய்யுங்க"னு சொல்லிட்டாரு.

ஊராளுகல்லாம் பொதுவிடத்துல கூடிப் பேசுனாக. "இதை வளரவிடக்கூடாது. நமக்குப் பாதகம் செஞ்ச அந்தச் சிதம்பரம் பயலுக்குப் பாடம் கத்துக்குடுக்கனும். எவனுக்கும் இனிமே தைரியம் வரக்கூடாது"னு ஒருத்தர் சொன்னாரு. "அவன் தலையை எடுத்தாத்தான் எல்லாருக்கும் புத்தி வரும்"னு இன்னொருத்தர் சொன்னாரு. விடியுற வரைக்கும் கூட்டம் ஆவேசமா நடந்துச்சு.

நாள்கள் ஓடுச்சு... ஒருநாள், காட்டுக்குப் போன சிதம்பரம் வீடு திரும்பலே... பெரியாயியோட அப்பங்காரன் எல்லா இடத்துலயும் தேடிப்பாத்தான். 'பொண்டாட்டியை விட்டுட்டு ஓடிப்போயிட்டான்'னு ஊராளுகள்லாம் கேலி பேச ஆரம்பிச்சாக. பெரியாயி வீட்டுக்குள்ளயே முடங்கிக்கிடந்தா. அன்னைக்கு ராத்திரி பெரிய குளத்துப்பக்கம் ஒரு புதருக்குள்ள, தலைவேற முண்டம் வேறயா சிதம்பரம் வெட்டுப்பட்டு கிடக்கிறதை சிலபேரு பாத்தாக.

செய்தி கேள்விப்பட்டு அலறி துடிச்சுக்கிட்டு ஓடியாந்தா பெரியாயி. வெட்டுப்பட்டுக் கிடக்கிற சிதம்பரத்தை மேல விழுந்து கதறி அழுதா... அந்த வேகத்துல நெஞ்சடத்து அவளோட உசுரும் பிரிஞ்சிருச்சு.

அதுக்கப்புறம் அந்தூர்ல ஏகப்பட்ட சாவுகள். நல்லது கெட்டது நடத்த முடியலே... திடீர் திடீர்ன்னு நாலா பக்கமும் அலறல் சத்தம் கேட்டுச்சு. ஊராளுகளுக்குப் புரிஞ்சு போச்சு. 'சிதம்பரமும் பெரியாயியும்தான் இப்படி அலைக்களிக்கிறாக'னு தெரிஞ்சுக்கிட்டு ரெண்டு பேருக்கும் சிலை வச்சு கும்புட ஆரம்பிச்சாக. அதுக்குப் பிறகு ரெண்டு ஆத்மாவும் சாந்தமாயிருச்சு.

கன்னியாகுமரி மாவட்டத்துல பறக்கைன்னு ஒரு ஊரிருக்கு. அதுக்குப் பக்கத்துல சிதம்பரமும் பெரியாயியும் இப்போ குடியிருக்காக. ரெண்டு பேருக்கும் ஊருல இப்போ பெரிய மரியாதை. மாலை, மகுடம், மந்திரம் ஊராளுக கொண்டாடுறாக. ரெண்டுபேரும் சந்தோஷமா இருக்காக..!

28 - சாமாயி

சங்கரனுக்கும், அமிர்தத்தாயிக்கும் கலியாணமாகி ஏழெட்டு வருசமாச்சு. இன்னும் அந்தக் கடவுள் கண்ணைத் திறக்கலே. பாக்குறவுகள்லாம் கேக்குறாக... “இன்னும் குளிச்சுக்கிட்டுத்தான் இருக்கியா தாயி”னு. அந்த வார்த்தைகளைக் கேக்குறபோதெல்லாம் அமிர்தத்தாயிக்குக் காதுல ஈயத்தைக் காச்சி ஊத்துன மாதிரி வலிக்கும். வேண்டாத சாமியில்லை... இருக்காத விரதமில்லை... அமிர்தத்தாயி வயித்துல இன்னும் உசுரு வாய்க்கலே.

சங்கரனுக்கும் மனசுக்குள்ள முள்ளாக் குத்திக்கிட்டிருக்கு, தனக்கு ஒரு வாரிசு இல்லயேங்கிற கவலை. ஒருநாளு, அமிர்தத்தாயி குளிக்கப்போன இடத்துல, பெரிய வீட்டு காத்தாயிக் கிழவி பாத்து, ”ஒருக்கா அழகர் கோயிலுக்குப் போயி ஒரு ராத்திரி தங்கி வேண்டிக்கிட்டு வா தாயி... நல்லது நடக்கும்”னு சொல்லிட்டுப் போனா. அன்னையில இருந்து அமிர்த்ததாயி மனசுல, ’ஒருமுறை அழகர் கோயிலுக்குப் போயிட்டு வந்திரனும்’னு இருந்துச்சு. சங்கரனுக்கும் அதுதான் வழின்னு தோணுச்சு. ரெண்டு பேரும் கிளம்பிட்டாக.

அழகர் கோயில் முகப்புல புருசனும் பொண்டாட்டியும் தங்யிருந்தாக. ’நாங்க செஞ்ச பழி பாவங்களைப் பொறுத்து எங்களுக்கு ஒரு வாரிசைக் குடு மாயக்கண்ணா’னு மனமுருகி ரெண்டுபேரும் வேண்டிக்கிட்டாக. அன்னைக்கு முழுவதும் அமிர்தத்தாயி பச்சைத் தண்ணிகூட குடிக்காம விரதம் இருந்தா.

காத்தாயி கெழவி சொன்ன உபாயம் பலிச்சிருச்சு. சங்கரனும் அமிர்தத்தாயும் வடிச்ச கண்ணீரு அந்த அழகன் கண்ணைத் தெறந்திருச்சு. முழுகாம இருந்தா அமிர்தத்தாயி. சங்கரன் பொண்டாட்டியை ஈ, கொசுகூட அண்டாம நல்லாக் கவனிச்சுக்கிட்டான்.

பத்தாம் மாசம் சொகப் பிரசவமா பொம்பளப் புள்ளையைப் பெத்தெடுத்தா அமிர்தத்தாயி. ஊரே வந்து தாயையும் புள்ளையையும் வாழ்த்திட்டுப் போச்சு. ’சாமாயி’னு புள்ளைக்குப் பேரு வச்சாக.

ஒத்தை மக சாமாயியை தங்கம் கணக்கா பாத்துப் பாத்து வளத்தாக. அவளும் பெத்தவுக சொல் தட்டாத புள்ளையா

வனப்பா வளந்தா. சமைஞ்சு ஆறேழு மாசத்துலயே 'எனக்குக் கொடு', 'உனக்குக் கொடு'னு ஏகப்பட்ட சம்மந்தக்காரங்க வரத் தொடங்கிட்டாக.

ஒருக்கா, பாண்டிக்கோயில் திருவிழா நடந்துச்சு. சாமாயி குடும்பத்தோட போயிருந்தா. ரெட்டைச் சடை போட்டுக்கிட்டு பாவாடை தாவணியில தேவதை மாதிரி சுத்திச்சுத்தி வந்தவ மேல ஊரு கண்ணு, உலகக் கண்ணே விழுந்துச்சு. மாயன் கண்ணும் அங்கதான் விழுந்துச்சு.

மாயன் பக்கத்தூருக்காரன். அவனும் வரம் வாங்கிப் பெறந்த பயதான். சாமாயிக்கு ஒருவகையில உறவு. எந்த வம்பு தும்புக்கும் போகாம ஆயி, அப்பன் பேரைக் காப்பாத்துற பய. குலத்தொழிலையே புள்ளைக்கும் கத்துக்குடுத்தாரு சங்கரன். காலையில உக்காந்தா ராத்திரி வரைக்கும் சளைக்காம வேலை பாப்பான் மாயன். அப்பப்போ விவசாய வேலைக்கும் போறதுண்டு. 'மாயன் வயலுக்குள்ள இறங்கிட்டா வேலை தானா நடக்கும்'னு ஆண்டைகள்லாம் பெருமையாப் பேசுவாக. அப்படியொரு வேகம் பயகிட்ட. பாக்குற கண்ணெல்லாம் மயங்குற மாதிரி ஆளு திடகாத்திரமா, வடிவா இருப்பான். நிறைய பேரு பொண்ணு தர சம்மதிச்சும் கலியாணத்துல பெருசா விருப்பமில்லாம இருந்தான் பய.

ஒருக்கா, கொல்லைக்காட்டுக்குப் போயிட்டு வரும்போது, கால் அடிப்பட்டுக் கெடந்த ஒரு கௌதாரிக் குருவியை எடுத்துக்கிட்டு வந்து வீட்டுல வளத்தான் மாயன். அவன் எங்கே போனாலும் தோள்ல உக்காந்துக்கிட்டு கூடவே போகும் அந்தக் குருவி. அவன் சொல்லுக்கு கட்டுப்பட்டு நிக்கும்.

வருசாவருஷம் சாமாயி குடும்பம் பாண்டிக்கோயில் திருவிழாவுல அன்னதானம் போடுவாக. பந்தியில உக்காந்து சாப்பிட்டுக்கிட்டிருந்தான் மாயன். துருதுருன்னு ஓடியாடி பரிமாறின சாமாயியைப் பார்த்து அசந்துபோனான். இப்படியொரு பொண்ணு நம்ம வாழ்க்கைத்துணையா வந்தா எப்படியிருக்கும்னு மனசுல கற்பனை றெக்கை கட்டி நிக்குது. திருவிழா முடியிற வரைக்கும் அவ பின்னாடியே அலைஞ்சான் மாயன். அவ சாதி சனம், ஊரு உறவு எல்லாத்தையும் விசாரிச்சுத் தெரிஞ்சுக்கிட்டான். அவம் மனசுல பூவா பூத்து நின்னா சாமாயி.

சாமாயிக்கும் மாயன் முகம் மனசுல பதிஞ்சு போச்சு. ஓரக்கண்ணால அவனைத் தேட ஆரம்பிச்சா. கள்ளங்கபடமில்லாத அவன் சிரிப்பும், கம்பீரமும் அவளுக்கு ரொம்பவே புடிச்சுப்போச்சு. கூடவே அவன் தோள்லயே உக்காந்துக்கிட்டுத்

திரியுற கௌதாரியையும். வீட்டுக்கு வந்தும் இருப்புக் கொள்ளலே. மாயனே கண்ணுக்குள்ள வந்து நின்னான்.

மாயனாலயும் இருக்க முடியலே. கிளம்பி சாமாயியோட ஊருக்குப் போனான். மாயனைப் பாத்த சாமாயி தண்ணி எடுக்கிற சாக்குல குடத்தை எடுத்துக்கிட்டு கெணத்துக்குக் கிளம்புனா. வழியில ரெண்டு பேரும் சந்திச்சுக்கிட்டாக. மாயன்தான் முதல்ல பேசுனான்... "ஏம்புள்ள... ஒம்பேரென்ன..?"

"அய்யாரு பேரு தெரியாமயா இவ்வளவு தூரம் தேடி வந்திருக்கிய... எம்பேரு, எம் அப்பன் பேரு... எல்லாத்தையும்தான் விசாரிச்சுத் தெரிஞ்சுக்கிட்டீரே..."னு குத்தலா சொன்னா சாமாயி... ரெண்டு பேரும் ஓரக்கண்ணால பாத்துப்பாத்து சிரிச்சபடி நடந்தாக.

திடீர்னு சாமாயி கையப்புடிச்சான் மாயன்... "என்னைக் கலியாணம் கட்டிக்கிறியா சாமாயி... நீ இல்லாம என்னால வாழ முடியாது..."னான். சாமாயிக்கு வெட்கத்துல முகம் சிவந்துபோச்சு. வார்த்தை வரலே அவளுக்கு. அப்படியே அவன் தோள்ல சாஞ்சுக்கிட்டா. அந்தப் பொழுதுக்கு றெக்கை முளைச்சிருச்சு. ரெண்டு புள்ளைகளும் கனவுலகத்துல பறக்குதுக.

வீட்டுக்கு வந்து ஆயி, அப்பங்கிட்ட சாமாயி பத்திச் சொன்னான் மாயன். 'எப்படியோ புள்ளை கல்யாணத்துக்குச் சம்மதிச்சுட்டானே'னு சந்தோஷம். அவன் ஆசைப்பட்டவளையே அவனுக்குக் கலியாணம் கட்டி வச்சிரலாம்னு கௌம்பி சாமாயி வீட்டுக்குப் போனாக. திடீர்னு வந்து நின்னவுகளை "வாங்க"னு வாய் நிறையச் சொல்லி உள்ளே கூப்பிட்டாக சாமாயியோட அப்பனும் அம்மாவும்.

"ஏதோ சின்னஞ்சிறுசுக ஒண்ணுக்கொன்னு பாத்து பழகிருச்சுக... உறவுமுறையிலயும் பங்கமில்லை... பெரியவுக நாமளே சேந்து கலியாணம் முடிச்சு வச்சிருவோம்"னாரு மாயனோட அப்பா. சாமாயியோட அப்பங்காரனுக்குக் கொஞ்சம் யோசனை... மகளோட முகத்தைப் பாத்தான்... கண்ணு விரிய மாயனைப் பாத்துக்கிட்டு நின்னா. அதுக்குமேல யோசிக்க ஒண்ணுமில்ல... "சரிங்கய்யா...வர்ற சித்திரைத் திருவிழாவுல நிச்சயதார்த்தம் பண்ணி கலியாணத்துக்கு நாள் குறிச்சிருவோம்"னு சொல்லிட்டாரு.

தொடங்கிருச்சு சித்திரை திருவிழா. ஊரே களைகட்டிக் கிடக்கு. சண்டை, சச்சரவு, சோகம், கோபம் எல்லாத்தையும் மறந்துட்டு மக்கள் கொண்டாட்டமா திரியிறாக. வைகையாத்து மணல் திட்டுல சாமாயியும் மாயனும் புத்தாடை உடுத்தி

உக்காந்திருக்காக. சுத்திலும் சாதி சனங்க கூடி நிக்குது. பாக்கு மாத்தி ரெண்டு பேருக்கும் பரிசம் போட்டு கலியாணத்தை நிச்சயம் பண்ணிட்டாக. நிறைஞ்ச வைகாசி வளர்பிறையில கலியாணம்.

நாளு போறதும் தெரியலே... நேரம் போறதும் தெரியலே... ஒருத்தருக்குள்ள ஒருத்தரு வாழ்ந்துக்கிட்டிருக்காக. சாமாயி ஒவ்வொரு நாளா எண்ணிக்கிட்டிருக்கா.

அன்னிக்கு பெரியாண்டை வீட்டுல கருதறுப்பு. கடுமையான வேலை. முடிச்சுட்டு குளிக்கப்போனான் மாயன். கூடவே அந்தக் கௌதாரிக் குருவியும் அவன் தோள்ல உக்காந்துக்கிட்டு வந்துச்சு. அமைதியா உக்காந்து வந்துக்கிட்டிருந்த குருவி திடீர்னு கத்த ஆரம்பிச்சுச்சு. படபடன்னு சிறகை அடிச்சுக்கிச்சு. மாயனுக்கு ஒன்னும் புரியலே. குருவியை அணைச்சு அமைதிப்படுத்துறான். ஆனா அடங்கலே... திடீர்னு அவன் பிடியில இருந்து பறந்த குருவி பக்கத்துல இருந்த மரப்பொந்துல போயி உக்காந்துச்சு.

மாயன் மரத்துல ஏறி, கௌதாரி உக்காந்த பொந்துக்குள்ள கைய விட்டான் பாருங்க... உள்ளே உக்காந்திருந்த ஒரு நாகம் படுகோபமா கையில ஒரு போடு போட்டுச்சு. வலி உசுரு போச்சு. கையை உதறிக்கிட்டு அப்படியே மரத்துல இருந்து விழுந்தான். ரத்தம் வடியுது. எழுந்து வீட்டுக்கு ஓடினான். மகன் ரத்தம் வடிய ஓடியாறதைப் பாத்து அம்மா பதறிப்போனா. அவ காலடியில விழுந்தான் மாயன்... அவனைத் தூக்கி மடியில போட்டா மகராசி... "அம்மா.... எனக்கு சாமாயியைக் கொள்ளி வைக்கச் சொல்லு..."னு பாதி பாதியா வார்த்தை வந்து விழுவுது. அடுத்த நிமிசம் மாயன் கண்ணை மூடிட்டான்... பெரிய குரலெடுத்து ஒப்பாரி வைக்கிறா அம்மாக்காரி.

ஊரு கூடிருச்சு. சாதி சனமெல்லாம் வந்துட்டாக. 'கலியாணத்துக்கு நாளு குறிச்ச நேரம் இப்படி ஆகிப்போச்சே'னு ஊரே வருந்தி நிக்குது. சாமாயி வீட்டுக்கு ஆளு அனுப்பி விட்டாக. செய்தியைக் கேள்விப்பட்டு துடிச்சுப்போனா சாமாயி. 'அய்யோ... மனசுக்குள்ள புருசன் பொண்டாட்டியா வாழ்ந்தமே... இப்படி நட்டாத்துல விட்டுட்டுப் போயிட்டானே'னு கதறி அழுவுறா. அப்பங்காரனும் ஆத்தாவும் தேத்தமாட்டாம கலங்கிப்போய் நிக்குறாக.

'மாயனோட கடைசி ஆசைப்படி சாமாயிதான் கொள்ளி வைக்கனும்'னு மாயனோட அப்பங்காரன் சொல்றான். பெரியவுகள்லாம் ஒத்துக்கலே. "சம்பிரதாயத்துல அதெல்லாம் இல்லை... பொம்பளைக கொள்ளி வைச்சா ஊரழிஞ்சு போயிரும்"னு மல்லுக்கு நிக்குறாக.

வேற வழியில்லை. மாயன் உடலை தேர்ல வச்சு எடுத்துக்கிட்டுக் கிளம்பிட்டாக. இடுகாட்டுல வச்சு சாங்கியம் தொடங்கிருச்சு. சாமாயியை கைத்தாங்கலா அழைச்சுக்கிட்டு அவ ஆயி அப்பன் கிளம்புறாக. காத தூரம் நடந்திருப்பாக. திடீர்ன்னு அவுக கையை உதறிவிட்டுட்டு மாயன் உடல் போன திசையில ஓடுனா சாமாயி. மாயனோட அப்பன், மகன் உடலுக்குத் தீமூட்ட தயாரா நிக்குறான். ஓடுன வேகத்துல அவங்கையில இருந்து கொள்ளிக்கட்டையைப் பறிச்சா சாமாயி. மாயன் சொன்ன மாதிரி, அவன் உடலுக்கு தீ மூட்டுனா. எல்லாரும் விக்கிச்சுப் போய் நின்னாக. என்ன நடக்குதுன்னு யாருக்கும் புரியலே.

தீ கொளுந்துவிட்டு எரியுது. அடுத்த நொடி, அந்தத் தீக்குள்ள பாஞ்சா சாமாயி. எரிஞ்சுக்கிட்டிருந்த மாயனோட உடம்போட கலந்து அவ உயிரும் எரியுது. மாயன் உடம்பு வேகவேகமா எழுந்து எழுந்து அடங்குது. பாத்துக்கிட்டிருந்த சனங்க விறுவிறுத்துப் போனாக. சாமாயியோட அப்பங்காரனும் உறவுக்காரகளும் திகைச்சுப்போயி நின்னாக.

இந்தச் சம்பவத்துக்கு அப்புறம் ஊரே வெம்மைக்காடாகிப் போச்சு. தண்ணிப் பஞ்சம் தலையெடுத்து நின்னுச்சு. வானம் பொய்யாப் போச்சு. தீனி கெடைக்காம மாடு கன்னெல்லாம் செத்துச்செத்து விழுந்துச்சு. புள்ளைகளுக்கெல்லாம் நோய் வந்து அப்புது. மக்கள்லாம் பஞ்சம் பிழைக்க வெளியூர் போற நிலைமை வந்திருச்சு. சாமாயி அப்பனும் மாயன் அப்பனும் 'இந்த நிலைக்கெல்லாம் காரணம் புள்ளைக ரெண்டும்தான்'னு புரிஞ்சுக்கிட்டாக. ரெண்டு பேரும் சேந்து மாயனுக்கும் சாமாயிக்கும் சிலையெடுத்துச் சாமியாக் கும்பிட ஆரம்பிச்சாக. அதுக்கப்புறம் எல்லாம் குளிர்ந்து போச்சு.

சாமாயியும் மாயனும் சிவகங்கைக்குப் பக்கத்துல முக்குடிங்கிற ஊர்ல இப்போ குடியிருக்காக. அவுகளுக்கு கல்யாணம் நிச்சயம் பண்ணின வைகாசி மாசத்துல புதுசா சிலையெடுத்து மக்கள் கொடை நடத்திக் கொண்டாடுறாக. மனசு குளிர்ந்து, வர்றவுக போறவுகளுக்கெல்லாம் வரம் கொடுத்து வாழ்த்திக்கிட்டிருக்காக ரெண்டு பேரும்!

29. அனந்தாயி

அரிக்கும் அனந்தாயிக்கும் கல்யாணமாகி பத்து வருஷங்கள் கழிச்சுத்தான் புள்ளைப்பேறு வாச்சது. அழகா ஒரு பொம்பளைப் புள்ளை பெறந்துச்சு. கிருஷ்ணம்மான்னு பேரு வெச்சாக. புள்ள பேரழகி.

அரிதான் அந்த எட்டுப்பட்டிக்கும் தலைவர். இத்தனை வருஷம் கழிச்சு புள்ளை பெறந்ததை பெரிய விழாவெடுத்துக் கொண்டாடுனாரு மனுஷன்.

பிள்ளைக்கு ஜாதகம் கணிக்கணுமே... ஒரு வள்ளுவரை அழைச்சுக்கிட்டு வந்தாரு அரி. அவரு, புள்ளை பெறந்த நாளு நேரமெல்லாம் பாத்துக் கணிச்சு ஜாதகத்தை எழுதுனாரு. கூடவே, “புள்ளைக்கு சர்ப்ப தோசம். ஆயுள்ல பிரச்னையிருக்கு. பிறந்த நேரத்துலருந்து ஒரு சர்ப்பம் இந்தப்புள்ளைய சுத்தி வந்துக்கிட்டிருக்கு. சேதாரம் இல்லாமத் தீக்கணும்னா ஒரு யோசனை சொல்றேன், செய்யறியளா”ன்னு கேட்டாரு. “இந்தப் புள்ளதான் சோசியரே எங்களுக்கு எதிர்காலம்... நீங்க என்ன பரிகாரம் சொன்னாலும் செய்றோம்”னாக, அரியும் அனந்தாயியும்.

“சர்ப்பத்துக்குப் பகை கீரி... தோஷம் நீங்கணும்னா ஒரு கீரிப்புள்ளைய புடிச்சாந்து வீட்டுல வளக்கணும்”னாரு சோசியரு. உடனடியா ஆளுகளை மலைக்காட்டுக்கு அனுப்பி ஒரு கீரிப்புள்ளையை புடிச்சாரச் சொன்னாரு அரி. அவுகளும் சொன்னமாதிரியே ஒரு குட்டிக்கீரியை புடிச்சாந்தாக. காட்டுக்குள்ள ஆடியோடித் திரிஞ்ச கீரி, தொடக்கத்துல வீட்டுக்குள்ள அண்டாம முரண்டு புடிச்சுச்சு. கிருஷ்ணம்மாளுக்கும் கீரியைக் கண்டா பயம். பக்கத்துல வரவிடாம அழும். காலம் போகப்போக கிருஷ்ணம்மாவோட இணங்கிப்போச்சு கீரி. கிருஷ்ணம்மாவும் ஒரு பொம்மை கணக்கா அதுகூட விளையாடத் தொடங்குனா. வீட்டுல ஒரு புள்ளை மாதிரி ஆயிப்போச்சு கீரி.

ஒருக்கா, அரி அவசர வேலையா வெளியூருக்குப் போயிட்டாரு. அன்னிக்கின்னு பாத்து, வயல்ல அறுப்பு வேலை. அம்பது அறுவது கூலியாளுக வந்து வயல்ல எறங்கிட்டாக. அவுகளையெல்லாம் கண்காணிச்சு வேலை வாங்கணுமே. அனந்தாயி வழக்கம்போல புள்ளையை கீரிக்கிட்ட ஒப்படைச்சுட்டு, “இந்தா பாரு... வேலை முடிஞ்சு வீடு திரும்ப சாயங்காலம் ஆயிப்போகும். புள்ளையைப்

பத்திரமாப் பாத்துக்கோ"ன்னு சொல்லிட்டு ரெண்டு பேருக்கும் தீனியெல்லாம் எடுத்து வெச்சுட்டுக் கிளம்பிட்டா.

ரெண்டுபேரும் ஓடிப்பிடிச்சு வெளையாண்டாக. கொஞ்ச நேரத்துல கிருஷ்ணம்மா தூங்கிட்டா. அவளுக்குப் பக்கத்துலயே உக்காந்து காவல் காத்துச்சு கீரி. அப்போன்னு பாத்து ஏதோ சரசரன்னு சத்தம். வாசம் புடிச்சிருச்சு கீரி. ஒரு நல்ல பாம்பு அந்தப்பக்கமா ஊர்ந்து வருது. ஆக்ரோஷமா எழுந்துருச்சுச்சு கீரி. வாசனை வந்த திசையில கண்ணை நல்லா உருட்டித் தேடுச்சு. பாம்பு நேரா கிருஷ்ணம்மா படுத்திருக்கிற தொட்டிக்கிட்ட வருது. ஒரே பாய்ச்சல். பாம்போட கழுத்துல இருந்துச்சு கீரியோட வாயி. பாம்பும் போராடுது. ரெண்டுக்கும் பெரிய சண்டை. உருண்டு பெரண்டு, அடிச்சுப் புடிச்சு பாம்பை துண்டு துண்டா கடிச்சுப் போட்டிருச்சு கீரி. வீடெல்லாம் ஒரே ரத்தம். கீரி உடம்புலயும் ரத்தம் அப்பியிருக்கு. கிருஷ்ணம்மா, இது எதுவுமே தெரியாம தொட்டிலில் நல்லாத் தூங்கிக்கிட்டிருக்கா.

கீரி அப்படியே வெளியே வந்துச்சு. நேரா அனந்தாயி வேலை செய்யிற வயக்காட்டுக்கு ஓடுச்சு. கீரி மட்டும் தனியா வர்றதைப் பாத்து அனந்தாயிக்கு அதிர்ச்சியாப் போச்சு. உடம்பெல்லாம் ரத்தம் வேற. பதறிப்போனா. கீரி இருந்த நிலையைப் பாத்து, "அது புள்ளையை கடிச்சுக் கொன்னுட்டு வந்திருக்கு"ன்னு நினைச்சுட்டா பாவிமவ. "அய்யோ... என் புள்ளைக்கு என்னாச்சு... கடிச்சுக் கொன்னுட்டியா... உன்னையை நம்பி விட்டுட்டு வந்தேனே"ன்னு ஒப்பாரி வெச்சுக்கிட்டே, பக்கத்துல இருந்த மம்பட்டிக் கழியெடுத்து கீரியை அடிச்சா. ஒரே அடி... கீரி அப்படியே மல்லாக்க விழுந்திருச்சு. ரெண்டு தடவை கீழும் மேழும் போய்வந்த மூச்சு மொத்தமா அடங்கிப்போச்சு.

வீட்டுக்கு வந்து பாத்தா, கிருஷ்ணம்மா விளையாடிக்கிட்டிருக்கா... அவளைக் கட்டியணைச்சு வாரி முத்தமிட்டா அனந்தாயி. பக்கத்துல துண்டு துண்டாக் கெடந்துச்சு பாம்பு. அப்பத்தான் அவளுக்குப் புரிஞ்சுச்சு. 'புள்ளையக் கடிக்கவந்த பாம்பைக் கொன்னு போட்டுட்டு நம்மைக் கூப்பிட வந்திருக்கு'ன்னு புரிஞ்சுக்கிட்டு குற்ற உணர்வோட வயக்காட்டுக்கு ஓடுனா... ரத்தம் ஒழுக செத்துக்கெடந்துச்சு கீரி. எல்லாப்பேரும் சேர்ந்து கீரிக்கு மரியாதை பண்ணி அடக்கம் செஞ்சாக.

புள்ளை மாதிரி பாத்துப் பாத்து வளர்த்த கீரியை நம்ம கையால கொன்னுட்டமேன்னு அனந்தாயிக்கு மனசு கலங்கிப்போச்சு. தூக்கமில்லை. சாப்பாடில்லை. திடீர்னு எழுந்து உக்காந்து

அழுவா. வேலை வெட்டி செய்றதில்லை. அரிக்கு பயமாப்போச்சு. என்னென்னவோ சொல்லித் தேத்திப் பாத்தார். அவ மனசு ஆறலே. சோசியரை அழைச்சு, “இவ இப்படிக் கிடக்குறாளே… கீரியைக் கொன்னதுக்கு என்ன பரிகாரம்”னு கேட்டாரு. “தீர்த்தயாத்திரை போயி, தலை முழுகிட்டு வாங்க, பாவம் தீரும்”னாரு சோசியரு.

சில உறவுக்காரங்களை அழைச்சுக்கிட்டு பாபநாசம் போனாரு அரி. தலைமுழுகி பரிகாரம் பண்ண ராவாயிருச்சு. ‘தங்கிட்டுக் காலையில போகலாம்’னு உறவுக்காரங்கள்லாம் சொன்னாக. அங்கிருந்த மடத்துல தங்குனாக. நடுராத்திரி எழுந்து கரைப்பக்கம் ஒதுங்குனாரு அரி. அங்கே கெடந்த ஒரு நாகப்பாம்பு கால்ல ஏறிக் கொத்திருச்சு. அந்த இடத்துலயே நுரை தள்ளி செத்துப்போனாரு அரி.

காலையில எழுந்து பாத்த உறவுக்காரகள்லாம் அதிர்ந்து போனாக. அனந்தாயிக்கு சேதி போச்சு. ஏற்கெனவே தளர்ந்து போயிருந்த மகராசி, மயக்கம் போட்டு விழுந்துட்டா. எல்லாரையும் பாபநாசம் வரச்சொல்லி அங்கேயே எரியூட்டிட்டு ஊருக்கு வந்தாக.

புருஷன் செத்து ஒரு மாசமாச்சு. வயக்காடு, கொல்லைக்காடெல்லாம் அப்படி அப்படியே கெடக்கு. வெளைஞ்ச நெல்லு உதிர்ந்து கொட்டிப்போச்சு. பயிரெல்லாம் கருகிக்கெடக்கு. அனந்தாயி ஓரளவுக்கு உடலும் மனசும் மீண்டு எழுந்து வயக்காட்டுக்குப் போனா. ஆனா, அங்கே அரியோட சொந்தக்காரகள்லாம் கூடிவந்துட்டாக. “நீ செஞ்ச தப்பாலதான் அரி செத்துப்போனான். இனிமே இங்கே உனக்கு எடமில்லை. சொத்தும் இல்லை. புள்ளையைத் தூக்கிக்கிட்டு கிளம்பிரு”ன்னு விரட்டுனாக.

அனந்தாயி அதிர்ந்துபோனா. நேரா, நாட்டாமைக்காரர்கிட்டப் போனா. “புருஷனைப் பறிகொடுத்துட்டு நிர்க்கதியா நிக்குற என்னை இப்படி விரட்டுறாகளே”ன்னு கண்ணீர் விட்டு அழுதா. நாட்டாமைக்காரரை அரியோட சொந்தக்கார ஆளுக பை நிறைய காசு கொடுத்து நல்லாக் கவனிச்சுட்டாக. அவரும் விசாரிக்கிற மாதிரி விசாரிச்சுட்டு, ``அவுக சொல்றதுதான் நியாயம்… நீ ஊரை விட்டுப் போயாகணும்” தீர்ப்பைச் சொல்லிப்புட்டார்.

“அடப்பாவி… நீதியைக் கொன்னுட்டு இப்படி என்னை அபலையா ஆக்கிட்டியே, நீ நல்லாயிருக்க மாட்டே… உன் வம்சம் அழிஞ்சிரும்”னு மண்ணை வாரித்தூத்துனா. எல்லாரும் சேர்ந்து

அவளை ஊரைவிட்டுத் துரத்துனாக. புள்ளையைத் தூக்கிக்கிட்டு கால்போன போக்குல நடந்தா மகராசி. சோறில்லை... தண்ணியில்லை... கண்ணுல ஆறா வடியுது கண்ணீர். காடு கரைன்னு போய்க்கிட்டேயிருக்கா. கிருஷ்ணம்மா சோந்து போயிட்டா... "அம்மா பசிக்குது பசிக்குது"னு அழுவுறா... எதுவும் அனந்தாயி காதுல விழுகலே.

ஊரைக்கடந்து ஒரு மலை... எதிர்புறத்துல பெரிய பாதாளம் அங்கே ஒரு சுனையிருக்கு. அந்தச் சுனைக்குப் பக்கத்துல போய் நின்னா. "அறியாம நான் செஞ்ச ஒரு தப்பு என்குடும்பத்தைப் பழி வாங்கிருச்சு. எம்புருஷன் அப்பாவி. அநியாயமா அவரு உசிரை பறிச்சிட்ட... என்னையும் ஏமாத்தி ஊரைவிட்டு விரட்டிட்டாக. இனிமே நாங்க உசுரோட இருந்து என்ன செய்யப்போறோம். எங்களையும் கூட்டிக்க"ன்னு சொல்லி கையெடுத்து வணங்கிட்டு கிருஷ்ணம்மாளை அப்படியே சுனையில வீசுனா. புள்ளை அலறிக்கிட்டே விழுந்து மூழ்கிப்போனா. அடுத்த நொடி, அனந்தாயியும் குதிச்சா. அவ குதிச்ச வேகத்துல சுனை நீரெல்லாம் அதிர்ந்து அடங்குச்சு.

மழைன்னா மழை. அதுவரைக்கும் பேயாத மழை. ஊரெல்லாம் அடிச்சு வெளுக்குது. ஒரு வாரமாச்சு. விடலே. சுனை பொங்கி ஊருக்குள்ள தண்ணி வருது. பரண் மேல ஏறி உக்காந்திருக்காரு நாட்டாமைக்காரர். அவர் வீட்டுக்குள்ள சிறுசும் பெருசுமா ரெண்டு உடல் மிதந்து வருது. மிரண்டு போய் தண்ணியில குதிச்சு அடையாளம் பாக்குறாரு. அனந்தாயியும் கிருஷ்ணம்மாளும்.

"தாயே... தெரியாம தப்புப் பண்ணிட்டேன். என்னை மன்னிச்சிரு"ன்னு சொன்னவரை இழுத்துக்கிட்டுப் போவுது வெள்ளம். சுவர்லயும் தூண்லயும் மோதி ஆளு உருத்தெரியாமப் போயிட்டாரு.

படிப்படியா மழைவிட்டுச்சு. 'இந்த அழிவுக்குக் காரணம், அனந்தாயி யோட கோபம்தான்'னு மக்களுக்குப் புரிஞ்சுபோச்சு. அவ நினைவா ஒரு நடுகல் வெச்சு சாமியாக் கும்புட ஆரம்பிச்சாக. வழிவழியா அந்த வழிபாடு வளர்ந்துச்சு.

அனந்தாயி இப்போ ஸ்ரீவைகுண்டத்துல இருக்கா. அவளை எல்லாரும் 'சந்தனமாரி', 'சந்தனமாரி'ன்னு அழைக்கிறாக. எல்லாருக்கும் அன்பையும் ஆசீர்வாதத்தையும் அள்ளிக் குடுத்துக்கிட்டு உக்காந்திருக்கா.

30. ஆரியமாலை

அப்பாபட்டர் அந்த நாட்டுக்கே ராஜகுரு. பட்டருக்குக் கல்யாணமாகி பதினைஞ்சு வருசமாச்சு. ராச வைத்தியர் குடுத்த மருந்தையெல்லாம் சாப்பாடு கணக்கா முழுங்கி பாத்துட்டா பொஞ்சாதி அன்னத்துளசி. பலன் கிடைக்கலே. அதனால அவர் தீராத மனக்கவலையில இருந்தாரு.

குரு இப்படி வருத்தப்பட்டு மனசொடிஞ்சு கிடக்குறாரேன்னு ராஜாவுக்குக் கஷ்டமாப் போச்சு. அந்த நாட்டுக்கு வந்த துறவி ஒருத்தர்கிட்ட விஷயத்தைச் சொல்லி, ‘தீர்வு குடுங்க சாமி’னு கேட்டார் ராஜா. அந்தத் துறவி, ஒரு கல்லெடுத்துக் குடுத்து, ‘இதுக்குப் பேரு சாளகிராமம். இதுல மும்மூர்த்திகளும் இருக்காக. உன் குருநாதன்கிட்டக் குடுத்து பூசை செய்யச் சொல்லு. நல்லது நடக்கும்’னு சொல்லிட்டுப் போயிட்டாரு. ராஜா, அப்பாபட்டர்கிட்ட அந்தக் கல்லைக் குடுத்தார். இதுநாள் வரைக்கும் கறையானா மனசை அரிச்சுக்கிட்டிருந்த பிரச்னைக்கு அந்த மும்மூர்த்திகள் கருணையால தீர்வு கிடைச்சுச்சு. அன்னத்துளசி முழுகாம இருந்தா. பத்தாவது மாசம் தேவதை மாதிரி ஒரு பெண் குழந்தையைப் பெத்தெடுத்தா. அவதான் ஆரியமாலை.

இது இப்படியிருக்க, நாட்டுக்குத் தெக்குட்டு இருக்கிற வனத்துக்குக் கீழே, ஒதுக்குப்புறமா கொஞ்சம் மக்கள் வாழ்ந்துக்கிட்டிருந்தாக. வேட்டையாடியும் விவசாயம் செஞ்சும் வாழ்க்கையை ஓட்டிக்கிட்டிருந்த அந்தக் கூட்டத்துல ‘சின்னான்’னு ஒருத்தன் இருந்தான். அவம் பொண்டாட்டி கற்பூர சாம்பவத்தி நிறைமாச கர்ப்பிணி. புருஷனும் பொண்டாட்டியும் ஒருக்கா காட்டுக்குள்ள வேட்டைக்குப் போனப்போ, ஓர் உழுவை பாஞ்சு ரெண்டு பேரையும் சாச்சுருச்சு. சின்னான் அதே இடத்துல உழுவைக்கு இரையாகிட்டான். சாம்பவத்தி ரத்தம் வடிய வடிய ஓடியாந்து ஒரு மரத்தடியில விழுந்தா. தன்னையறியாம குழந்தையைப் பெத்துப் போட்டு அவளும் போய்ச் சேந்துட்டா.

செவப்புடையான்னு ஒரு காவக்காரன். அரண்மனையில முக்கியமான காவல் பொறுப்புல இருக்கிறவன். அன்னிக்கு வனத்துக்குள்ள குதிரையில காவல்சுத்து வந்துக்கிட்டிருந்தான். அழுகுரலைக் கேட்டுக் கிட்டப்போய் பாத்தான். தாயி செத்துக்கிடக்க, குழந்தை அவ சேலையைப் புடிச்சுக்கிட்டு

அழுதுகிட்டுக் கிடந்துச்சு. சாங்கியத்தோட அந்தப் பெண்ணை அடக்கம் பண்ணிட்டு, குழந்தையைத் தூக்கிட்டு வந்தான். 'வாரிசு இல்லாத தங்களுக்கு அந்த ஆண்டவனாப் பாத்துக் குடுத்தப் புள்ளை'னு நினைச்சு செவப்புடையானும் அவன் பொண்டாட்டியும் புள்ளையைத் தங்கமாத் தாங்கி வளர்த்தாக. அவன்தான் பரிமளம்.

சின்ன வயசுலேயே பரிமளம் பய பெருவீரனாயிருந்தான். ஆயுதம் செய்யிறதுலயும் வல்லவனா இருந்தான். வனத்துக்குள்ள புகுந்து நேரம் போறது தெரியாம வேட்டையாடுவான். கின்னரி இசைக்கிறதிலயும் ஆளு பலே கில்லாடி.

ஆரியமாலைக்குப் பதிமூணு வயசாச்சு. அவ ஆசைப்பட்ட நகை நட்டெல்லாம் போட்டு தன் மகள் மாதிரியே பாத்துக்கிட்டாரு ராஜா. இருந்தாலும், ஆரியமாலைக்கு அரண்மனைத் தோட்டத்துக்குள்ளயே கிடக்கிறது சலிச்சுப்போச்சு. வெளியுலகத்தைப் பாக்கணும்னு ஆசையா இருந்துச்சு. எவ்லாரும் அசந்த நேரத்துல தோழிகளோட கோட்டையை விட்டு வெளியில வந்தா. காட்டுக்குள்ள நடக்க நடக்க நேரம் போனதே தெரியலே. ஒருகட்டத்துல, தோழிகளுக்கெல்லாம் பயம் வந்திருச்சு. ஆனாலும், "இன்னும் கொஞ்சதூரம்", "இன்னும் கொஞ்சதூரம்"னு நெடுந்தூரம் போயிட்டா ஆரியமாலை. திடீர்னு எங்கிருந்தோ கின்னரி இசை காத்துல கலந்து வருது. அந்த இசை அவளை 'வா', 'வா'னு கூப்பிடுது. கிழக்குல உதிச்ச சூரியன் மையத்துக்கு வந்து மேப்பக்கம் சாயத் தொடங்கிருச்சு. அந்த இசை வந்த திசை நோக்கி நடந்துக்கிட்டேயிருக்கா. 'ஆரியமாலைக்குப் பித்துப் பிடிச்சிருச்சோ'னு பயந்த தோழிகள் அவளை விட்டுட்டு வந்த வழியிலேயே திரும்பிட்டாக.

ஆரியமாலை தன் போக்குல போய்க்கிட்டிருக்கா. அழகான சுனையில பளிங்குமாதிரி தண்ணி, காத்துக்குத் தலையாட்டிக்கிட்டுக் கிடக்கு. கரையில உக்காந்து கின்னரியை வாசிச்சுக்கிட்டிருக்கான் பரிமளம். கின்னரி நாதத்துல மயங்கிப்போய் நிக்குறா ஆரியமாலை. திடீர்னு தேவதை மாதிரி ஒரு பொண்ணு தன்னெதிர்ல நிக்குறதைப் பாத்து மலைச்சுட்டான் பய. வாசிக்கிறதை நிறுத்திட்டு எழுந்தான். ஆரியமாலை இயல்பு நிலைக்கு வந்தா. தன்னெதிர்ல வடிவா ஓர் ஆண் நிக்குறதை அப்போதான் உணர்றா. அந்த ஒரு நொடிப் பார்வையில ஆரியமாலையோட மனசுக்குள்ள நுழைஞ்சான் பரிமளம்.

ஆரியமாலைக்கிட்ட 'யாரு', 'என்ன'னு விசாரிச்சான்

பரிமளம். பதில் சொல்லாம அவன் முகத்தையே பாத்துக்கிட்டு நின்னா அவ. முகம் வெட்கத்தால சிவந்து போயிருக்கு. அவ உடைகளையும் அணிகலன்களையும் பார்த்தா ராஜா வீட்டுப் பொண்ணு மாதிரி தெரியுது... தான் யாருன்னு சொன்னா ஆரியமாலை. பரிமளத்துக்கு தர்மசங்கடமாப் போச்சு. பட்டரோட மகள்... தன்கிட்ட நின்னு பேசுறதைப் பார்த்தாலே தலையெடுத்துக்கிட்டுப் போயிருவாகன்னு அவனுக்குத் தெரியும். “சரி தாயி... நீங்க கிளம்புங்க”ன்னான்.

ஆரியமாலையோ, “காலம் முழுவதும் உன் பக்கத்திலேயே உக்காந்து கின்னரி நாதத்தைக் கேட்கணும் போலருக்கு”ன்னா. “தாயி... நீங்க பெரிய இடத்துப் பொண்ணு. என் நிழல்லகூட நீங்க நிக்கக் கூடாது. உடனே கிளம்பிருங்க”னான் பரிமளம்.

``உன் தோள்களைப் பாக்குறப்போ நீ பெரிய வீரன்னு தெரியுது. உன் இசையைக் கேக்குறப்போ கருணை உள்ளவன்னு புரியுது. ரெண்டு குணத்தையும் மறைச்சுக்கிட்டு என்னை விரட்டுறியே... உன்னைத் திருமணம் செஞ்சுக்க விரும்புறேன். என்னை ஏத்துக்கோ”ன்னா ஆரியமாலை. அவ கண்கள் அரும்பி நிக்குது.பரிமளம் மனசிரங்கிப் போனான். தன்மேல் வயப்பட்டு நிக்குற இந்தப் பொண்ணைக் கைவிடக் கூடாதுன்னு முடிவு செய்றான். ``எனக்குத் திருமணம்னு ஒண்ணு நடந்தா அது உன்கூடத்தான். உன்னைத் திருமணம் செய்ய கழுமரம்கூட ஏறுவேன்”னு சொல்லி அவ கையைப் பிடிக்கிறான். அந்த வெளியே வெக்கத்தால செவந்துபோச்சு.

அதுக்குப்பிறகு, அப்பப்ப ஆரியமாலை தோட்டத்தைத் தாண்டி வனத்துக்குள்ள வர்றதும், சுனைக்கிட்ட பரிமளம் காத்திருக்கிறதும் ரெண்டு பேரும் நேரம் போறது தெரியாம பொழுதுபோக்குறதும் வாடிக்கையாப் போச்சு.

பரிமளத்தோட இயல்புகள்ல மாற்றம் இருக்கிறதை செவப்புடையானும் அவம் பொண்டாட்டியும் கண்டுபிடிச்சுட்டாக. ‘என்ன’, ‘ஏது’னு விசாரிச்சாக. ஆரியமாலையை சந்திச்சதையும், அவளையே திருமணம் செஞ்சுக்க விரும்புறதையும் சொன்னான் பரிமளம். ‘ராஜா கண்காணிப்புல இருக்கிற புள்ளைய இவன் கல்யாணம் பண்ண நினைக்கிறது தெரிஞ்சாலே கழுத்தை அறுத்துப் போட்டுருவார். இப்படி பித்துப்பிடிச்சுத் திரியுறானே’னு செவப்புடையான் பதறிப்போனான். என்னென்னவோ சொல்லிப் பார்த்தான். அதெல்லாம் பய காதுல ஏறலே. உடம்பு, மனசு எல்லா இடத்திலயும் ஆரியமாலை உறைஞ்சு போயிட்டா. “அப்பா...

முறைப்படி ஆரியமாலையை பட்டர் எனக்குத் திருமணம் செஞ்சு தரமாட்டார். அதனால சிறையெடுக்கப் போறேன். வாழ்ந்தாலும் சரி, செத்தாலும் சரி... என் வாழ்க்கை ஆரியமாலையோடதான். வாழ்த்தி அனுப்புங்க"னான் பரிமளம். 'இதுக்கு மேல பேசி பயனில்லை'னு விட்டுட்டாக.

அன்னிக்கு நிறைஞ்ச அமாவாசை... அவனுக்கும் ஆரியமாலைக்கும் மட்டுமே தெரிஞ்ச ரகசிய வழி ஒண்ணு இருக்கு. அதுக்குள்ள நுழைஞ்சு அவளை அழைச்சுக்கிட்டு காட்டுக்குள்ள புகுந்துட்டான் பரிமளம்.

விடிஞ்சுச்சு. 'ஆரியமாலையைக் காணோம்'னு அரண்மனையே அல்லோலப்படுது. பட்டர், கண்ணீர் வழிய உக்காந்திருக்காரு. வாயிலயும் வவுத்துலயும் அடிச்சுக்கிட்டு அழுவுறா அம்மா அன்னத்துளசி. 'பரிமளம்தான் சிறையெடுத்துக்கிட்டுப் போயிட்டான்'னு ராஜாவுக்குத் தெரிஞ்சுபோச்சு. கோபத்துல கண்ணெல்லாம் சிவந்து அனலாகிப்போனார் ராஜா. போதாக்குறைக்கு வேதியர் களெல்லாம் ஒண்ணுகூடி, தூண்டி விட்டுக்கிட்டிருக்காக.

ராஜா செவப்புடையானை அழைச்சாரு. "நாளைக்குக் காலைக்குள்ள உம்மவனைப் புடிச்சுக் கொண்டார் வேண்டியது உம் பொறுப்பு. நாளைக்குச் சூரியன் மறையுறதுக்குள்ள அந்தப் பயலை ஊருக்கு நடுவுல கழுவுல ஏத்தணும். கழுமரம் கட்டுற வேலை தொடங்கட்டும். இது என் உத்தரவு"னு சொல்லிட்டு விறுவிறுன்னு போயிட்டாரு.

செவப்புடையான் மனசொடைஞ்சு போயிட்டான். 'என்னடா இது சோதனை... எம் புள்ளையை நானே புடிச்சாஞ்சு கழுவுல ஏத்தணுமாமே... இறைவா... என்ன சோதனை"னு அழுதான். அப்புறம் அவனே மனசைத் தேத்திக்கிட்டு படைவீரர்களைக் கூட்டிக்கிட்டுக் காட்டுக்குள்ள இறங்கிட்டான்.

பரிமளமும் ஆரியமாலையும் அடர்ந்த வனத்துக்குள்ள ஒரு மரப்பொந்துக்குள்ள தங்கியிருந்தாக. பரிமளம் மடியில படுத்து ஆழ்ந்து தூங்கிக்கிட்டிருந்தா ஆரியமாலை. இவன், அவள் தலையை ஆறுதலாகக் கோதிவிட்டுக்கிட்டிருந்தான். செவப்புடையான் படை அவுகளைச்சுத்தி வளைச்சிருச்சு. அவுககூட பரிமளம் எந்தச் சண்டையும் செய்யலே. ஆரியமாலையை எழுப்பிக் கூட்டிக்கிட்டு படைக்கு முன் நடக்க, படை அவன் பின் நடக்குது.

நேரா அரண்மனைக்கு வந்தான் பரிமளம். ராஜா அவனை கூண்டுல நிறுத்துனாரு. "பட்டர் இந்தத் தேசத்துக்கே குரு. அவரோட மகளை ஒரு காவக்காரன் பிள்ளையான நீ சிறையெடுத்திருக்கே. உன்னைக் கழுவுல ஏத்த உத்தரவிட்டிருக்கேன்"னான் ராஜா.

பரிமளம் கண்ணெல்லாம் செவந்துபோச்சு. "ராஜா... ஆரியமாலை எனக்குன்னு பிறந்தவ. அவளை முறைப்படி மணம் செஞ்சு கொடுக்க நீங்க சம்மதிக்க மறுப்பீங்கன்னுதான் சிறையெடுத்தேன். அது தப்புன்னு நீங்க சொன்னா, நானே கழுவேறி தண்டனையை ஏத்துக்கறேன்"னு சொல்லி விறுவிறுன்னு கழு மரத்துல ஏறி, தன்னைச் செருகிக்கிட்டு கொஞ்சம் கொஞ்சமா உயிரை விட்டான்.

தன் கண்ணெதிரே தன் காதலன் கழுமரம் ஏறி செத்துப்போனதைப் பாத்தா ஆரியமாலை. "இனிமே வாழ என்ன இருக்கு" மூச்சடக்கி செத்து விழுந்தா. தம் புள்ளையும் மருமகளும் நிறைவாழ்வு வாழாமப் போக, நாமும் காரணமாகிட்டமேன்னு செவப்புடையான் தன் வாளால தலையை நறுக்கிக்கிட்டு செத்து விழுந்தான்.

ஊரே ரத்தக்காடாகிப் போச்சு. அந்த வெம்மையில காடு கரையெல்லாம் வறண்டு தரிசா மாறிடுச்சு. மன்னர் நோய்வாய்ப்பட்டு, படுத்த படுக்கையாயிட்டார். பட்டர் தீரா நோவுக்கு ஆளாயிட்டாரு. குழந்தை குட்டியெல்லாம் தவிச்ச வாய்க்குத் தண்ணி கிடைக்காம கொஞ்சம் கொஞ்சமா ஜீவனை விடுதுக.

கேரளத்துப் பெருங்கோட்டு நம்பூதிரி, "எல்லாத்துக்கும் காரணம், பரிமளமும் ஆரியமாலையும் அடங்காமச் சுத்துறதுதான்"னு கண்டுபிடிச்சுச் சொன்னான். உடனே ராஜா, செஞ்ச தவற்றுக்கு மன்னிப்புக் கேட்டு ரெண்டு பேருக்கும் பீடம் வெச்சு சாமியா கும்பிட ஆரம்பிச்சான். அதுக்கப்புறம்தான் அந்தப் புள்ளைக கோபம் தணிஞ்சுச்சு. வானம் கறுத்து நாலைஞ்சு தண்ணித்துளி விழுந்துச்சு.

திருச்சிக்குப் பக்கத்துல காவிரிக்கரையில வாத்தலைன்னு ஒரு கிராமம் இருக்கு. அங்கே, முண்டாசு கட்டி மாப்பிள்ளைக் கணக்கா நின்னுக்கிட்டிருக்கான் பரிமளம். அவனை எல்லோரும் 'காத்தவராயன்'னு பேர் சொல்லி அழைக்கிறாக. ஈட்டி, வாளெல்லாம் வீசிட்டு கையில பூச்செண்டு வச்சுக்கிட்டு நிக்கிறான் பய. பக்கத்துலயே நிக்குறா ஆரியமாலை. அவ கண்ணுல காதல் தளும்புது. அந்த வெளியே காதலால குளிர்ந்துபோய்க் கிடக்கு!

31. கோப்பி

அந்தூர்ல புள்ளைகளை பள்ளிக்கூடம் சேக்குற வழக்கமெல்லாம் கிடையாது. எல்லாமே ஏழைக் குடும்பங்கதாம். பெரியவீட்டு சமுத்திரத்தோட மகதான் கோப்பி. தேவதை மாதிரியிருப்பா. காலையில தூக்குச்சட்டியில கஞ்சியை ஊத்திக்கிட்டு கிளம்பினான்னா, பதினெட்டு ஜதை மாடுங்க, இருபது ஜதை ஆடுங்களை அணைகட்டி, மேய்ச்சு வயித்தை முழுசா நிரப்பி சாயங்காலம் கொண்டாந்து பட்டியில விடுவா.

கோப்பி வயசுப்புள்ளைக பத்திருபது பேரு ஆடு மாடுகளை ஓட்டிக்கிட்டு வரம்புக் காட்டுக்குள்ள போவாக. அதுல, கோமுகிப்பய மட்டும் அவகூட அன்பா பழகுவான். கோமுகி வீடு, ஊருக்கு ஒதுக்குப்புறத்துல இருக்கு. பெரிய வீட்டு ஆளுக, அந்தத் தெரு வழியா போகவர மாட்டாக. பெரிசா பேச்சு வார்த்தைகூட வெச்சுக்க மாட்டாக. ஆனா, இந்த வகை தொகையெல்லாம் தெரியுற வயசில்லை புள்ளைகளுக்கு. கோமுகி கொண்டு போற கஞ்சியை கோப்பி சாப்பிடுவா. கோப்பி கொண்டு போறதை கோமுகி சாப்பிடுவான். கோப்பியோட ஆடு மாடுக வழிதப்பி போயிருச்சுன்னா கோமுகிதான் ஓடிப்போயி பத்தியாருவான்.

கோப்பி பெரிய மனுஷியாயிட்டா. யாரைப் பாத்தாலும் வெக்கம் வருது. வயசுக்கு வந்த சடங்கு சாங்கியமெல்லாம் முடிஞ்சபெறவு, வழக்கம்போல ஆடு மாடுகளை ஓட்டிக்கிட்டு கிளம்புனா. கோமுகியும் ஆடு மாடுகளை ஓட்டிக்கிட்டு வரம்புக்காட்டுக்கு வந்தான். ரெண்டு புள்ளைகளும் வழக்கம்போல ஆடு மாடுகளை மேயவிட்டுட்டு மரத்தடியில உக்காந்து பேசிக்கிட்டிருந்தாக.

மாடுங்கள்லாம் வயிறு நிறைய மேஞ்சு முடிஞ்சு சுனைக்குத் தண்ணி குடிக்கப் போயிருச்சுக. ரெண்டு பேரும் எழுந்து சுனைக்குப் போய் எல்லாத்தையும் பத்திக்கிட்டு ஒண்ணுபோல ஊருக்குள்ள வந்தாக. இதுநாள் வரைக்கும் பச்சைப்புள்ளைக கணக்கா ரெண்டு பேரும் பேச்சு வார்த்தையா இருந்ததை யாரும் தப்பாப் பாக்கலே. இப்போ பெரிய புள்ளையா ஆயிட்டதால, ஆடு மாடு மேய்க்கிற மத்த புள்ளைகளுக்கு இது வித்தியாசமாப்பட்டுச்சு. அதுவும் பெரிய வீட்டுப்பொண்ணுக்கிட்ட இந்தப் பய கைகோத்துக்கிட்டுத் திரியிறது யாருக்கும் பிடிக்கலே.

அன்னிக்கே கோப்பியோட அப்பங்காரங்கிட்ட பத்த வெச்சுட்டாக. ஆடு மாடுகளை ஓட்டிக்கிட்டு வீட்டுக்குப்போன கோப்பியை கூப்பிட்டான் அப்பங்காரன். `அதென்ன அந்த சாதிக்காரப்பயலோட பேச்சு உனக்கு? நம்ம மானம் மரியாதியை காப்பாத்த மாட்டியா'ன்னு வஞ்சான். `அவன் நல்ல பையம்பா... மாடுகளைப் பத்த எனக்கு ஒத்தாசையா இருப்பான்'னு சொன்னா கோப்பி.

`வயசுக்கு வந்த புள்ளைக்கு ஆம்பளப் பய சகவாசம்லாம் சரிப்படாது... நீ சின்னப் புள்ளையில்லை... பெரிய மனுஷியாயிட்டே. புரிஞ்சு நடந்துக்கோ'ன்னு திட்டி அனுப்பிட்டான்.

மறுநா, ஆடு மாடுகளோட போன கோப்பி, கோமுகி இருந்த பக்கமே திரும்பலே. அவன் வலிய வந்து பேசினப்பவும் முகம் கொடுக்கலே. ஏதோ பிரச்னைன்னு புரிஞ்சுக்கிட்டான் கோமுகி. நாலைஞ்சு நாள் ஓடுச்சு. கோப்பியால கோமுகிக்கிட்ட பேசாம இருக்க முடியலே. அப்பங்காரன் கண்டிச்சதை மறந்துபோனா. வழக்கம்போல ரெண்டு பேரும் பழக ஆரம்பிச்சாக.

மகளைக் கண்காணிக்க, கூட ஆடு மேய்க்கிற பயலுக சில பேரை நியமிச்சிருந்தான் கோப்பியோட அப்பங்காரன். அந்தப்பயலுக இதைப் பாத்துட்டுப் போயி சொல்லிக் குடுத்துட்டானுக.

சாயங்காலம் வீட்டுக்குப் போனா கோப்பி. வந்தவளை வாசல்லயே நிறுத்துனாக. `என்ன தைரியம் இருந்தா திரும்பவும் அந்தப் பயலோட கொஞ்சிக் குலாவிக்கிட்டுத் திரிவே. இனிமே இந்த வீட்டுல உனக்கு இடமில்லை. வெளியே போ'ன்னு திட்டினாக. கோப்பி கதறி அழுதா... `என்னை நம்புங்க... நாங்க எந்தத் தப்பும் பண்ணலே. நண்பர்களாதான் பழகுறோம்'னா. அவுக நம்பத் தயாரில்லை. ராத்திரி முழுவதும் திட்டுனாக. சாப்பிடக்கூடக் கூப்பிடலே.

நள்ளிரவாச்சு. கோப்பிக்குத் தூக்கமே வரலே. `கோமுகிகூட நட்பா இருக்கிறது தப்பா... நம்மை அப்பன் ஆத்தாகூட நம்ப மாட்டேங்கிறாங்களே'ன்னு நினைச்சு அழுதா. மனசுக்குள்ள நிறைய குழப்பங்கள். எழுந்தா. வீட்டைவிட்டு வெளியே வந்தா. கால்போன போக்குல நடந்தா. ஆள் அரவமில்லை. பழக்கப்பட்டவங்கிறதால ஊர் நாயிங்ககூட குரைக்கலே.

`எந்தப் பிழையும் செய்யாத நம்மைப் பழி சொல்லிட்டாக...
மே உசுரோட வாழக் கூடாது'ங்கிற எண்ணம் மனசுக்குள்ள
டே இருக்கு. ஊர் எல்லைக்கு வந்துட்டா. எல்லையில
டம் செய்றவுக சூளைபோட்டு பானைகளை வேக
க. தகதகன்னு சூளை எரிஞ்சுக்கிட்டிருக்கு.

அந்தச் சூளைக்கு முன்னாடி போயி நின்னா.
முகப்புல வெறகு வைக்கக் கொஞ்சம்
ாக. அதைப் பிரிச்சா. நெருப்பு கனன்று
. எந்தத் தயக்கமும் இல்லாம சாதாரணமா
எறங்கினா. ஏற்கெனவே பதமா
ப்பு கோப்பியை வாரிச்சுருட்டிக்கிட்டு
யோட பானையா அவ உடம்பு வெந்து

வீட்டுல காணாம கொதிச்சுப்
கோமுகிப்பயதான் அவளைக்
வா கத்தின்னு ஆயுதங்களை
புக்குள்ளே புகுந்தாக.
கண் அடிச்சு துரத்துனாக.
குடியி ந்தை குட்டிகளைத்
தூக்கி கிட்டு ஓடுனாக.
கோ டாக. `கோப்பி
எங் த்திப்பாத்தான்,
கத ாரும் காது
தெ ட அவுக்காம
(

ளை எடுக்க மண்பாண்டம்
செ யைப் பிரிக்க, உள்ளே ஒரு
பொண்ணு ந்து சாம்பலாக் கெடக்குறதைப்
பாத்து மிரண்டு எல்லாரும் ஓடிவந்தாக. சூளைக்குள்ள
கொஞ்சூண்டு த்துணி மட்டும் எரியாமக் கெடந்துச்சு.
கோப்பியோட அப்பங்காரன் அந்தச் சேலைத்துணியை வெச்சு சாம்பலாக் கெடக்குறது தம் மவ கோப்பிதான்னு கண்டுபிடிச்சுட்டான். எல்லாரும் கதறி அழுதாக.

கோப்பி குடும்பத்துக்குப் பயந்து ஊரை விட்டுப்போன மக்கள், கோப்பியை நினைச்சு கலங்கிப்போனாக. நம்ம சாதிக் காரப் பயலோட நட்பா பழகுன ஒரே காரணத்துக்காக ஒரு

கன்னிப்பொண்ணோட உசுரு போயிருச்சேன்னு நினைச்சு, அவளைக் கையெடுத்து கும்பிட ஆரம்பிச்சாக. கொஞ்சூண்டு சேலையக் காட்டி அடையாளம் சொன்னதால எல்லாரும் அவளை சீலைக்காரி, சீலைக்காரின்னு அழைக்கிறாக.

தலைமுறை தலைமுறையா அந்த வழிபாடு வளர்ந்துச்சு. மதுரைக்குப் பக்கத்துல சிலமலைப்பட்டின்னு ஓர் ஊரிருக்கு. அங்கே இன்னும் கோப்பி வாழ்ந்துக்கிட்டிருக்கா. தினமும் புதுப் பானையில தண்ணி வெச்சு அவ அக்னியை அணைச்சுக்கிட்டிருக்காக மக்கள்!

32. சயணி

நன்னனூர் ராஜா நன்னன் இருக்காரே... தப்புச் செஞ்சு யாராவது மாட்டுனா, உசுரை எடுத்துருவார். எதிரி நாட்டு ஆளுகளே அவர் பேரைச் சொன்னா நடுங்குவாக.

நன்னனூர் செல்வச் செழிப்பான நாடு. எங்கே பாத்தாலும் ஆறும் குளமுமா இருக்கும். எல்லாப் பக்கமும் பச்சை படர்ந்து கெடக்கும். நன்னனூர் ராஜாக்கள் குல மரமா, மாமரத்தை வெச்சிருந்தாக. குறிப்பா, அரண்மனையையொட்டி நதிக்கரையிலிருந்த பழைமையான மாமரத்தை சாமி மாதிரி கும்பிடுவார் ராஜா. போருக்குப் போனாலும் சரி, வீட்டுல நல்லது கெட்டது நடந்தாலும் சரி, அந்த மாமரத்தைத் தொட்டுக் கும்பிட்டுட்டுப் போனாத்தான் வெளங்கும். அந்த மாமரத்துல பழுத்த பழங்களைப் பறிச்சு பூஜையறையில வெச்சிருந்து பிரசாதம் மாதிரி எடுத்துச் சாப்பிடுவாக ராஜா வீட்டு ஆளுக. வேத்தாளுக யாரும் எடுத்து சாப்பிட்டா மரண தண்டனைதான்.

நன்னனூர் ராஜாவுக்குப் படைத் தளபதியா இருந்தவரு கோசர். வீராதி வீரர். அவருக்கு ஒத்தை மவ. பேரு சயணி. அழகின்னா அழகி பேரழகி. அப்பனுக்கு நிகரா கத்திச் சண்டை, வாள் சண்டைன்னு யுத்தமும் பழகுனவ.

ஊர் உலகத்துல இல்லாத பேரழகியா இருந்த சயணியைக் கட்டிக்கிட்டுப்போக வரிசைகட்டி நின்னாக. கோசருக்கோ நாடறிஞ்ச ஒரு வீரனுக்குக் கட்டித் தரணும்கிறதுதான் கனவு. அப்படியொரு மாவீரனைக் கண்டுபிடிச்சாரு கோசரு. பேரு மகிழன். பக்கத்து நாட்டு ராஜாவோட மெய்க்காவல் படைக்குத் தலைவன். அவனைக் கொண்டாந்து நிறுத்தினாரு கோசரு. திடங்கொண்ட தோளோட மன்மதன் மாதிரி வந்து நின்ன மகிழனைப் பாத்து மயங்கிப்போனா சயணி.

சாதி சனத்தையெல்லாம் கூட்டி, ராஜா முன்னிலையில நிச்சயம் செஞ்சு கல்யாணத்துக்கு நாள் குறிச்சாக. சுத்தியிருக்கிற ஏழு நாட்டு ராஜாக்களையும் வெத்திலை பாக்கு வெச்சு கல்யாணத்துக்கு அழைச்சாரு கோசரு. தளபதி வீட்டுக் கல்யாணமாச்சே... கண்படும் இடமெல்லாம் தோரணமும் வாழை மரங்களும் கட்டித் திருவிழா மாதிரி நடத்துனாக. நாஞ்சில் நாடு,

கொங்கு நாடுன்னு போயி பெயர்பெற்ற சமையக்காரர்களைக் கொண்டாந்தாக. மக்கள் மனசும் வயிறும் குளிரக் குளிரச் சாப்பிட்டு வாழ்த்திட்டுப் போனாக. கல்யாணம் கோலாகலமா முடிஞ்சுச்சு. விருந்தெல்லாம் முடிஞ்சு மாப்பிள்ளையும் பொண்ணும் அவுக நாட்டுக்குக் கிளம்புனாக. வழியனுப்பி வைக்க யானையும் குதிரையும் அணிவகுத்து நிக்குது. கன்னுக் குட்டி மாதிரி அப்பன் ஆத்தாவையே சுத்தி வந்த சயணிக்கு, அவுகளை விட்டுட்டு புருஷன் வீட்டுக்குப் போறதுக்கு மனசேயில்லை. அழுத கண்ணீரு ஆறாப் பெருகுச்சு. 'பொண்ணாப் பொறந்தா ரெண்டு வூட்டுப் பொறப்பாத்தான் வாழ்ந்தாகணும்'னு ஆத்தாக்காரி புத்தி சொன்னா. 'நினைப்பு வந்தா குதிரையைப் பத்திக்கிட்டு வந்திரு தாயி'ன்னு உறவுக்காரவுகள்லாம் ஆறுதல் சொன்னாக. கோசரும் குலுங்கிக் குலுங்கி அழுதுக்கிட்டு நின்னாரு. 'மாமா... சயணி எங்க வீட்டு ராணி. அவ கண்ணுல துளித்தண்ணி வராம நாங்க பாத்துக்கிறோம். தைரியமா இருங்க'னு சொல்லிட்டு கால்ல விழுந்து ஆசி வாங்கிக்கிட்டு பொண்டாட்டியைக் கூட்டிக்கிட்டுக் கிளம்பினான் மகிழன்.

பொறந்த வீட்டைவிட வசதியா இருந்துச்சு புகுந்த வீடு. லேசா சொணங்கி உக்காந்தாவே, என்னவோ ஏதோன்னு எல்லாரும் பதறிப்போனாக. சொக்குப்பொடிக்கு மயங்கின ஆளு மாதிரி அவளையே சுத்திச் சுத்தி வந்தான் புருஷங்காரன்.

ஒரே மாசத்துல மகராசி முழுகாம இருந்தா. மகிழனுக்கு சந்தோஷம் புடிபடலே. குடும்ப வாரிசை வயித்துல சுமந்துக்கிட்டிருந்தவளை ஈ, எறும்பு அண்டாமப் பாத்துக்கிட்டாக. ஊரெல்லாம் கூட்டி விருந்து வெச்சான் மகிழன். நாட்டுல இருக்கிற கோயிலுகளுக்கெல்லாம் கொடை குடுத்து அனுப்புனான்.

மக முழுகாம இருக்கிற செய்தியறிஞ்ச கோசர், வண்டி வண்டியா சீரு செனத்தியை கொண்டாந்து நிறைச்சுப்புட்டாரு. பழம் ஒரு வண்டியில, உடை ஒரு வண்டியிலன்னு வந்து குவியுது எல்லாம்.

எட்டாம் மாசம்... வளைகாப்பையே திருவிழா மாதிரி நடத்துனான் மகிழன். மரபுப்படி, வளைகாப்பு நடத்தினதும் பிரசவத்துக்குப் பொறந்த வீட்டுக்கு அனுப்பி வைக்கணும். சயணியை அழைச்சுக்கிட்டுப் போக ரதம் தயாரா இருக்கு. மகிழனுக்கு சயணியை அனுப்ப மனசே வரலே. சயணிக்கும்

புருஷனை விட்டுப் போக மனசில்லை. ரெண்டு பேரும் ஒருத்தர் முகத்தைப் பாத்து ஒருத்தர் கலங்கிப்போய் நின்னாக.

கோசருதான் பேசுனாரு... `மாப்பிள்ளை... உங்க பொண்டாட்டியை எங்க வீட்டுலயேவா வெச்சுக்கப்போறோம்? ரெண்டே மாசம்... உங்க புள்ளையையும் பொண்டாட்டியையும் கொண்டு வந்து ஒப்படைச்சிருவோம். கலங்காதிய'னு சொல்லிட்டு மகளைக் கூட்டிக்கிட்டுக் கிளம்பினாரு. ஊரே வழியனுப்பி வைக்க, ரதமேறி பொறந்த வீட்டுக்கு வந்தா மகராசி.

நல்ல கோடை. ஆனாலும், வானம் பொய்க்காத பூமியில்லையா நன்னனூர் நாடு. வெயிலு கொஞ்சம், மழை கொஞ்சம்னு காலநிலையே நல்லாயிருக்கு. `மங்குனா மாங்கா, பொங்குனா புளி'ங்கிற சொலவடை கணக்கா, ஊரே மாம்பழ வாசனையா கெடக்கு. எல்லா மரங்கள்லயும் காய்ச்சுப் பழுத்துத் தொங்குது மாம்பழம். மந்தி, வௌவா, அணில்னு பெருங்கூட்டம் கூடி பழத்தைத் தின்னுத்தீக்குதுக.

சயணிக்கு மாம்பழம்னா கொள்ளைப் பிரியம். கோசருக்கும் அது தெரியும். விதவிதமா மாம்பழங்களை வாங்கிவந்து வீட்டுல குவிச்சுட்டாரு மனுஷன். பெருத்த வயிறு சயணிக்கு அழகைக் கூட்டியிருச்சு. முகம் பூரிப்புல மலர்ந்து கெடக்கு. தேவதை மாதிரி திரியுறா. இன்னும் இருபத்தைஞ்சு நாள்ல பிரசவம் நடக்கும்னு நாள் குறிச்சுச் சொல்லிட்டாரு ராஜ வைத்தியரு. உள்ளே கிடக்கிற உசுரு, எட்டி எட்டி உதைச்சு `நான் இருக்கேன்... நான் இருக்கேன்'னு சொல்லிக்கிட்டுக் கெடக்கு. ஒவ்வொரு முறை உதைக்கும்போதும் சிலிர்த்துப்போகுது உடம்பு.

ஒருநா, தோழிகள்லாம் சயணியைப் பாக்க வந்திருந்தாக. எல்லாப்பேரும் சேந்து சின்ன வயசுல செஞ்ச சேட்டைகளைப் பத்தியெல்லாம் பேசிச் சிரிச்சுக்கிட்டிருந்தாக. அதையெல்லாம் கேட்டு, திரும்பவும் தோழிகளோட சேந்து ஆத்துல குளிக்கணும்போல இருந்துச்சு சயணிக்கு. தோழிகள்கிட்ட கேட்டா... எல்லாப்பேரும் பதறிப்போனாக. நிறை மாசம். அதுவும் பிரசவத்துக்கு நாள் குறிச்சுட்டாரு வைத்தியரு. `இந்த நேரத்துல ஆத்துல குளிக்கிறதெல்லாம் நல்லதில்லை. அதுவும் தண்ணி கரைபுரண்டு ஓடுது. வேண்டவே வேண்டாம்'னு தடுத்தாக எல்லாரும்.

அப்பங்காரன்கிட்டப் போய் நின்னா சயணி. அப்பனுக்கு மகளோட வார்த்தையைத் தட்ட முடியலே. ஆசைப்படுறாளே... `சரி... படியை விட்டு எறங்கக் கூடாது. பத்திரமா நின்னு குளிச்சுட்டு, உடனே வந்திடணும்'னு சொல்லி தோழிகளையும் கூட அனுப்பி வெச்சாரு.

சயணிக்கு சந்தோஷம் தாங்கலே. தோழிகளோட கிளம்புனா. தண்ணி அவ்வளவு குளுமையா இருக்கு. கவனமா படியில இறங்கி உக்காந்து தண்ணியில தலைமுழுகுனா சயணி. தோழிகள் கரையில உக்காந்து அவளையே பாத்துக்கிட்டிருந்தாக.

அப்போ தண்ணியில மிதந்து வருது ஒரு மாம்பழம். பாத்ததும் சயணிக்கு நா ஊறுது. அதை ஆசையா எடுத்தா. அந்தப் பழத்தோட வடிவத்தைப் பாத்ததும் தோழிகள்லாம் பதறிட்டாளுக. `அய்யோ... சயணி. அதை தண்ணியிலயே விட்டுடு. அது ராஜமரத்துல காய்ச்ச பழம். நாம சாப்பிடக் கூடாது. அப்படியே போட்டுடு'னு கத்தினாளுக. சயணிக்கு அதெல்லாம் காதுல இறங்கலே. ஆசையா கடிச்சு ருசிச்சுச் சாப்பிட்டா. இதுவரைக்கும் சாப்பிட்ட மாம்பழங்கள்லயே இணையில்லாத சுவையா இருந்துச்சு அது.

அந்தப் பக்கமா வந்த தோட்டத்து காவல்படை ஆளுக, சயணி மாம்பழம் சாப்பிட்டிருக்கிறதைப் பாத்து சுத்தி வளைச்சுட்டாக. ராஜகுலத்துக்கு மட்டுமே சொந்தமான மாமரத்துப் பழத்தை சாப்பிட்ட குற்றத்துக்காக அவளைக் கைது செஞ்சு அரண்மனைக்குக் கொண்டு போனாக. தோழிகள்லாம் பதறிப்போய் கோசர்கிட்ட தகவல் சொன்னாக. கோசர் அரண்மனைக்கு ஓடுனாரு. சயணியை ராஜா முன்னாடி நிறுத்துனாக.

`ராஜகுலத்து மாமரத்துல காய்ச்ச மாம்பழத்தைச் சாப்பிட்டியா'னு கேட்டார் ராஜா. `தண்ணியில வந்த பழம் அது. எந்த மரத்துல காய்ச்சதுன்னு தெரியாது. ஆனா, அது இணையில்லாத ருசியோட இருந்துச்சு. அதனால சாப்பிட்டேன்'னு சொன்னா சயணி. `ராஜகுலத்தோட சொத்தை அனுமதியில்லாம அபகரிச்சதோட அவமதிச்ச குற்றத்துக்காக மரண தண்டனை விதிக்கிறேன்'னு தீர்ப்புச் சொன்னார் ராஜா.

ராஜாவோட தீர்ப்பைக் கேட்டு மயங்கி விழுந்துட்டா சயணி. எல்லாப் பேரும் திகைச்சுப் போயிட்டாங்க. கோசர்

கதறி அழுவுறாரு. சயணி முகத்துல தண்ணி தெளிச்சு, மயக்கம் தெளிவிச்சு சிறைக்குக் கொண்டு போயிட்டாக.

மகிழனுக்குத் தகவல் போச்சு. பதறிப்போய் ஓடியாந்தான். அரண்மனைக்கு ஓடிப்போய், மன்னனைச் சந்திச்சு `மாம்பழத்தைத் தின்ன குற்றத்துக்காக எடைக்கு எடை பொன்னும், 81 யானைகளும் தண்டமாத் தர்றோம். சயணியை விட்டுருங்க'னு கெஞ்சுனான் மகிழன். மன்னன் ஒப்புக்கலே. `தீர்ப்புன்னா தீர்ப்பு, தண்டனைன்னா தண்டனை'ன்னு சொல்லிட்டார்.

ஊருக்கு ஒதுக்குப்புறமா இருக்கிற கொலைக்களத்துல வெச்சு வவுத்துப் புள்ளக்காரிக்கு தண்டனையை நிறைவேத்திட்டாக. கொதிச்சுப்போனான் மகிழன். உடனே தன் படையைத் திரட்டிக்கிட்டு அரண்மனைக்குள்ள புகுந்தான். மன்னன் குலதெய்வமா கருதுன காவல் மாமரத்தை வெட்டி வீழ்த்தினான். மெய்க்காப்பாளர்களைக் கொன்னுட்டு மன்னனையும் கழுத்தறுத்துப் போட்டு, சயணி இல்லாத உலகத்துல வாழப் பிடிக்காம வாளால கழுத்தறுத்துக்கிட்டுச் செத்துப் போனான். மகளும் மருமகனும் செத்துப்போனதறிஞ்சு கோசரும் ஈட்டிய செருவிக்கிட்டுப் போய் சேந்துட்டாரு.

இந்தச் சம்பவத்துக்குப் பெறவு நன்னனூர் நாடே வறண்டு வெப்பக்காடா மாறிடுச்சு. மழை தண்ணியில்லை. எல்லா ஜனங்களும் வறட்சியில வெந்து சாகுது. `வவுத்துப் புள்ளைக்காரியை அநியாயமா பழி வாங்குனதுதான் காரணம்'னு மக்களெல்லாம் பேசிக்கிட்டாக. பரிகாரமா, செத்துப்போன சயணிக்கு அவ விழுந்து கெடந்த மயானக் கொலைக்களத்துலேயே மண்ணெடுத்து சிலை வடிச்சு காவல் தெய்வமா வெச்சு கும்புட ஆரம்பிச்சாக. எல்லாரும் கையெடுத்து வணங்கின பிறகு, சயணி சாந்தமானா. நிலம் பச்சைபூக்கத் தொடங்குச்சு.

சயணிக்கு சாவில்லை. காத்தோட காத்தா இன்னமும் உயிரோடதான் உலவிக்கிட்டுத் திரியுறா. பொள்ளாச்சியிலேருந்து 15 கிலோமீட்டர் தொலைவுல இருக்கு ஆனைமலை. இப்போ போனாலும் அங்கே ஆங்காரமாப் படுத்திருக்குற சயணியைப் பாக்கலாம். இப்போ அவளை எல்லாரும் `மாசாணி மாசாணி'ன்னு கூப்பிடுறாக!

33. சிங்களநாச்சி

லங்காவுக்குக் கிழக்கால இருக்கு ரோகனைக் காடு. உள்ளே நுழைஞ்சா திரும்ப வழி தெரியாது. அந்த அளவுக்கு அடர்த்தியான காடு. அதுக்கு நடுவால குடிசை கட்டி ஒளிஞ்சிருந்தான் மகிந்தன். அவனுக்கு சேதி வந்திருச்சு. சோழராஜா பெரிய படையோட காடு நோக்கி வந்துகிட்டிருக்கார். உடனே தன்னோட ஆளுகளையெல்லாம் தெரட்ட ஆரம்பிச்சுட்டான். மகிந்தனோட பொண்டாட்டி சிங்களநாச்சிக்கு அந்தக் காடே அத்துபடி. விலங்குகளோட பாஷையெல்லாம் அறிஞ்சவ. வாள்வித்தை, வில்வித்தையெல்லாம் படிச்சவ. மகிந்தனோட படைக்கு அவதான் தளபதி.

சிங்களநாச்சி பட்டத்து ராணியா இருக்க வேண்டியவ. சோழராஜாவுக்குப் பயந்து புருஷனும் பொண்டாட்டியும் இந்தக் காட்டுக்குள்ள கெடக்குறாக.

'இதோ, மிருகசீரிசம் வந்திருச்சு. திருவாதிரையும் தெரிய ஆரம்பிச்சாச்சு. அந்தா, ஒத்தை வெள்ளி முளைச்சாச்சு. கலங்களை இறக்குங்க... கிளம்பலாம்'னு உத்தரவு போட்டான் சோழநாட்டுத் தளபதி. விறுவிறுன்னு நூத்துக்கணக்கான கலங்கள் கடல்ல இறங்கிருச்சு. அக்ர மண்டம், நீலமண்டம், லதாரணி, லூலான்னு சோழராஜாவோட பெரிய பெரிய கலங்களால கடல் தண்ணியே கண்ணுல தண்டல. யானை, குதிரை, அம்பு, வில்லுன்னு கடலே கலகலக்குது.

ஒரு பெருங்கலத்துல ராஜா உக்காந்திருக்காரு. அவுரு கண்ணெல்லாம் செவந்து கெடக்கு. அவருக்கெதிர்ல மந்திரிமார்களெல்லாம் இருக்காக.

'இந்த முறை ஏமாறக் கூடாது. மகிந்தனை எப்படியும் புடிச்சுக் கொண்டாந்திடணும்' சோழராஜா உருமுறாரு. அந்தக் கோவத்துக்குக் காரணம் இருக்கு.

இந்த சோழராஜா இருக்காரே... கடல்கடந்து பல தேசங்களை ஜெயிச்சவரு. லங்காவுக்கும் படையெடுத்துப் போனாரு. அப்போ லங்காவை ஆண்டுக்கிட்டிருந்தவன்தான் மகிந்தன். சோழராஜாவோட தாக்குதலை தாக்குப்பிடிக்காம,

அரண்மனையை விட்டுட்டு காட்டுக்குள்ள ஓடி ஒளிஞ்சுட்டான். லங்காவைப் புடிச்சு, அங்கே ஒரு பிரதிநிதியை நியமிச்சுட்டு தஞ்சாவூருக்கு வந்துட்டாரு சோழராஜா. காட்டுக்குள்ள ஓடி ஒளிஞ்ச மகிந்தன், அப்பப்போ நாட்டுக்குள்ள வந்து தொல்லை குடுத்துக்கிட்டிருந்தான். அங்கிருந்த பிரதிநிதியால நிம்மதியா ஆளமுடியல. அவரு தஞ்சாவூருக்கு சேதி சொல்லி அனுப்ப, சோழராஜா படையைத் திரட்டிக்கிட்டு இலங்கைக்குக் கிளம்பிட்டாரு.

லங்காவுல ரோகனை காட்டுக்குள்ள கழிமுகத்தை ஒட்டியிருந்துச்சு மகிந்தனோட குடிசை. பரம்பரையா நாடாண்ட குடும்பம். சோழராஜாவோட அடையாளத்தை அழிச்சுட்டு, தன்னோட மண்ணை மீட்கணும்னு துடியாத் துடிக்கிறான் மகிந்தன். அவனுக்குத் துணையா இருந்தா அவம்பொண்டாட்டி சிங்களநாச்சி. சிங்களநாச்சி சாதாரண ஆளில்லை. அந்தக் காட்டை நிர்வாகம் பண்ணின பண்டாரத்தான் மவ.

ஒருக்கா மகிந்தன் ரோகனைக் காட்டுக்கு வேட்டையாட வந்தான். ஒரு கடமானை விரட்டிக்கிட்டு வந்தவன், படை பரிவாரங்களை விட்டு ஒதுங்கிட்டான். ராப்பொழுதாகிப்போச்சு. தனிச்சு நின்னவனை ஒரு வேழம் சுத்திக்கிச்சு. வேழத்தோட பிளிறல்ல குதிரை மிரளுது. மிரட்சி தாங்காம கீழே விழுந்த மகிந்தனை விரட்டுச்சு வேழம். விழுந்த வேகத்துல ஆயுதங்களும் கைவிட்டுப் போயிருச்சு. உயிரைக் கையில புடிச்சுக்கிட்டு ஓடிக்கிட்டிருக்கான் மகிந்தன்.

அப்போ பாத்து, பானை நிறையத் தேனெடுத்துக்கிட்டு வந்துக்கிட்டிருந்தா சிங்களநாச்சி. ஓர்ஆளை வேழம் துரத்துறதைப் பாத்துட்டு தோள்ல கெடந்த வில்லெடுத்து யானையோட காலப்பாத்து விட்டா ஒரு அம்பு. இந்தப்பக்கம் பாஞ்சு அந்தப்பக்கம் வந்திருச்சு. திடீர் தாக்குதல்ல நிலைகுலைஞ்ச வேழம், வேற பக்கம் ஓடிப்போச்சு. வலியெடுத்த வேகத்துல திரும்பவும் வேகங்கொண்டு வரும்கிறதால விறுவிறுன்னு மகிந்தனைக் கூட்டிக்கிட்டு குடியிருப்புக்குப் போயிட்டா. அங்கிருந்த பெரியவுகள்லாம் மகிந்தனை அடையாளம் கண்டுக்கிட்டாக. தன் உசுரக் காப்பாத்துன சிங்களநாச்சி மேல ராஜாவுக்கு காதல் அரும்பிருச்சு. பண்டாரத்தான்கிட்ட, ‘உங்க மக இல்லேன்னா இன்னிக்கு நான் உசுரோடவே இருந்திருக்க மாட்டேன். இவளை மகாராணியாக்க விரும்புறேன். எனக்குக் கட்டித்தருவியளா’ன்னு கேட்டான். சிங்களநாச்சி முகம் வெக்கத்துல செவந்திருச்சு. அந்த வெக்கமே அவ சம்மதத்தைக் காட்டுச்சு.

நாடு, காடெல்லாம் கூடிநின்னு கல்யாணத்தை சிறப்பா செஞ்சாக. லங்கா தேசமே சிங்களநாச்சியைக் கொண்டாடுச்சு. எல்லாம் நல்லபடியா போய்க்கிட்டிருந்த நேரத்துலதான் சோழராஜா லங்காவுக்குப் படையெடுத்து வந்தாரு. பலமிருக்கிற வரைக்கும் போராடின மகிந்தன், அதுக்கு மேல தாக்குப்பிடிக்க முடியாம பட்டத்து ராணியான சிங்களநாச்சியை அழைச்சுக்கிட்டு ரோகனைக் காட்டுக்குள்ள ஓடிட்டான். அப்பப்போ நாட்டுக்குள்ள வந்து சண்டை போட்டான். புருஷனோட போராட்டத்துக்குத் துணையா இருந்தா சிங்களநாச்சி.

சோழராஜா, மகிந்தனை ஒழிச்சே ஆகணும்னு வந்துக்கிட்டிருக்காரு. ஆயிரத்தெட்டு யானை, பத்தாயிரம் குதிரைன்னு பெரும் படையை கலமேத்திக் கொண்டாராரு சோழராஜா. மகிந்தனுக்கு சேதி வந்திருச்சு. தன் அங்காளி, பங்காளி, சொந்தபந்தம்னு எல்லாப்பேரையும் வெச்சு ஆயுதம் செஞ்சான். சோழராஜா லங்காவுல கரையேறிட்டாரு. எல்லாப்பேரும் ரோகனைக் காட்டுக்கு வந்துக்கிட்டிருக்காக. அவுகளை மறிச்சு, மகிந்தன் சண்டை போட்டான். சிங்களநாச்சியும் ஆயுதம் தரிச்சு நின்னா. சண்டைனா சண்டை, பெருஞ்சண்டை. எல்லாரையும் துவம்சம் பண்றாரு சோழராஜா. மகிந்தனால தாக்குப்பிடிக்க முடியலே. சிங்களநாச்சியைக் கூட்டிக்கிட்டு அங்கிருந்து தப்பி, அடர்ந்த காட்டுக்குள்ள ஓடி ஒளிஞ்சுட்டான். காட்டுக்குள்ள இருந்த மொத்தக் கூடாரத்தையும் அழிச்சுட்டு, ஒரு பெரிய படையை அனுப்பி மகிந்தனைத் தேடச்சொன்னாரு சோழராஜா. நாளாச்சு... வாரமாச்சு... மாதமாச்சு... மகிந்தனைப் பிடிக்க முடியலே. மகிந்தனைத் தேடிப் பிடிச்சுக் கொண்டுவரும் பொறுப்பை தன் தளபதிகிட்ட குடுத்துட்டு தஞ்சாவூருக்குக் கிளம்பிட்டாரு சோழராஜா.

காட்டுக்குள்ள போன படை வெறுங் கையோட திரும்புச்சு. பேச்சுவார்த்தை நடத்தி பிரச்னையை முடிவுக்குக் கொண்டுவர நினைச்சான் தளபதி. `ஓர் ஒப்பந்தம் போட்டுக்கலாம், சில நிபந்தனைகளை ஏத்துக் கிட்டா நாட்டை திரும்பவும் குடுத்திருவோம். அதுக்காக பேச்சு வார்த்தைக்கு வரணும்'னு கூப்பிட்டான். மகிந்தனுக்கு சேதி போச்சு. ஒருநாள், தளபதியைச் சந்திக்க மகிந்தன் வந்தான். கூட, சிங்களநாச்சியும் ஆலோசகர்களும் வந்தாக.

'தஞ்சாவூரு ராஜாவுக்கு அடிமை சாசனம் எழுதித்தரணும். இனிமே எந்தக்காலத்திலயும் தொந்தரவு செய்யக் கூடாது. இதுக்கு ஒப்புக்கிட்டா நாட்டைத் தாரோம்'னு சொன்னான்

தளபதி. மகிந்தன் ஒப்புக்கல. 'இது எங்க நாடு... சாசனமெல்லாம் எழுதித்தர முடியாது'ன்னான். உடன்பாட்டுக்கு வரலேன்னு தெரிஞ்சவுடனே, மகிந்தனையும் சிங்களநாச்சியையும், கூடவந்த மகிந்தனோட ஆலோசகர்களையும் கைது செஞ்சான் தளபதி.

தஞ்சாவூர் ராஜாவுக்கு சேதி போச்சு. மகிந்தனை ராஜமரியாதையோட தஞ்சாவூருக்குக் கொண்டுவர உத்தரவிட்டாரு. பெரிய கலமெடுத்து, மகிந்தன் சிங்களநாச்சியை தஞ்சாவூருக்குக் கொண்டு வந்தாக.

காவிரியாத்துப் பக்கமா, கோயிலையொட்டி பெரிய அரண்மனை. அதுக்குள்ள பெரிசா இருந்துச்சு விசாரணை தர்பார். அங்கே ராஜா உக்காந்திருக்க, அவரைச் சுத்தி மந்திரிமாருக இருந்தாக. மகிந்தனைக் கொண்டாந்து அவரு முன்னாடி நிறுத்துனாக. கூடவே சிங்கள நாச்சியும் வந்தாக. ராஜா, மகிந்தனை தர்பார்ல நிறுத்திட்டு, சிங்களநாச்சியை வெளியில அனுப்பச் சொன்னாரு. அவளை அரண்மனைக் கோட்டைக்கு வெளியில காட்டுப்பக்கமா கொண்டுபோய் விட்டுட்டாக காவலாளிக.

அரச முறைப்படி விசாரணை நடந்துச்சு. "தப்பை ஒப்புக்கிட்டு அடிமை சாசனம் எழுதித் தந்திரு... மன்னிச்சு விட்டுறே"ன்னாரு ராஜா. மகிந்தன் ஒப்புக்கல. சோழராஜாவுக்குக் கோவம் வந்திருச்சு. "இனிமே பேசிப் பிரயோசனமில்லே. இவனை சுரங்கப்பாதை வழியா சோழபுரத்துக்குக் கொண்டுபோயி பாதாளச் சிறையில அடைங்க"ன்னு உத்தரவு போட்டாரு.

கோட்டைக்கு வெளியில நின்ன சிங்கள நாச்சிக்கு உள்ளே என்ன நடந்துச்சுனு தெரியலே.

நாளாச்சு... வாரமாச்சு... லங்காவுல இருந்து பண்டாரத்தான் வந்துட்டான். 'சிங்கள நாச்சியை திரும்பவும் லங்காவுக்கு அனுப்ப உத்தரவாகியிருக்கு'ன்னு ஓலை கொடுத்தாக. 'வாம்மா கிளம்பலாம்'னு சிங்களநாச்சியைக் கூப்பிட்டான் பண்டாரத்தான். 'எம்புருஷன் இல்லாம நான் லங்காவுக்குத் திரும்பமாட்டேன்'னு பிடிவாதமாஇருந்தா. பண்டாரத்தான்கிளம்பிட்டான். சிங்களநாச்சி ஒத்தை மனுஷியா மகிந்தன் வருவான்னு அரண்மனை வாசலைப் பாத்துக்கிட்டு அந்த இடத்துலயே காத்துக்கிடந்தா.

அந்தப்பகுதி மக்களுக்கெல்லாம் ரொம்பப் பரிதாபமாப்போச்சு. என்ன இருந்தாலும் அந்நியநாட்டுப் பொம்பள... விருந்தினர் மாதிரி... சோறு, தண்ணியெல்லாம்

கொண்டாந்து கொடுத்தாக. யாரு எதைக் கொடுத்தாலும் சிங்களநாச்சி சீண்டலை. கண்ணுல தண்ணி வழிய கோட்டை வாசலையே பாத்துக்கிட்டு படுத்துக் கிடந்தவ, ஒருநாள் விழிக்கவேயில்லை. ஏக்கமும் பசியும் அவளோட உசுரைப் பறிச்சிருச்சு. அந்தப் பகுதியில வாழ்ந்த மக்கள், அவ உடலை எடுத்து நல்லடக்கம் செஞ்சாக. அவளோட தைரியத்தையும் தியாகத்தையும் பாத்து அவளைப் புதைச்ச இடத்துல ஒரு கல்லை நட்டுக் கும்புட ஆரம்பிச்சாக. அப்படியே அந்த வழிபாடு வழி வழியா வளர்ந்துச்சு.

தஞ்சாவூர்ல குந்தவை நாச்சியார் கல்லூரிக்குப் பக்கத்துல மகிந்தனுக்காக இப்பவும் காத்துக்கிட்டு உக்காந்திருக்கா சிங்களநாச்சி. மகிந்தனோட ஆன்மாவும், காதல் தளும்பத் தளும்ப அந்தப் பகுதி காத்துல சுத்திக்கிட்டுக் கெடக்கு. நிறைய பெண்கள் வந்து பொங்கல் வெச்சு சிங்களநாச்சியோட பசியாத்துறாக. அவளும், எல்லாருக்கும் அன்பும் அனுசரணையுமா அந்தப் பகுதியை ஆண்டுக்கிட்டிருக்கா... செங்கமலநாச்சி, கமலநாச்சின்னு பலவிதமா அவ பேரு விளங்கியிருக்கு!

34. சீதளா

காதன், அந்தப் பகுதியில விவசாயத்தை நம்பியிருக்கிற பெரிய சம்சாரி. கொள்ளிடத்தாயி புண்ணியத்துல வேளாண்மை முப்போகம் வெளைஞ்சுக்கிட்டிருந்துச்சு. காலையில வயக்காட்டுக்குள்ள இறங்குனா மனுஷன் சாயங்காலம் அஸ்தமனத்துலதான் கரைக்கு ஏறுவாரு. அப்படியோர் அர்ப்பணிப்பு விவசாயத்துல.

அவன் பொண்டாட்டி பேரு கோவிந்தம்மா. மகராசி தங்கமான மனுஷி. யாருக்கும் தீங்கு வினை நினைக்க மாட்டா. பசின்னு வந்து நின்னா, தனக்கு இருக்கோ இல்லையோ மொத்தமா அள்ளிக் குடுத்துருவா. வெளையற வெள்ளாமையில சரிபாதியை கோயிலு, தானதருமம்னு பாத்துப் பாத்து அள்ளிக் குடுத்துருவா.

புருஷன் மேல கொள்ளைப்பாசம் கோவிந்தம்மாவுக்கு. விதவிதமா சமைச்சுப்போடுவா. `புருஷன் ஒத்தையாளா கஷ்டப்படுறாரே'ன்னு விளையுற தானியங்கள்ல முறுக்கு, தட்டைன்னு பலகாரங்கள் செஞ்சு பக்கத்தூருகள்ல போயி வித்துட்டு வருவா.

ஒண்ணுக்குக்கொண்ணு ஒத்தாசையா சந்தோஷமா இருந்தாலும் காதனுக்கும் கோவிந்தம்மாவுக்கும் தீராத ஒரு மனக்கவலை உள்ளுக்குள்ள இருந்துச்சு. கலியாணமாகி பதினைஞ்சு வருஷமாச்சு. ஊர் காவலாளியா நிக்குற அந்த மகமாயி, புள்ளை வரம் கொடுக்க மறுக்கிறா. ரெண்டு பேரும் ஒருத்தருக்கிட்ட ஒருத்தர் வருத்தத்தைப் பகிர்ந்துக்காம அவுகவுக மனசுக்குள்ளயே போட்டு பொருமிக்கிட்டிருக்காக. ஊராளுக, காதுபட ஒண்ணு, காதுபடாம ஒண்ணுன்னு பேச ஆரம்பிச்சுட்டாக. நல்லது கெட்டதுல முன்னாடிப் போயி நிக்க முடியலே. வேண்டாத தெய்வமில்லை. போகாத கோயிலில்லை.

ஒருக்கா, அறுப்பு நேரம்... அந்த வருஷம் வானம் மும்மாரி பொழிஞ்சு ஆத்துல தண்ணி கரைபுரண்டு ஓடி, காடுகரையெல்லாம் நல்ல விளைச்சல். பொதிப் பொதியா வீட்டுக்கு வந்து சேருது தானியம். பத்தாயம் நெறைஞ்சு, குருது நெறைஞ்சு, வீட்டு வாசல்ல பட்டறை கட்டி இருப்புவைக்கிற அளவுக்கு வெளைஞ்சு தள்ளிருச்சு.

காதனுக்கும் கோவிந்தம்மாவுக்கும் சந்தோஷம். ஐயனார் கோயில்ல புத்தரிசியில பொங்க வெச்சு பூசை பண்ணாங்க. அதுக்காக ஊரோரம் இருக்கிற குளத்துல தலைமுழுகி எழுந்தப்போ, ஒருபக்கமா குழந்தையோட அழுகைச் சத்தம் கேட்டுச்சு. சதா மனசுக்குள்ள குழந்தையைப் பத்தியே நினைச்சுக்கிட்டிருக்கிறதால, பிரமையா இருக்குமோன்னு ரெண்டு பேருக்கும் நினைப்பு. திரும்பவும் தலைமுழுகிட்டு எழுந்திருச்சப்போ குழந்தை விடாம அழுதுகிட்டிருக்கு. பதற்றத்தோட ரெண்டு பேரும் எழுந்திருச்சு அழுகைச் சத்தம் வந்த திசையில ஓடுனாக.

குரங்குக்கொய்யா பத்தைக்குள்ள அழகா ஒரு பட்டுத்துணி சுத்தி தேவதையாட்டம் ஒரு குழந்தை கெடக்கு. பெறந்து சில மணி நேரம்தான் ஆகியிருக்கும்போல. பசியில குழந்தை கதறுது. அதைப் பாத்தவுடனே கோவிந்தம்மாவுக்குத் தாய்மை சுரந்திருச்சு. ‘அந்த மகமாயியே இந்தக் குழந்தையை நம்ம பார்வைக்குக் கொண்டுவந்திருக்கா’ன்னு நினைச்சாக கோவிந்தம்மாவும் காதனும். ஆசை ஆசையா தூக்கிக் கொஞ்சுனா கோவிந்தம்மா. அவளை அப்படியே கட்டிப்பிடிச்சுக்குச்சு குழந்தை.

‘இந்தக் குழந்தையை நாமளே வளர்க்கலாம்’ன்னா கோவிந்தம்மா. காதனும், ‘நாம அழுதழுது கேட்ட குரல், அந்த மகமாயி காதுல விழுந்திருச்சு. அவளே கொண்டாந்து நம்மகிட்டே குடுத்திருக்கா. நாமளே வளர்க்கலாம்’னான். ரெண்டு பேரும் குழந்தையைத் தூக்கிக்கிட்டு அய்யனாரைக் கும்பிட்டுட்டு வீட்டுக்கு வந்தாக. புதுப்பட்டுல தொட்டி கட்டி தூங்க வெச்சாக. ‘சீதளா’ன்னு பேரு வெச்சாக.

சேதி பரவத் தொடங்குச்சு. ‘கோவிந்தம்மா ஒரு புள்ளையைக் கண்டெடுத்திருக்காளாமே’ன்னு பொம்பளைகள்லாம் பொறணி பேச ஆரம்பிச்சாக. மெள்ள மெள்ள காதன் வீட்டு முன்னாடி கூட்டம் கூட ஆரம்பிச்சுச்சு. சேதி நாட்டாமைக்காரருக்குப் போச்சு.

நாட்டாமை கொஞ்சம் விவகாரமானவர். பரிவாரங்களோட காதன் வீட்டுக்கு வந்தாரு. கூடவே நாட்டாமை பொண்டாட்டியும் வந்தாக. அவரை வரவேத்து வீட்டுக்குள்ள அழைச்சுக்கிட்டுப் போனாக காதனும் கோவிந்தம்மாவும். நிலா மாதிரி வட்ட வடிவ முகத்தோட தூங்கிக்கிட்டிருந்த அந்தக் குழந்தையைப் பாத்தவுடனே நாட்டாமை பொண்டாட்டிக்கு மனசுல ஆசை ஏறிடுச்சு. ‘எல்லாப் புள்ளைகளும் சொல்லி வெச்ச கணக்கா ஆம்புளைப் புள்ளைகளா

190 தெய்வ மனுஷிகள்

பெறந்து தொலைச்சுட்டானுவ. ஆசைக்கு ஒரு பொம்பளைப் புள்ள வேணும்னு எல்லா சாமிக்கிட்டயும் கேட்டுக்கேட்டு அலுத்துப் போச்சு. இப்பத்தான் கண் தெறந்திருக்கா அந்த மகமாயி'ன்னு மனசுக்குள்ள நெனச்சுக்கிட்டு நாடகத்தை ஆரம்பிச்சா...

"ஊருக்குள்ள எந்தப் பொருள் கிடைச்சாலும் அதை நாட்டாமைக்காரகக்கிட்ட ஒப்படைக்கிறதுதானே முறைமை. இதெப்படி நீங்களே உங்க விருப்பத்துக்கு தூக்கியாந்து தொட்டிகட்டிப் போட்டிருக்கீங்க"ன்னா. நாட்டாமைக்காரருக்கு பொண்டாட்டியோட மனநிலைமை புரிஞ்சுபோச்சு. கூடவந்த பரிவாரங்களும் நாட்டாமை பொண்டாட்டி சொன்னதுக்கு 'ஆமா' போட்டாங்க.

இறுதியா ஊர்க்கூட்டத்தைக் கூட்டுனாக. கோவிந்தம்மா பதறிப்போனா. சீதளாவை தன்னோட மகளாவே மனசுக்குள்ள தரிச்சுக்கிட்டா மகராசி. காதனுக்கும் என்ன செய்யறதுன்னு தெரியலே. நாட்டாமைக்காரர் பேசினாரு. "ஊருக்குள்ள ஒரு குழந்தை கிடைச்சா, முறையா நாட்டாமைக்காரர்கிட்ட கொண்டுவந்து கொடுத்திருக்கணும். அதுதான் முறை. காதனும் கோவிந்தம்மாவும் அவுக சொத்தா மாத்திக்கிட்டது தப்பு. ஊராளுக என்னப்பா சொல்றீக"ன்னு கேட்டாரு. நாட்டாமைக்காரரைப் பகைச்சுக்க யாருக்கும் மனசில்லை. "அய்யா... நீங்க சொல்றதுதான் சரி"ன்னுட்டாக.

"குழந்தை நாட்டாமை வூட்டுலதான் வளரணும். அதுக்கு யாரும் சொந்தம் கொண்டாடக்கூடாது"ன்னு தீர்ப்பு சொல்லிட்டாரு நாட்டாமை. ஊராளுக குழந்தையை கோவிந்தம்மாக்கிட்ட இருந்து வாங்கி நாட்டாமைக்கிட்ட குடுத்திட்டாக. காதனும் கோவிந்தம்மாவும் கண்ணீர் வடிக்கிறாக. 'சரி... அந்த மகமாயி ஏதோ திட்டம் போட்டு இந்தக் காரியத்தைப் பண்றா... நடக்கிறது நடக்கட்டும்'னு மனசைத் தேத்திக்கிட்டாக.

சீதளா நாட்டாமைக்காரர் வீட்டுல வளர்ந்தா. நாட்டாமைக்காரர் பொண்டாட்டியும் குழந்தையை நல்லாவே பாத்துக்கிட்டா. பால் சோறும் தேன் சோறும் பாத்துப் பாத்து ஊட்டி வளத்தா. குழந்தை நல்லவிதமா வளர்ந்துச்சு.

நல்லா வான் பெய்ஞ்சு செழிப்பா இருந்த ஊரு... திடீர்னு வறண்டு போச்சு. ஊருக்கு நடுவால இருந்த பெரிய ஏரி படிப்படியா நீர்வத்திப் போச்சு. வாய்க்கா, வரப்பெல்லாம் காஞ்சு கெடக்கு. வெயிலு மண்டையைப் பொளக்குது. பத்தாயம் குடைஞ்சு, குருது

துடைச்சு, பட்டறை உடைச்சு இருந்த தானியத்தையெல்லாம் எடுத்து சாப்பிட்டாச்சு. அடுத்த வேளைக்குத் தானியமில்லை. ஒருபக்கம் பசி, இன்னொருபக்கம் நோவு... அம்மை நோய் வந்து புள்ளைகளை வதைக்குது. ஆடு மாடெல்லாம் கொத்துக் கொத்தா செத்து விழுவுது.

நாட்டாமைக்காரர் பொண்டாட்டி படுத்த படுக்கையாயிட்டா. நாட்டாமைக்கும் காலு கையெல்லாம் வலுவிழந்துபோச்சு. சாமியாடிக்கிட்ட போய் குறி கேட்டாரு நாட்டாமை. "மகமாயி கோபம்... ஏதோ செய்யக்கூடாத தப்பைச் செஞ்சுட்டிய. நல்லா யோசிச்சு, தப்பு என்னன்னு கண்டுபிடிச்சு பரிகாரம் பண்ணிருங்க"ன்னு பூடகமாச் சொல்லிட்டாரு சாமியாடி. நாட்டாமை யோசிச்சுப் பாத்தாரு. 'காதன் கோவிந்தம்மாக்கிட்ட இருந்து சீதளாவை அபகரிச்சதுதான் காரணமா இருக்கணும்'னு புரிஞ்சுக்கிட்டாரு.

உடனடியா ஊர்க்கூட்டத்தைக் கூட்டினாரு. காதனையும் கோவிந்தம்மாவையும் அழைச்சு சீதளாவைக் கையில தூக்கிக் குடுத்தாரு. 'தெரியாம தப்புப்பண்ணிட்டேன். என்னை மன்னிச்சிருங்க'ன்னு அவங்களைக் கையெடுத்துக் கும்புட்டாரு. ஊர் மக்களும் கோவிந்தம்மாக்கிட்ட மன்னிப்பு கேட்டாக.

கோவிந்தம்மா மனசு குளிர்ந்துபோச்சு. சீதளாவை வாங்கி மார்போட அணைச்சுக்கிட்டா. ஆசைஆசையா முத்தம் கொடுத்தா. வீட்டுக்குக் கொண்டுபோய் பார்த்துப் பார்த்து வளர்த்தா.

படிப்படியா வானம் கருத்துச்சு. வெம்மை குறைஞ்சுச்சு. படபடன்னு மழை அடிக்க ஆரம்பிச்சுச்சு. நிலமெல்லாம் பச்சை பூக்க ஆரம்பிச்சுச்சு. ஊர்ல இருந்த கெட்ட காத்தெல்லாம் ஒஞ்சு நோய்நொடியெல்லாம் மறைஞ்சுச்சு. சீதளா விறுவிறுன்னு வளர்ந்து நின்னா. நேரத்துக்கு ஓர் ஆடையுடுத்தி அழகு பாத்தா கோவிந்தம்மா. ஊரே சீதளாவை ராஜகுமாரி கணக்கா கொண்டாடுச்சு.

சீதளாவுக்கு ஏழரை வயசாச்சு. புள்ள ஓடியாடி விளையாண்டு திரிஞ்சவ, திடீர்னு படுத்த படுக்கையாயிட்டா. உடம்பெல்லாம் சின்னச் சின்ன கொம்பளமா மாறிருச்சு. "மகமாயிதான் சீதளா உடம்புல அம்மையா ஏறியிருக்கா"ன்னு சாமியாடி சொன்னாரு. பெரிய பெரிய வைத்தியரெல்லாம் அழைச்சுக்கிட்டு வந்து

வைத்தியம் பாத்தாக. அம்மை இறங்கலே. ஒருநாள், அதிகாலையில நிரந்தரமா கண்ணை மூடிட்டா அந்தத் தெய்வக்குழந்தை.

கோவிந்தம்மாவும் காதனும் கதறியழுதாக. ஊரே ஆத்துப்போச்சு. அந்த மகமாயி குழந்தையாப் பெறந்துவந்து ஏதோ ஒரு படிப்பினையைக் குடுத்துட்டுப் போயிருக்கான்னு பேசிக்கிட்டாக. காதன், தன் தோட்டத்துலயே சீதளாவை அடக்கம் செஞ்சாரு. அதுக்கப்புறம் நெடுங்காலம் காதனும் கோவிந்தம்மாவும் சீதளாவை அடக்கம் செஞ்ச எடத்துலயே கெடந்தாக. அந்தப் புள்ளையை மறக்க முடியலே. புள்ளை உசுரோட வாழ்ந்துக்கிட்டிருக்கிறதா நினைச்சு, சமைக்கிறது, செய்யறதெல்லாம் அதுக்கும் படைப்பாக. காலப்போக்குல காதனோட மரபாளிங்க, சீதளாவை சாமியாக் கும்புட ஆரம்பிச்சாக.

கும்பகோணம் பக்கத்துல வலங்கைமான்னு ஓர் ஊரு இருக்கு. அதுக்குப் பக்கத்துல இருக்கிற வரதராஜம்பேட்டையில, பாடைகட்டி மகாமாரியம்மன் பெயரில் இப்போ குடியிருக்கா சீதளா. சிரிச்ச முகத்தோட உட்காந்திருக்கிற சீதளாவைப் பாக்க ஊரு கடந்து, மாவட்டம் கடந்தெல்லாம் மக்கள் வந்துட்டுப் போறாக. அந்தப் பக்கம் போனா, நீங்களும் அந்தப் புள்ளையை ஓர் எட்டு பாத்துட்டு வாங்க!

35. பளிச்சி

சிறுத்தை, காட்டுப்பன்னின்னு விலங்குகளும் மனுஷங்களுக்கு இணையா உலவித்திரியுற காடு. குடியிருப்புக்கு மேல ஓர் அருவி. அருவிக்குப் பக்கத்துல இருக்கிற காந்தமரத்துலதான் அந்த ஜனங்களின் தேவதை குடியிருக்கா. பல்லெல்லாம் பூஞ்சையாகிப்போன கரிக்கோட்டான் கிழவன்தான் பூசாரி. அவன் உருவுல இறங்கி வர்ற தேவதை, நல்வாக்கு சொல்லுவா. வாக்குக் கேட்காம ஒரு காரியமும் செய்ய மாட்டாக அந்த மக்கள்.

தேனெடுக்கிறது, கடுக்காய், நெல்லிக்காய் சேகரிக்கிறது, கிழங்குகளைத் தோண்டி எடுக்கறதுன்னு காடு சார்ந்தே அவங்க வாழ்க்கை இருந்துச்சு. ஆம்பளைக எல்லாரும் அதிகாலை கிளம்பி காட்டுக்குள்ள போயிருவாக. ராவோடதான் திரும்பி வருவாக. பொண்டுகள்லாம் ஆம்பிளைக சேகரிச்சுக் கொண்டாந்த பொருள்களை தலையில சுமந்துக்கிட்டு கீழ்நாட்டுக்குள்ள போய் நெல்லுக்கு, தானியத்துக்கு வித்துட்டு வருவாங்க. அதை வெச்சுத்தான் சோறு தண்ணி ஆகாரமெல்லாம்.

கொத்தல்லிக்கு ஒரு மவ. பேரு பளிச்சி. அவ பெறந்து விழுந்தப்போ, பளியக் குடியில எப்படி இப்படியோர் அழகுப் புள்ள பெறந்துச்சுன்னு சாதி சனங்களே ஆச்சர்யப்பட்டுப்போனாக. நம்ம வனதேவதையே மனுஷ உசுரெடுத்து வந்து பெறந்திருக்குன்னு வாக்குச் சொன்னான் பூசாரி கரிக்கோட்டான்.

கொத்தல்லி, மகளை உசுருக்கு உசுரா பாத்து வளத்தான். காட்டுக்கொடி மாதிரி சுதந்திரமா வளந்தா பளிச்சி. புள்ளைக்குப் பாதம் நோகுமுன்னு காட்டுப்பொருள் விக்கக்கூட கீழ்நாட்டுக்கு அனுப்புறதில்லை. ராணி கணக்கா கிராமத்துக்குள்ளயே திரிவா. கொத்தல்லியும் அவம் பொஞ்சாதியும் காலையில காட்டுக்குள்ள ஏறுனா அந்தியிலதான் திரும்புவாக. பளிச்சி மட்டும் வீட்டுல இருப்பா.

கீழ்நாட்டுல தானிய யாவாரம் செய்றவன் மணிக்கொடி. காட்டுக்குள்ள வாழுற மக்கள்கிட்ட பொருள்களை வாங்கிட்டுப் போயி கீழ்நாட்டுல விப்பான். ஆளு இளம் பய. இன்னும் கலியாணமாகலே. அக்கா, தங்கச்சின்னு அஞ்சாறு பேரோட பெறந்தவன். வாட்டசாட்டமா இருப்பான்.

அன்னிக்கு மூங்கிலரசி வாங்க காட்டுக்குள்ள வந்தவனுக்குக் கடுமையான தண்ணித் தாகம். வெயிலு மண்டையை உடைக்குது. தொண்டை வறண்டுபோச்சு. சுனை, வாய்க்கா, அருவி, ஊத்துன்னு எல்லாம் காஞ்சு கெடக்கு. எங்காவது ஒரு வாய் தண்ணி கெடைக்காதான்னு தேடி அலைஞ்சவன், கடைசியா இந்தக் கிராமத்துக்கு வந்துட்டான். எல்லா வீடும் அடைச்சுக் கெடக்கு. ஒத்தைவீடு பளிச்சி வீடு மட்டும் தெறந்திருக்கு. வாசல்ல நின்னுக்கிட்டு, "அம்மா... வீட்டுல யாராவது இருக்கீங்களா... கொஞ்சம் தண்ணி கொடுங்களேன்"ன்னு கேட்டான்.

யாருமில்லாத நேரத்துல திடீர்னு ஒரு வேத்தாளு... அதுவும் ஓர் ஆம்பளையோட குரல் கேக்குதேன்னு பளிச்சிக்குக் குழப்பம். எட்டிப்பாத்தா. இதுவரைக்கும் பார்த்தறியாத ஓர் ஆம்பளை நிக்குறான். வெளியே போகலாமா, வேணாமான்னு யோசிச்சா. என்ன இருந்தாலும் தாகம்னு கேட்டு வந்தவுகளை தவிக்கவிடுறது நியாயமில்லை. ஒரு பானையில தண்ணியள்ளிக்கிட்டுப் போயி கொடுத்தா. இருந்த தாகத்துக்கு ஒரு சொட்டு விடாம குடிச்சு முடிச்சான் மணிக்கொடி.

தாகம் தீர்ந்ததும் பளிச்சியோட முகத்தைப் பாத்தான் மணிக்கொடி. நிலா மாதிரி முகம். "இந்தக் கிராமத்துல எல்லா வீடும் அடைச்சுக் கெடக்கு... நீ மட்டும் தனியா இருக்கியே... பெரியவுகள்லாம் எங்கே?"ன்னு கேட்டான். அவனோட அணுகுமுறை பளிச்சியோட பயத்தைப் போக்குச்சு. அவள் முகத்தையே பாத்துக்கிட்டிருந்தான் மணிக்கொடி. அந்த நொடியே அவன் மனசுக்குள்ள புகுந்துட்டா பளிச்சி.

பளிச்சிக்கும் அவன், திடீர்னு மனசுக்கு நெருக்கமான மாதிரி தெரிஞ்சுச்சு. தயக்கமெல்லாம் காணாமப் போச்சு. நேரம் போனது தெரியலே. பேசிக்கிட்டே இருந்தாக ரெண்டு பேரும். தன் குடும்பம் பத்தி, தொழில் பத்தியெல்லாம் சொன்னான் மணிக்கொடி. பொழுது கவுந்திருச்சு. காட்டுக்குப் போன ஆம்பளைக திரும்புறதுக்கு முன்னோட்டமா நாய்க்கூட்டம் குரைச்சுக்கிட்டே நகர்ந்து வருது. பளிச்சிக்குப் பகீர்னு ஆகிப்போச்சு. யாரு என்னன்னே தெரியாத ஓர் ஆம்பளைக்கிட்ட இவ்வளவு நேரம் பேசிக்கிட்டிக்கோமேன்னு அச்சமாப் போச்சு. முகத்துல படர்ந்து வழியுது வெக்கம். கதவை அடைச்சுட்டு உள்ளே போகப் போனா. "பளிச்சி... இதுவரைக்கும் உன்னமாதிரி ஒரு பொண்ணை நான் பாக்கலே. உன்னைப் பாத்த நிமிஷம்

மனதைப் பறிகுடுத்துட்டேன். நாம ரெண்டு பேரும் திருமணம் பண்ணிக்கலாமா" ன்னு கேட்டான் மணிக்கொடி.

பளிச்சி மெரண்டு போனா. எந்த ஊரு, என்ன குலம்னு எதுவுமே தெரியாது. திடீர்னு முகம் பாத்து திருமணம் செஞ்சுக்கலாமான்னு கேட்கிறானேன்னு உடம்பு பதறுது. ஆனா, தன்னையறியாம அவன் மனசுக்குள்ள இறங்கிட்டான்னு உணர்ந்தா. முழுசா முகத்தை நிமிர்ந்து பாத்தா. கண்ணு ரெண்டும் திருமணம் செஞ்சுக்கலாம்னு சொன்னுச்சு. அவளோட புன்னகையையும் வெட்கத்தையும் பாத்த மணிக்கொடி, "இது போன ஜென்மத்துப் பந்தம் போல பளிச்சி. தாகமெடுத்து தண்ணி குடிக்க வந்தவன் நான். உன்னைப் பாக்கத்தான், தாகமெடுக்க வெச்சு என்னை இந்தப் பக்கம் நடத்திக்கொண்டாந்திருக்கான் அந்தக் கடவுள். நான் சீக்கிரமே திரும்பவும் இங்கே வருவேன். பெத்தவங்ககிட்ட பேசி அவங்களையும் அழைச்சுக்கிட்டு வந்து உன் அப்பாக்கிட்ட பொண்ணு கேட்பேன். முறைப்படி சாதி, சனம் கூடிநிக்க திருமணம் செஞ்சுக்குவோம்"னு சொல்லிட்டு கிளம்பிட்டான்.

அவன் போனதும் திடீர்னு எதையோ இழந்துட்டமாதிரி இருந்துச்சு பளிச்சிக்கு. வேலை முடிச்சு வீட்டுக்கு வந்த கொத்தல்லியும் அவன் பொஞ்சாதியும் மகள் முகம் சோந்துபோயிருக்கிறதைப் பாத்து என்ன, ஏதுன்னு விசாரிச்சாக. எதையும் வெளிக்காட்டிக்கலே பளிச்சி.

நாளாச்சு, வாரமாச்சு, மாசமாச்சு. 'வர்றேன்'னு சொல்லிட்டுப்போன மணிக்கொடி வந்தபாடில்லை. தவிச்சுப்போனா பளிச்சி. சாப்பாடு, தண்ணி இறங்கலே. ராத்திரி தூக்கம் வரலே. காரணமேயில்லாம அழுகை வருது. மகளோட நிலைமையைப் பாத்து கொத்தல்லிக்குக் கவலையாப் போச்சு. ஆவி, கீவி அடிச்சிருக்குமோன்னு கரிக்கோட்டாங்கிட்ட குறியெல்லாம் கேட்டுப்பாத்தான். "இந்த காட்டுக்குத் தொடர்பில்லாத ஒரு வேத்து ஆன்மா, கிராமத்துக்கு வந்து பளிச்சுக்குள்ள இறங்கிருச்சு"ன்னு சொன்னான் கரிக்கோட்டான். பரிகாரமெல்லாம் பண்ணுனாக. ஆனா, பரிகாரத்தால தீர்ற வியாதியா அது?

மணிக்கொடிக்கு என்ன ஆச்சோ தெரியலே. காட்டுக்குள்ள வாழ்ற ஒரு பொண்ணை கட்டிக்கிற பெத்தவுக சம்மதிச்சிருக்க மாட்டாகளோ என்னவோ... ஒரு செய்தியும் இல்லே. தினமும்

எழுந்ததுலேருந்து வாசல்லயே உக்காந்து ஒத்தயடிப்பாதையையே பாத்துக்கிட்டிருந்தா பளிச்சி.

ஒருநாள் ராத்திரி. நல்ல மழை. வனத்துல ராப்பூச்சிகூட சத்தமில்லாம ஒண்டிக்கெடக்கு. கிராமத்து ஆளுக நல்லா தூங்கிக்கிட்டிருக்காக. மெள்ள எழுந்தா பளிச்சி. வீட்டை விட்டுவெளியே வந்தா. வேகவேகமா நடக்க ஆரம்பிச்சா. மணிக்கொடி சொன்ன அடையாளங்களை வெச்சுக்கிட்டு நடந்தா. பழகுன காடு. செடியும் கொடியும், 'போகாதே போகாதே'ன்னு புடிச்சுப் புடிச்சு இழுக்குது. எல்லாத்தையும் விலக்கிக்கிட்டு கல்லையும் முள்ளையும் ஏறி மிதிச்சு நடக்கிறா.

விடிஞ்சுச்சு. மணிக்கொடி சொன்ன அடையாளத்தை வெச்சு அவன் ஊரைக் கண்டு பிடிக்க முடியலே. ஏறி ஒரு மலைத்திட்டுல உக்காந்தா.

அங்கே கிராமத்துல, புள்ளையக் காணுமேன்னு கொத்தல்லி தவிச்சுப்போனான். இளவட்டப் பயலுக ஆளுக்கொரு திக்கா போய் தேடுறானுவ. 'ஏதோ ஓர் ஆவி அவ உடம்புல ஏறி நடத்திக் கூட்டிக்கிட்டுப் போயிருச்சு'ன்னு காது வளந்த மூத்தா சொன்னா. 'ராவுல ஒதுங்கினவளை சிறுத்தைக எதுவும் இழுத்துக்கிட்டுப் போயிருக்குமோ'ன்னு சில பேரு பேசிக்கிட்டாக. கொத்தல்லியோட பொஞ்சாதி மயங்கி விழுந்தவ எழுந்திருக்கவேயில்லை.

எங்கே போறது, என்ன செய்றதுன்னு தெரியாம மலைத்திட்டுல உக்காந்த பளிச்சி எழுந்திருக்கவேயில்லை. அன்னந்தண்ணி ஆகாரமில்ல. கிராமத்துக்கும் போக முடியாது. மணிக்கொடி இனிமே வருவான்னும் நம்பிக்கையில்ல. அப்படியே சாஞ்சு படுத்தா. கண்ணெல்லாம் உள்ளே இழுத்திக்குச்சு. மெள்ள மெள்ள அவ உடம்புல இருந்து உசுரு விலகுது. அவளைப் பாத்து கானகமே கண்ணீர் வடிக்குது.

கிராமத்து ஆளுக அங்கயிங்கே தேடிக் கடைசியா மலைத்திட்டுக்கு வந்துட்டாக. பளிச்சி, வாடி வதங்கி பெணமாக் கெடந்தா. மகளோட சாவை கொத்தல்லியால தாங்க முடியலே. அவனும் மாரடைச்சு செத்துப்போனான். மயக்கமடைஞ்சு கெடந்த கொத்தல்லியோட பொஞ்சாதியும் எழுந்திருக்கவேயில்லை.

தேவதை மாதிரி இருந்தவ இப்படித் திட்டுல வந்து உசுர விட்டிருக்காளேன்னு எல்லாப் பேரும் புலம்பி அழுதாக.

'இவ சாதாரண மனுஷியில்லை. தங்களோட குலதெய்வம்'னு அந்த மலைத்திட்டயே கோயிலாக் கும்புட ஆரம்பிச்சாக. வருஷாவருஷம் பளிச்சிக்கு படையல் போட்டு, எங்களைக் காப்பாத்து தாயின்னு கையெடுத்துக் கும்பிட்டாக.

பளியருக எங்கேயிருக்காகளோ, அங்கெல்லாம் அவங்களுக்குக் காவல் தெய்வமா பளிச்சி உக்காந்திருப்பா. போடிக்குப் பக்கத்துல காட்டுக்குள்ள, சிறைக்காடுன்னு ஓர் ஊரிருக்கு. அங்கேயிருக்கிற பளியக் குடியிருப்புக்கு மேப்புறமா கல்லு வடிவத்துல உறைஞ்சிருக்கா பளிச்சி. எல்லையில உக்காந்து, அந்த மக்களை அவதான் காப்பாத்துறா!

36. பொம்மு

அந்தப் பாளையத்தோட ராஜா பேரு பொம்மன்னன். ரொம்ப காலமா புள்ளைபாக்கியம் இல்லை. செய்யாத தருமமில்லை... பண்ணாத தானமில்லை... வேண்டாத கோயிலில்லை. கடைசியா, அந்த ஜக்கம்மாவே உயிர்த்து வந்த மாதிரி தேவதை கணக்கா வந்து பெறந்தா பொம்மு. பொம்முவை ஊரே தங்கமாக் கொண்டாடுச்சு.

இந்தப் பாளையத்துல நெடுங்காலமா காவலாளியா வேலை பாக்குறான் சின்னான். 'வடக்கத்தி தேசத்துல ஒரு குக்கிராமத்துல பெறந்தவன். நெடுங்காலம் அவனுக்குக் குழந்தையில்லை. தோல் தொழிலாளியான அவன், ஒருக்கா ஆவாரம்பட்டை வெட்ட, காட்டுக்குள்ள போகும்போது ஒரு குரங்குக்கொய்யாப் பத்தைக்குள்ள தங்கத்தாம்பாளத்துல பட்டுத்துணியில சுத்தி ஒரு குழந்தை கெடந்துச்சு. அதைத் தூக்கிட்டு வந்துட்டான். 'குழந்தை ஏது'ன்னு கேள்வி வரும்னு ராவோட ராவா சின்னானும் செல்லியும் கிளம்பி இந்தப் பாளையத்துக்கு வந்துட்டாக'னு சொல்லக் கேள்வி. 'வீரையன் இவுகளுக்குப் பெறந்த புள்ளை இல்லை'னும், 'காட்டுக்குள்ள கண்டெடுத்த புள்ளை'யினும் சிலபேர் சொல்றாக.

ஆனா, செல்லியும் சின்னானும் உசுருக்கு உசுரா புள்ளைய வளத்தாக. வயசு 18 ஆகியும் வேலைவெட்டிக்குப் போகாம வேட்டை, மல்யுத்தம்னு சுத்திக்கிட்டுத் திரியுறாம் பய.

ஒருக்கா, ராணியும் பொம்முவும் காட்டைச் சுத்திப்பாக்க போனப்போ, ஒரு ராஜநாகம் ரெண்டு பேரையும் மறிச்சிருச்சு. காவலுக்குப் போன பயலுகள்லாம் பயந்து ஒதுங்கினப்போ, சின்னான் தனியாளா நின்னு நாகத்தை குத்திக் குதறி போட்டுட்டான். அவனை அரண்மனைக்குக் கூப்பிட்டு, பொன்னும் பொருளும் குடுத்து பாராட்டுனாரு ராஜா. ராணிக்கும் பொம்முவுக்கும் தனிக் காவலுக்கு சின்னானையே நியமிச்சுட்டாரு.

காலம் அது பாதையில ஓடிக்கிட்டுக் கெடக்கு. நேத்துவரை பட்டுப்பாவாடை சட்டை போட்டுக்கிட்டு குழந்தையாத் திரிஞ்ச பொம்மு, ஆளாகி நிக்குறா. மாமங்காரன் பச்சைமட்டை வெட்ட, பொம்முவுக்கு ஊருக்கு வெளியால குச்சு தயாராச்சு. சின்னானைக்

கூப்பிட்டு, 'பொம்மு தீட்டு கழிஞ்சு வர்ற வரைக்கும் குச்சு வாசலை விட்டு அங்கேயிங்கே அகலப்புடாது... காத்துக்கறுப்பு அண்டாம புள்ளையைப் பாத்துக்கணும்'னு சொல்லி குச்சுக்காவலுக்கு அனுப்பி வெச்சாரு. அதைத் தெய்வ வாக்கா எடுத்துக்கிட்டு ராத்திரி பகலா குச்சுக்கு வெளியிலயே கெடந்தான் சின்னான்.

ஒருநாள், சின்னானுக்கு உடம்பு முடியாமப் போச்சு. எழுந்து நிக்கவே உடம்புல தெம்பு இல்லை. "மகனே... குச்சுக்குள்ள இளவரசி இருக்கா. ஈ, எறும்பு அண்டாமப் பாத்துக்கணும்"னு வீரையன்கிட்ட பொறுப்பை ஒப்படைச்சான்.

பொழுது சாஞ்சுச்சு... விட்டுவிட்டு வேட்டுப்போட்டு பயமுறுத்துது இடி. ஒருபக்கம் கொளுத்திப்போட்ட தீக்குச்சி கணக்கா வெட்டி வெட்டி வெளிச்சத்தைப் பாச்சிட்டுப்போகுது மின்னல். குச்சி குச்சியா வந்து உடம்புல விழுகுது மழை... காத்தொரு பக்கம் ஊதிக் கிளம்புது. வீரையனால வெளியில நிக்க முடியலே. 'ஆபத்துக்குப் பாவமில்லை'னு குச்சுக்கதவைத் தட்ட ஆரம்பிச்சான். உள்ளேயிருந்து பொம்மு, "சின்னாண்ணே... என்னாச்சு"னு கேட்டா. "நான் சின்னான் இல்லை... சின்னானோட மவன் வீரையன்... எங்க அப்பனுக்கு கடுங்காச்சல்... நான்தான் காவலுக்கு நிக்குறேன். வெளியில மழை கொட்டுது. கதவைத் தெறந்தா ஒரு மூலையில ஒண்டிக்குவேன்"னான் வீரையன்.

பொம்முவுக்கு மனசிறங்கிப்போச்சு. 'வெளுத்துக்கட்டுற மழையில எப்படி நிக்க முடியும்... உள்ளே வந்து செத்த ஒண்டிக்கட்டுமே'னு கதவைத் தெறந்தா. முறுக்கேறுன தேகத்தோட மழையில நனைஞ்சு வசீகரமா நின்னான் வீரையன். பொம்முவுக்கு வெக்கத்துல முகம் சிவந்துபோச்சு. காத்தோட வேகத்துக்கு அங்கேயும் இங்கேயும் அலையற பந்த வெளிச்சத்துல ஒருத்தருக்கொருத்தர் திருட்டுத்தனமா பாத்துக்கிட்டாக. அந்தப் பார்வையிலேயே மனசு ரெண்டும் இடமாறிப் போச்சு. வெளியில மழை விட்டாலும், குச்சுக்குள்ள காதல் தூற ஆரம்பிச்சிருச்சு.

நாலைஞ்சு நாள்ல சின்னான் குணமாகி காவலுக்கு வந்துட்டான். ஆனாலும், வீரையன் குச்சுப் பக்கமாவே சுத்திக்கிட்டுத் திரிஞ்சான். குச்சு ஓலையை விலக்கிக்கிட்டு பொம்மு வீரையனோட கண்ணால பேசிக்கிட்டுக் கிடந்தா. அந்தச் சின்ன இடைவெளியில காதல் வேர்விட்டு வேகவேகமா வளர்ந்து நிக்குது.

தீட்டுக் காலம் முடிஞ்சிருச்சு. ராஜா மேளதாளத்தோட குச்சுக்குப் போயி மகளை அழைச்சுக்கிட்டு வாரான். பவள நிறத்துல பட்டுத்தாவணியும் பாவாடையும் போட்டு ராஜகுமாரி ஊர்வலமா அரண்மனைக்குக் கிளம்பிட்டா. கழுத்து, காதெல்லாம் பொன்னாலயும் மணியாலயும் முத்தாலயும் அலங்கரிச்சிருக்காக. எல்லா அணிகலனையும் தாண்டி, பொம்மு முகம் வாடிக்கெடக்கு. 'இனிமே வீரையனை எப்படிப் பாக்கப்போறோம்... அவன் இல்லாத வாழ்க்கையை நினைச்சுக்கூட பாக்கமுடியலேயே' அழுகை கண்ணை முட்டிக்கிட்டு நிக்குது. திரும்பித் திரும்பி பாக்குறா. வீரையனைக் காணோம். மனசு கெடந்து அடிச்சுக்கிது.

அரண்மனைக்கு வந்தும் வீரையன் நினைப்பாவே இருக்கு. தோழி மூலமா வீரையனுக்குத் தூதுவிட்டா. நந்தவனத்துக்கு வெளியே யாருமில்லாத எடத்துல ரெண்டு பேரும் சந்திச்சாக. வீரையனைப் பாத்ததும் கட்டியணைச்சுக் கதறி அழுதா பொம்மு. "உன்னை விட்டுட்டு என்னால இருக்க முடியாது... என்னை கூட்டிக்கிட்டுப் போயிடு"ன்னா.

பொம்முவைக் காதலிக்கிற விவரம் தெரிஞ்சாலே ராஜா கழுத்தறுத்துப் போட்டுருவான். வேற வழியில்லை. கட்டுக்காவலைத் தாண்டி ரெண்டுபேரும் ஒருநா ராத்திரி பாளையத்தை விட்டே பறந்துட்டாக.

இளவரசியைக் காணோம்னு பாளையமே அல்லோலகல்லோலப்படுது. ராஜா, தோழிகளைக் கூப்பிட்டு என்ன, ஏதுன்னு விசாரிச்சான். நடந்ததெல்லாம் சொல்லிட்டாக. சின்னானையும் செல்லியையும் கொண்டாந்து நிறுத்துனாக. "உஞ்சாதி என்ன... தராதரம் என்ன... உம்புள்ளை செஞ்ச காரியத்தைப் பாத்தியா"னு கேட்டான் ராஜா. பதில் சொல்லத் தெம்பில்லாம தலைதொங்கி நின்னான் சின்னான். சின்னானையும் செல்லியையும் பாதாளச்சிறையில அடைச்சான் ராஜா.

எல்லாப் பாளையத்துக்கும் செய்தி அனுப்புனாக. நாலு பக்கமும் வீரர்களை அனுப்பி வீரையனைப் பிணமாவும், பொம்முவை உயிரோடவும் புடிச்சுக்கிட்டு வர உத்தரவு போட்டான் ராஜா.

ஓடிப்போன வீரையனும் பொம்முவும் தெற்குப் பக்கமா போயி காட்டுக்குள்ள இருந்த ஒரு பழங்குடிக குடியிருப்புல தஞ்சம் புகுந்தாக. கிராமத்துப் பெரியவுக, யாரு என்னன்னு

விசாரிச்சாக. வீரையனும் பொம்முவும் நடந்த கதையெல்லாம் சொன்னாக. ரெண்டு பேருக்கும் ஊருக்கு மத்தியில ஒரு குச்சுக் கட்டிக் குடுத்து நல்லவிதமாப் பாத்துக்கிட்டாக.

அந்தக் குடியிருப்போட கொத்தல்லிக்கு ஒரு மவ. பேரு வெள்ளையம்மா. ஒருக்கா, காட்டுக்குள்ள வேட்டையாடப் போனாம் வீரையன். விறகொடிக்கப் போன வெள்ளையம்மாவை ஒரு யானை மறிச்சிருச்சு. வீரையன் அந்த யானையோட போராடி வெள்ளையம்மாவை மீட்டான். அந்தக் கணத்துல இருந்து வெள்ளையம்மாவுக்கு வீரையன் மேல ஆவல் வந்திருச்சு. பத்திரமா கொண்டுவந்து வெள்ளையம்மாவை வீட்டுல விட்டான். வெள்ளையம்மா, கனவுல தாலிகட்டி அவங்கூட நினைவுல வாழத் தொடங்கிட்டா.

இந்தக் கதை இப்படி ஓட, ஓடிவந்த புள்ளைகளைத் தேடி பொம்மன்னனோட ஒரு படை காட்டுக் கிராமத்துக்கு வந்திருச்சு. வீரையன் தப்பிச்சு ஓடி வெள்ளையம்மா வீட்டுக்குள்ள ஒளிஞ்சுக்கிட்டான். ஆனா, வீரையனை சுத்தி வளைச்சுட்டாக. கையில, காலுலயெல்லாம் விலங்கு மாட்டி, நடத்தியே கூட்டிக்கிட்டு வந்தானுக வீரையனை. கூட குதிரை வண்டியில பொம்முவும் வாறா.

அரண்மனையில நீதிக்கூண்டுல நிறுத்துனாக வீரையனை. எந்த விசாரணையும் இல்லை. “ராஜா வீட்டு உடமையில கைவச்ச குத்தத்துக்காக மாறுகால் மாறுகை வாங்குங்க”னு உத்தரவைப் போட்டுட்டு அரண்மனைக்குள்ள போயிட்டான் ராஜா. ராணி, பொம்முவை இழுத்துக்கிட்டு பின்னாலேயே போயிட்டா.

வெட்டுக்காரன் வாளைத் தீட்டி கூர் பாத்துக்கிட்டு களத்துக்கு வந்துட்டான். வீரையனை மல்லாக்கப் படுக்க வெச்சு அசையாம கட்டியிருக்கானுவ. எல்லாப்பேரும் பாக்க, நடுவீதியில வெச்சு, மாறுகால் மாறுகை வாங்கிப்புட்டானுக. ரத்தம் பெருக்கெடுத்து ஓடுது. மெள்ள மெள்ளக் குருதியெல்லாம் கொட்டி அடங்கிப்போனான் வீரையன்.

வீரையனோட உடலைத் தகனம் பண்ண ஏற்பாடு நடக்குது. ஊருக்கு நடுவுல உடலை வெச்சு முட்டுக்கட்டி பத்த வெச்சுட்டாக. தீ கொளுந்துவிட்டு எரியுது. திடீர்னு அரண்மனைக்குள்ள இருந்து பதறியடிச்சுக்கிட்டு ஓடியாறா பொம்மு. ஓடியாந்த வேகத்துல அந்தத் தீக்குள்ள பாய்ஞ்சா. அப்படியே தீயோட தீயா எழுந்து

அவளை அள்ளி அணைச்சுக்கிட்டு விழுந்து பொசுங்குது வீரையனோட உடம்பு. நொடிப்பொழுதுல, தீக்குள்ள பாஞ்ச மகளைக் காப்பாத்த மாட்டாம ராணியும் ராஜாவும் தவிச்சுப்போய் நிக்குறாக. ஊரே கதறி அழுவுது.

வீரையனும் பொம்முவும் செத்துப்போன செய்தி கேட்டு உடைஞ்சு போனா வெள்ளையம்மா. மனசுக்குள்ள வீரையனை வரிஞ்சுக்கிட்டு வாழ்ந்தவ. சோறு தண்ணி எறங்கலே. மனசுக்குள்ள வீரையன் முழுசா உக்காந்துக்கிட்டு எறங்க மறுக்கிறான். அவனில்லாத வாழ்க்கையை நினைக்க முடியலே. வீட்டுல யாரும் இல்லாத நேரத்துல வாளெத்துச் சீவிக்கிட்டு வெள்ளையம்மாவும் செத்துப்போனா.

இந்தச் சம்பவம் நடந்தப்புறம், பாளையத்துல நிறைய கெட்ட சம்பவங்கள் நடக்குது. மன்னனுக்கு ராஜபிளவை வந்து படுத்த படுக்கையாயிட்டான். ராணியும் தீராத நோயில விழுந்துட்டா. பசி, பட்டினின்னு மக்களெல்லாம் தவிக்கிறாக. அல்பாயுசுல போய்ச்சேந்த வீரையனும் பொம்முவும்தான் இதுக்கெல்லாம் காரணம்னு புரிஞ்சுக்கிட்ட அரசன், கூடவே வெள்ளையம்மாளையும் சேத்து மூணு பேருக்கும் சிலையெடுத்து, பாளையத்தோட எல்லையில நிறுவி, சாமியாக் கும்பிட்டு முப்பூசை போட ஆரம்பிச்சான். மக்களும் அவுகளைக் கும்பிட ஆரம்பிச்சாக. அதுக்கப்புறந்தான் பூமி குளுந்துச்சு. நோய் நொடியெல்லாம் நீங்கி அரசனும் மக்களும் நல்லாயிருந்தாக.

வீரையங்கிற பேரே இப்போ மறைஞ்சு போச்சு. இப்போ எல்லாரும் அவனை 'மதுரை வீரன்', 'மதுரை வீரன்'னு கூப்பிடுறாக. தெக்கத்திப் பக்கத்துல பல ஊர்கள்ல இவன்தான் ஊர்க்காவலன். கூடவே இந்தப் பக்கம் பொம்மு, அந்தப் பக்கம் வெள்ளையம்மான்னு ரெண்டுபேரும் சிரிச்ச முகத்தோட நின்னுக்கிட்டிருக்காக!

37. மாடத்தி

முருகுவுக்கும் பேச்சிக்கும் கல்யாணமாகி பத்து வருஷங்களாச்சு. முருகு ஊருக்குள்ள பெரிய நாட்டாமைக்காரரு. ஆனா, 10 தலைமுறையா அவுக குடும்பத்துல யாருக்கும் பொம்பளப்புள்ள வாய்க்கலே. ஏன், முருகு பேச்சிக்கே வரிசையா வருஷத்துக்கு ஒரு பய... `அடுத்து பொண்ணு, அடுத்து பொண்ணு'ன்னு பாத்துப் பாத்து பேறுபாத்தா, எல்லாம் ஆம்பளைப் பயலுக. மொத்தம் ஏழாகிப்போச்சு.

சுடலைமாடன் கோயிலுக்குப் போயி, `மாடா... முதன்முறையா ஒண்ணு கேக்குறோம். எங்களுக்கு ஒரு பொம்பளப் புள்ளைய வரமாக் குடு'ன்னு கேட்டாக. பூசாரி சோழி போட்டுப் பாத்து, ``எண்ணிப் பன்னெண்டே மாசத்துல ஒரு தேவதை பெறப்பா. மாடனுக்கு உகந்ததா, `மாடத்தி'ன்னு பேரு வைங்க"ன்னு சொன்னாரு. பேச்சிக்கும் முருகுவுக்கும் மனசு குளிர்ந்துபோச்சு.

காலம் ஓடுச்சு. பூசாரி சொன்னமாதிரி மாடன் கண் தெறந்தான். பேச்சி முழுகாம இருந்தா. பேச்சிக்கு வயிறு பெருத்துக் கெடந்துச்சு. வைத்தியச்சி, ``நிச்சயம் பொம்பளைப் புள்ளதான்"னு உறுதியாச் சொன்னா. சரியா பத்தாம் மாசம், அழகு தேவதையா ஒரு பொம்பளப் புள்ளையைப் பெத்தெடுத்தா பேச்சி. முருகுவுக்கு சந்தோஷம் பிடிபடலே. தலைமுறையாப் பொம்பளைப் புள்ளையைப் பாக்காத குடும்பம். ஏழு அண்ணங்காரனுகளும் தங்கச்சி மேல உசுரா இருந்தானுவ.

மாடத்திக்கு 10 வயசாகும்போது, முருகுவுக்கு உடம்புக்கு முடியாம போச்சு. படுத்த படுக்கையா கெடந்தாரு. அப்பனைக் காப்பாத்த, பயலுவ மலைநாட்டுல இருந்தெல்லாம் வைத்தியர்களை அழைச்சுக்கிட்டு வந்தானுவ. ஆனா, முடியலே. ஒருநா நிசியில மனுஷன் போய்ச்சேந்துட்டாரு. புருஷன் போய்ச்சேந்த கவலை பேச்சியையும் படுக்கையில தள்ளிருச்சு. அடுத்த ஆறு மாசத்துல அவளும் போய்ச் சேந்துட்டா.

முருகு இறந்துபோன பின்னாடி ஊரு நாட்டாமைப் பொறுப்பு, மூத்த மவன் கந்தன் தலைக்கு வந்துச்சு. ஏழு பயலுவளும் ஒத்துமையா நிப்பானுக. மாடத்தியை உசுருக்கு

உசுரா பாத்துக்கிட்டானுவ. அண்ணன்மார்களைக் கட்டிக்கிட்டு வந்தவளுகளும் நாத்தனாரை நல்லா பாத்துக்கிட்டாளுக.

அண்டையூர்ல பெருந்தலைக்கட்டுக்காரன் அருணன். கந்தனும் அருணனும் மாமன் மச்சான் மொற. அருணந்தான் அந்தூருக்கு நாட்டாமைக்காரன். ஒருக்கா, அண்டையூர்க்காரகளோட ஒரு வழக்கு. நெலத்தை ஒத்திவெச்சு கடன்வாங்குன பயக திருப்பிக் கட்டலே. இந்தூரு ஆளு போயி அங்கேயிருந்த வயக்காட்டை உழுதுப்புட்டான். கந்தன்கிட்ட பஞ்சாயத்து வந்துச்சு. அண்டையூர் ஆளு பணம் வாங்கிட்டு திருப்பித்தராம ஏமாத்தினது தெரியவந்துச்சு. அவங்கிட்ட இருந்து நிலத்தைப் பறிச்சு, கடன் கொடுத்தவங்கிட்ட கொடுத்து பிராதை முடிச்சுவெச்சான்.

ஆனா, அண்டையூர் ஆளுகளுக்குக் கந்தன் மேல வருத்தம். 'பஞ்சாயத்து நேர்மையா நடக்கலே... நம்மளைப் பழி வாங்கிட்டான்'னு ஊருக்குள்ள பேசிக்கிட்டாக. அருணன் காதுக்கும் சேதி வந்துச்சு. ``பொறுமையா இருங்க, நம்ம உறவுக்காரன்... பகைச்சுக்க வேண்டாம்”னு அமைதிப்படுத்தி அனுப்புனான்.

மாடத்தி பூப்பெய்திட்டா. 'அந்த வட்டாரத்துல அவளுக்கிணையான பொண்ணு இல்லே'ன்னு ஊரெல்லாம் பேச்சு. அண்ணங்காரனுக, நாடே வியக்குற அளவுக்கு நீராட்டு விழாவை நடத்துனானுக. உறவுக்காரகள்லாம் 'எனக்குக் கட்டு', 'உனக்குக் கட்டு'ன்னு சம்மந்தம் பேச வந்து வரிசைகட்டி நின்னாக. ஆனா, ``ஒரு வருஷம் கழிச்சுத்தான் இந்தப் புள்ளைக்கு கலியாண யோகம் வருது. அதுக்கு முன்னாடி எம்மாம்பெரிய சம்மந்தம் வந்தாலும் ஒப்புக்காதீய”ன்னு சொல்லிட்டுப் போயிட்டாரு நம்பூதிரி.

அண்டையூர் நாட்டாமை அருணனுக்கு ஒரு பய. அவனுக்கு மாடத்தி மேல ஒரு கண்ணு. இந்த சேதி அருணனுக்குத் தெரியவந்துச்சு. சரி... கந்தன்கிட்ட போயி பொண்ணு கேப்போம்னு தாம்பூலத்தட்டெல்லாம் எடுத்துக்கிட்டு ஊர் பெரிய மனுஷங்களோட போனான் அருணன். வந்தவுகளை முகம் மலர வரவேத்து வீட்டுக்குள்ள அழைச்சுக்கிட்டுப் போய் உக்கார வெச்சு உபசரிச்சான் கந்தன்.

“மாடத்தியை எம் பயலுக்குப் பொண்ணு கேட்டு வந்திருக்கோம்”னு ஆரம்பிச்சான் அருணன்.

``சரிதான் மச்சான்... உங்களோட சம்மந்தம் வெச்சுக்கிறதுல பிரச்னையில்லை. ஆனா, ஒரு வருஷம் கழிச்சுத்தான் தங்கச்சிக்கு கெரகம் கூடிவருதுன்னு சொல்லியிருக்காரு நம்பூதிரி. எதுவா இருந்தாலும் அதுக்கப்புறம் பேசிக்கலாம்"னு சொன்னான்.

அருணனுக்கு முகம் வாடிப்போச்சு. ``சரி மச்சான் பாக்கலாம்"னு சொல்லிட்டு ஊரு உறவுகளைக் கூட்டிக்கிட்டு கிளம்பிட்டான். கந்தனைப் புடிக்காத பயலுகளுக்கு இது நல்ல சாக்காப்போச்சு. ``உங்க தராதரம் பத்தியெல்லாம் தப்புத்தப்பா கந்தனும் அவன் தம்பிக்காரனுங்களும் பேசுறானுங்க. அவனுங்க வீட்டுக்கு ஏன் பொண்ணு கேட்டுப் போனீங்க"ன்னு ஏத்திவிட்டுட்டானுவ. அருணனுக்குக் கோபம் கூடிப்போச்சு. கந்தன் மேல வன்மமாகிப்போச்சு. சரியான நேரத்துல பழி வாங்கணும்னு காத்திருந்தான்.

வருஷம் ஓடுச்சு. தங்கச்சிக்குக் கல்யாண ஏற்பாட்டுல இறங்குனானுக அண்ணங்காரனுங்க. கந்தனுக்குத் தங்கச்சியை அருணன் குடும்பத்துல கொடுக்கணும்னு ஆசை. ஆனா, உறவுக்காரங்கள்லாம், `அவன் ஏற்கெனவே பொண்ணு கேட்டு வந்துபோனவன். அப்போ இல்லேன்னு சொல்லி அனுப்பி வெச்சுட்டு, இப்போ வலிய போய் பேசினா சுத்தப்படாது. வேற சம்மந்தம் பாத்துக்கலாம்'னு சொல்லிட்டாக. அசலூர்ல இருந்து ஒரு நல்ல சம்மந்தம் வந்துச்சு. `எங்க அண்ணனுங்க யாருக்குக் கழுத்தை காட்டச் சொன்னாலும் காட்டுவேன்'னு சொல்லிட்டா மாடத்தி. ஒரு முகூர்த்தத்துல ஊரு உலகமே வாழ்த்த கலியாணம் முடிஞ்சுச்சு.

`தான் கேட்டுப்போன பொண்ணை அசலூர்க்காரனுக்குக் கட்டிக் கொடுத்துட்டானே'ன்னு அருணனுக்கு ரத்தம் கொதிச்சுப்போச்சு. கந்தன் குடும்பத்தைப் பழிவாங்க நாள் பாத்துக்கிட்டிருந்தான்.

மாடத்தியை மகாராணி கணக்கா பாத்துக்கிட்டான் மாப்பிள்ளைக்காரன். அடுத்த மாசமே முழுகாம இருந்தா மாடத்தி. ஆனா, மாமியாக்காரிக்கும் மாடத்திக்கும் சரியா வரலை. மகன் இருந்தா ஒருமாதிரி, இல்லேன்னா ஒரு மாதிரின்னு நடந்துக்கிட்டா மாமியா. மாடத்தி எல்லாத்தையும் சகிச்சுக்கிட்டு இருந்தா. அடுத்தடுத்து ரெண்டு புள்ளைகளும் பொறந்துச்சு. ஆம்புளைப் புள்ளைக்கு `சுடலை'ன்னும் பொம்பளைப் புள்ளைக்கு `எசக்கி'ன்னும் பேரு வெச்சாக.

மருமகப் புள்ளைகளுக்கு தங்கமும் வைரமும் தளும்பத் தளும்ப கொண்டாந்து செஞ்சுட்டுப்போனானுக மாமங்காரனுக.

மாடத்தி வீட்டுக்காரனுக்கு லங்காவுக்குப் போயி சம்பாதிக்கணும்னு ஆசை. புருஷன் பேச்சைத்தட்டாத மாடத்தி, கண்ணு கலங்கினபடிக்கு, ‘போயிட்டு வாங்க’ன்னு சொன்னா. வீட்டுல விட்டா அம்மாக்காரி கரிச்சுக்கொட்டிக்கிட்டே இருப்பான்னு மாடத்தியை அழைச்சிக்கிட்டு பெறந்த வீட்டுக்கு வந்தான் மாப்பிள்ளை.

“மச்சாங்களா... நான் லங்காவுக்குத் தொழில் செய்யப்போறேன். அஞ்சு வருஷமோ ஆறு வருஷமோ... திரும்பி வர்ற வரைக்கும் எம் பொண்டாட்டியையும் புள்ளைகளையும் உங்ககிட்ட ஒப்படைச்சுட்டுப் போறேன். கண்ணுக்குக் கண்ணா பாத்துக்கிடணும்”னு சொல்லிட்டுக் கிளம்பிட்டான்.

நாளு, நாலுகால் பாய்ச்சல்ல ஓடுச்சு. ஊர்ல கொடை. பதினெட்டூரு சனங்க கூடி நடத்துற விழா. புள்ளைகளுக்கெல்லாம் புத்தாடை உடுத்தி திருவிழா பாக்க கூட்டிக் கிட்டுப் போனா மாடத்தி. பெருசு பெருசா ராட்டினங்கள் இருந்துச்சு. சுடலையும் எசக்கியும் ‘ராட்டினத்துல ஏறணும்’னு அழுதுச்சுக. ரெண்டு புள்ளைகளையும் ஏத்திவிட்டுட்டு அதுக சந்தோஷத்துல சிரிக்கிறதை வேடிக்கை பாத்துக்கிட்டிருந்தா மாடத்தி. ராட்டினம் சுத்தி முடிச்சு நின்னப்போ, ஓர் ஆளு புள்ளைகளை ராட்டினப் பொட்டியில இருந்து தூக்கி மாடத்திக்கிட்ட கொடுத்தாரு. இதை அருணனும் அவுக உறவுக்காரகளும் பாத்துக்கிட்டிருந்தாக. அவுக மனசுக்குள்ள விஷம் சுரக்க ஆரம்பிச்சிருச்சு.

இது நடந்து கொஞ்சநாள் கழிச்சு, அருணனோட பங்காளி வகையறாவுக்கும் கந்தனோட சொந்தக்காரன் ஒருத்தனுக்கும் கொடுக்கல் வாங்கல் பிரச்னையாகிப்போச்சு. பஞ்சாயத்து கந்தன்கிட்ட வந்துச்சு. கந்தன் நியாயம் பேசுனான். அருணனும் அவனோட ஆளுகளும், “என்னய்யா நீரு... ஊரு உலகத்துக்கெல்லாம் பெரிய இவரு மாதிரி நியாயம் சொல்றீரு. உம்ம தங்கச்சியை மட்டும் கண்டுக்கிற மாட்டேங்கிறீரு... அவ, திருவிழாவுல அசலூர்க்காரன்கூட ராட்டினத்துல ஏறி விளையாடிக்கிட்டுத் திரியறா”ன்னு சொல்லிப்புட்டாக.

கந்தனுக்கும் கூடநின்ன தம்பிக்காரனுகளுக்கும் கோபம் ஏறிப்போச்சு. ‘என்னய்யா சொன்னீரு’ன்னு சண்டைக்குக்

கிளம்புனானுக. எல்லாப்பேரும் கூடி ரெண்டு தரப்பையும் சமாதானம் செஞ்சு அனுப்பி வெச்சாக.

உள்ளூரு ஆளுககிட்ட விசாரிச்சானுக அண்ணன்காரனுக. எல்லாப்பேரும் மாடத்தியை ராட்டினத்துக்குப் பக்கத்துல பாத்ததா சொன்னாங்க.

கந்தனுக்கும் தம்பிக்காரனுகளுக்கும் பெரிய அவமானமாப் போச்சு. 'தங்கச்சியை தங்கத்துக்குத் தங்கமா பாத்துப்பாத்து வளத்தெடுத்தோம். இப்படியொரு அவப்பெயரை தேடித் தந்துட்டாளே'ன்னு வேதனை. இந்த அவமானத்துல இருந்து வெளியே வரணும்னா ஒரே வழிதான். நம்ம கௌரவத்தைக் காப்பாத்தியாகணும். இறுதியா ஒரு முடிவுக்கு வந்தானுக.

மறுநாள் காலையில தங்கச்சியை அழைச்சான் கந்தன். "ஆத்தா... முள்ளுக்காட்டுல நிறைய மரங்க சாஞ்சு கெடக்கு. நாங்க போயி வெட்டிப் போட்டு வைக்கிறோம். கூழெடுத்துக்கிட்டு வந்திரு ஆத்தா"ன்னு சொல்லிட்டு ஏழு பேரும் கிளம்பிட்டானுக. அண்ணங்களுக்குப் புடிச்ச சோளக் கூழெடுத்துக்கிட்டு கிளம்புனா மாடத்தி. புள்ளைக இரண்டும் 'நாங்களும் வர்றோம்'னு கிளம்புச்சுக. 'முள்ளுக்காட்டுல பாம்பு, அரணைன்னு நிறைய விஷப்பூச்சிக கெடக்குது. நீங்க விளையாடுங்க. நான் மட்டும் போயிட்டு ஓடியாந்திருவேன்'னு சொல்லிட்டுக் கிளம்புனா.

முள்ளுக்காட்டு ஆலமரத்தடியில ஏழு அண்ணனுகளும் உக்காந்திருந்தானுக. "ஆத்தா... இந்த வெறகுகளைக் கொஞ்சம் வெரசா அள்ளிப்போடு. வானம் கருக்குது"ன்னு சொன்னான் கந்தன். மாடத்தி குனிஞ்சு வெறகுகளை எடுத்தா பாருங்க. எழுந்திருச்சு வந்து வாளைச் சுழட்டுனான் ஓர் அண்ணங்காரன். மாடத்தித் தலை துண்டாகிப்போச்சு. ``உன்னை எங்க சொத்தா நினைச்சோம். இப்படி எங்க பேரைக் கெடுத்து அவமானப்படுத்திட்டியே ஆத்தா. ஆசை ஆசையா தூக்கி வளத்த கையாலயே வெட்டிக் கொல்ல வெச்சுட்டியே"ன்னு கண்ணீர் விட்டான் கந்தன். மாடத்தி வாயிலருந்து, "அண்ணா, இப்படி ஒரு பாவம் பண்ணிட்டியளே"ன்னு வார்த்தைகள் வந்து அடங்கிப்போச்சு. எல்லாப்பேரும் தங்கச்சிக்காரியைப் பாத்து கத்திக் கதறி அழுதானுக.

உடலையும் தலையையும் எடுத்து அடக்கம் பண்ணிட்டு வீட்டுக்குப் போனானுக. புள்ளைக ரெண்டும், `மாமா... அம்மா

எங்கே'ன்னு கேட்டுச்சுக. 'அம்மா, அப்பாவைக் கூட்டியாற லங்காவுக்குப் போயிருச்சு'ன்னு சமாதானம் செஞ்சாக.

இது நடந்து ஒரு வாரத்துக்குள்ள கந்தனுக்கு முதுகுல ராஜபிளவை கண்டுபோச்சு. ஆடு மாடெல்லாம் செத்து விழுந்துச்சு. பயிரெல்லாம் கருகிப் போச்சு. சிண்டு சிறுசுகலெல்லாம் நோய்வாய்ப்பட்டு படுத்திருச்சுக. மத்த அண்ணங்காரனுகளுக்கும் வேற வேற அறிகுறிகள் வரத் தொடங்குச்சு.

கெட்டதெல்லாம் ஒண்ணாச்சேந்து நடக்குதேன்னு பயந்துபோன உறவுக்காரக, நம்பூதிரியை அழைச்சாந்து குறி கேட்டாக. "அகாலமாப்போன இந்த வீட்டோட தாய் தெய்வம் ஒண்ணு பலி கேக்குது. அதைச் சாந்தப்படுத்தணும். அந்தத் தாய்க்குக் கல்லெடுத்து வழிபட்டு, அது காலடியில சரணடைஞ்சிருங்க"ன்னாரு நம்பூதிரி. 'மாடத்திதான் எல்லாத்தையும் ஆட்டு விக்கிறா'ன்னு எல்லாருக்கும் புரிஞ்சுபோச்சு. "எங்களை மன்னிச்சிரு ஆத்தா"ன்னு அவளைக் கையெடுத்துக் கும்புட ஆரம்பிச்சாக. மாடத்தியும் கருணையோட சாந்தமாகி தெய்வமா உறைஞ்சுட்டா.

மாடத்தியைப் பாக்கணும்போல இருந்தா, திருச்செந்தூரு பக்கத்துல இருந்து பன்னம்பாறைக்குப் போங்க. கம்பீரமும் கனிவுமா நின்னுக்கிட்டிருக்கா மாடத்தி. அவ முகத்தைப் பாத்து கையெடுத்துக் கும்பிட்டு வந்தா, மனசுக்குள்ள இருக்கிற எல்லா கெட்ட எண்ணமும் அழிஞ்சு போவும்.

38. வீரவை- சின்னவை

வைரமிருக்கானே... கடுமையான உழைப்பாளி. கன்னட தேசத்துலேருந்து இந்தூருக்குப் பிழைக்க வந்தப்போ, வைரம்பய கைக் கொழந்தை. வந்த அஞ்சு வருஷத்துல அம்மைவாத்து உசுரை விட்டுட்டா வைரத் தோட ஆத்தாக்காரி. அப்பங்காரன் உக்காந்தா, எழுந்தா ‘உஸ்... உஸ்’னு மூச்சை இழுத்து இழுத்து விடுவான். அப்படியொரு நோவு. ஒடம்பொறந்தா ஒருத்தி. அம்மாவுக்கு அம்மாவா, அக்காவுக்கு அக்காவா இருந்து வைரத்தை வளத்தெடுத்தது அவதான். அக்காவுக்கும் வைரத்துக்கும் அஞ்சு வயசு வித்தியாசம்.

வைரத்தோட குடும்பம் பிழைப்புதேடி வந்தப்போ அந்தூரு நாட்டாமைக்காரு, அவரோட தோட்டத்துல கொட்டகை போட்டு தங்கிக்கச் சொன்னாரு. அதுக்கு உபகாரமா, வயக்காட்டு வேலை, கொல்லைக் காட்டு வேலையையெல்லாம் செய்யணும். வைரம் தலையெடுத்த பிறவுதான், குடும்பத்தோட நிலைமை மாறுச்சு. ஒரு குண்டு, ரெண்டு குண்டுன்னு சிறுகச் சிறுக காணிகளை வாங்கிப்போட்டான். நெல்லு, கரும்பு, வாழைன்னு சொந்தமா வெள்ளாமை பண்ண ஆரம்பிச்சான். மண்ணு அவன் உழைப்பையெல்லாம் பொன்னா மாத்துச்சு. வீடு வாசல்னு சொந்தக்காலுக்கு வந்துச்சு குடும்பம்.

வைரத்துக்குப் பதினஞ்சு வயசானபோது அக்காவுக்குக் கல்யாணமாச்சு. அடுத்த வருஷமே தேவதையாட்டம் ரெட்டைப் பொம்பளைப் புள்ளைகளைப் பெத்துப்போட்டா மகராசி. வீரவை, சின்னவைன்னு ரெண்டு புள்ளைகளுக்கும் பேரு வெச்சாக.

ஒருக்கா, கடுமையான மழை. வயக்காட்டுல நெல்லு தலைதட்டி வெளைஞ்சு கெடக்கு. வானம் மின்னி மின்னி அடங்குது. கடாமுடான்னு இடி இறங்குது. வயக்காட்டுக்கு மேக்காப்புல ஓர் ஒத்தைப்புளி. அதுக்குக்கீழே சின்னதா ஒரு கொட்டகை போட்டுருக்காக. அதுக்குள்ள அண்டிக்கிட்டு கிடந்தா கருதுக்காவலுக்குப் போயிருந்த வைரத்தோட அக்காக்காரி. மழை விட்டபாடில்லை. வீட்டுக்குப் போகலாம்னா வெள்ளத்துல பாதையெது பள்ளமெதுன்னு தெரியலே. திடீர்னு கண்ணைப் பறிக்கிற மாதிரி வெட்டிட்டுப் போகுது ஒரு மின்னல். பின்னாடியே

வந்து விழுது பெரிய இடி. புளியமரத்தோட உச்சியில இறங்கி செதில் செதிலா பேந்து, குடிசையில உறைஞ்சு நிக்குது. விழுந்த வேகத்துக்குக் குடிசை இருந்த இடம் தெரியலே.

அறுவைக்கு ஆளு கூப்பிட அண்டையூருக்குப் போயிருந்த வைரம், அக்காவை நினைச்சு பதற்றப்பட்டுக்கிட்டே ஓடியாறான். மழை படிப்படியா மட்டுப்பட்டு நிக்குது. வைரத்தோட சேந்து ஊராளுகள்லாம் ஓடியாறாக. இடி இறங்கி உடம்பெல்லாம் கருகிக்கெடந்த அக்காக்காரியப் பாத்துக் கதறியழுதான் வைரம்பய. புள்ளைக ரெண்டுக்கும் பெரிசா வெவரம் தெரியலே. இருந்தாலும் கரிக்கட்டையா கெடக்குற அம்மாவைப் பாத்துக் கலங்குதுக.

பொண்டாட்டி போனதுல இருந்து வைரத்தோட மச்சாங்காரனுக்குப் புத்தி பேதலிச்சுப்போச்சு. ஒருக்கா, வீட்டை விட்டுக் கௌம்பினவரு, கால் போன போக்குல போயிட்டாரு. அதுக்கப்புறம் வீட்டுப்பக்கம் திரும்பலே.

உறவுக்காரகள்லாம் ஒண்ணுகூடிப் பேசுனாக. 'வீரவைக்கும் சின்னவைக்கும் உரிமைக்காரன் நீதான். புள்ளைக பெரிய மனுஷியானதும் நல்லது கெட்டதெல்லாம் நீதான் செய்யணும்'னு சொன்னாக.

'எங்க அக்கா எனக்கு குலசாமி. அதோட புள்ளைகளுக்கு நான்தான் அம்மா, அப்பா, மாமன்... அதுகளைப் பத்திக் கவலைப் படாதீய'ன்னு சொல்லிட்டான் வைரம்.

காலம் ஓடுச்சு. மாமங்காரன், தாய்க்குத் தாயா இருந்து குழந்தைகளைப் பாத்துக்கிட்டான். காசு பணம்னு பாக்காம, வேண்டியது வேண்டாததையெல்லாம் அள்ளியாந்து வீட்டுல கொட்டுனான். புள்ளைக ரெண்டும் பெரியாளாச்சுக. தாமரைப்பூவாட்டம் ரெண்டும் வெளைஞ்சு நிக்குதுக.

புள்ளைகளுக்கு நல்லவிதமா கலியாணங் காச்சி செஞ்சு வச்சிடணும்னு சம்பந்தம் பாக்க ஆரம்பிச்சான் வைரம். கன்னட தேசத்துல இருந்தெல்லாம் வந்து எனக்குக் கொடு, உனக்குக் கொடுன்னு கேக்குறாக. ஆனா, அவ்வளவு தூரத்துல புள்ளைகளைக் கொடுக்க வைரத்துக்கு மனசில்லை. புள்ளைகளும் மாமங்காரனைவிட்டுத் தூரம்போக மாட்டோம்னு அழுவுதுக.

ஒருக்கா, குலசாமி கோயில் திருவிழா. ரெண்டு புள்ளைகளும் ஒண்ணுபோல உடை போட்டுக்கிட்டு சுத்திக்கிட்டு திரியுதுக.

வர்றவுக, போறவுக கண்ணெல்லாம் அந்தப் புள்ளைக மேலதான். அண்டையூர்ல இருக்கிற பெரிய வீட்டுக்காரவுக, வைரத்தைக் கூப்பிட்டு, ரெண்டு புள்ளைகளையும் எம் ரெண்டு பயலுகளுக்குத் தாரியளான்னு கேட்டாக. வைரத்துக்கு சந்தோஷம்... இவ்வளவு பெரிய ஆளுக, நம்ம புள்ளைகளைக் கேக்குறாகளேன்னு.

உறவுக்காரவுகளைக் கலந்து பேசுனான். எல்லாருக்கும் சந்தோஷம்... அந்தத் திருவிழாவுலேயே கலியாணத்துக்கு நாள் குறிச்சாக. அடுத்த அஞ்சாவது மாசம், அமாவாசைக்கு நாலாம் நாளு வளர்பிறையில இதே குலசாமி கோயில்ல கலியாணம். தன் நிலபுலத்துல முக்காப்பங்கை புள்ளைகளுக்கு எழுதி வெக்கிறதா சொன்னான் வைரம்.

அந்தப் பருவத்துல நல்ல மழை. ஒரு பக்கம் நெல்லு தளும்ப தளும்ப கதிர் தள்ளி தலைகுனிஞ்சு கெடக்கு. இன்னொரு பக்கம், வாழை குலைதள்ளி நிக்குது. கத்திரி, வெண்டைன்னு காய்கறிகள்லாம் சமைக்கிற பருவத்துல காய்ச்சுத் தொங்குது. வைரம் வயக்காடே கதின்னு கெடக்கான்.

அன்னிக்கு நல்ல வெயிலு... கோழியடிச்சு, இளங்குழம்பா வெச்சு சோறு ஒருத்தியும் குழம்பு ஒருத்தியுமா தலையில சுமந்துகிட்டு வயக்காட்டுக்குக் கிளம்பினாளுக. வயக்காட்டுக்கும் வீட்டுக்கும் அஞ்சு கல்லு தூரம். ஒத்தயடிப்பாதையில நடக்கணும்.

வீரவையும் சின்னவையும் தனியா இருந்தா கதைதான். இவ ஒரு கதை சொல்ல, பதிலுக்கு அவ ஒரு கதை சொல்வா... முதக் கதைய வீரவை போட்டா... 'நிலத்துல முளைக்காத செடி... நிமுந்து நிக்காத செடி... அது என்ன செடி?'

முகத்தைக் கோணிக்கிட்டு யோசிச்சா சின்னவை... 'இது தெரியாதா... தலைமுடி'ன்னு சொல்லிட்டு கலகலன்னு சிரிச்சா... 'சரி... இப்ப எங்கதைக்கு விடைசொல்லு'ன்னு பதில்கதை போட்டா சின்னவை.

'இளமையில பச்சை, முதுமையில சிவப்பு, குணத்துல எரிப்பு அவன் யாரு...'

'மௌகாய்' விடையைப் பிரிச்சா வீரவை.

ரெண்டு பக்கமும் முள்ளு புதரு... பேஞ்ச மழையில தொட்டாச்சிணுக்கியும் கம்மாம் புல்லும் அடர்ந்து வெளைஞ்சு கெடக்கு பாதையில.

அதோ மாமங்காரன், வாழைத்தோப்புல தாங்குக்கொம்பு ஊண்டிக்கிட்டிருக்கான். 'மாமோ'ன்னு இங்கிருந்தே கத்துனா வீரவை. 'பாத்து வாங்க புள்ளைகளா'ன்னு அங்கேயிருந்து சத்தம் போட்டான் வைரம்.

துள்ளிக் குதிச்சு நடந்துகிட்டிருந்த சின்னவை, அப்படியே அசையாம நின்னா. முன்ன நடந்துகிட்டிருந்த வீரவை திரும்பிப் பாத்து, 'என்னடி அப்படியே சிலையாட்டம் நிக்குறே'ன்னு கேட்டா. 'எங்காலை ஒரு பாம்பு சுத்திக்கிச்சுடி'ன்னு சொல்லி அழ ஆரம்பிச்சா சின்னவை.

உடம்பிறந்தாளைக் காப்பாத்த ஓர் அடி எடுத்து வெச்சா வீரவை. அவ கால்லயும் ஏதோ சுத்துறமாதிரியிருந்துச்சு. அசையாம கீழே பாத்தா... ஒரு நாகம் அவ காலைப் பிணைச்சுக்கிட்டுக் கெடக்கு.

அக்கா மக்க ரெண்டுபேரும் அப்படியே அசையாம நிக்குறதைக் கண்டு, 'புள்ளைகளா என்னாச்சு'ன்னு கேட்டான் வைரம். 'மாமா... எங்க கால்ல நாகம் சுத்தியிருக்கு'ன்னு அழுதுகிட்டே கத்துனா சின்னவை.

பதறிப்போயி ஓடியாந்தான் வைரம். கையில நீளமான கத்தி. சத்தமில்லாம அடியெடுத்து வெச்சு வீரவைக்குப் பக்கத்துல போனான். அவ காலைச் சுத்தியிருக்கிற நாகத்தோட தலையைக் குறிவச்சு கத்தியை வீசுனான். வீசுன வேகத்துல நாகம் தலை துண்டாகி தூரப்போயி விழுந்துச்சு. அடுத்து, சின்னவைகிட்ட வந்தான். சரியா குறிவச்சான், கத்தியை வீசுனான். வாலுல விழுந்துச்சு வெட்டு. திடீர் தாக்குதல்ல நிலைகுலைஞ்சு சின்னவை காலை விட்டு விலகின பாம்பு, அப்பிடியே வைரம் மேல பாஞ்சுச்சு. சரியா கெண்டைக்கால்ல போட்டுச்சு ஒரு போடு. பல்லு அப்படியே உள்ளே பதிஞ்சு நிக்குது. வலி உச்சஞ்தலையில இறங்குச்சு. அப்படியே வாலைப்பிடிச்சு இழுத்து சுத்தி தூர வீசுனான் வைரம்.

நாலஞ்சு நிமிஷம்தான். அவனுக்குக் கண்ணை இருட்டிக்கிட்டு வந்துருச்சு. வாயில நுரை தள்ளிருச்சு. புள்ளைகளையே பாத்துக்கிட்டு 'பொத்து'னு கீழே விழுந்தான். ரெண்டு வெட்டு. அப்படியே அடங்கிட்டான். கண்ணு முன்னாடி தாய்க்குத்தாயா, தந்தைக்குத் தந்தையா இருந்த மாமங்காரன் விழுந்து

அடங்குறதைப் பாத்து சின்னவையும் வீரவையும் கதறி அழுவுதுக. சின்னவை மாமன் தலையை மடியில தூக்கி வெச்சுக்கிட்டு 'மாமா... எங்களைத் தவிக்கவிட்டுப் போயிட்டியளே மாமா'ன்னு அழுவுறா. வந்து ஆறுதல் சொல்லக்கூட அங்க ஆளுக இல்லை.

வீரவையைக் கூப்பிட்டா சின்னவை... "தாயும் தகப்பனும் நம்மை விட்டுட்டுப் போனபிறகு தந்தையா இருந்து நம்மை வளத்தெடுத்த மாமா நமக்காக உசுரை விட்டுட்டாரு. இனிமே எனக்கு வாழ விருப்பமில்லை. நீ ஊருக்குள்ள போய்த் தகவல் சொல்லு... நல்ல வாழ்க்கையை அமைச்சுக்கோ... நான் இங்கேயே என்னை மாச்சுக்கப்போறேன்'னு சொல்லிட்டு மரங்களை ஒடிச்சு அடுக்கி சிதை மூட்டுனா. தீ திகுதிகுன்னு எரிய ஆரம்பிச்சுச்சு.

"மாமனும் நீயும் இல்லாத இந்த உலகத்துல நாமட்டும் வாழணுமா... வா... ரெண்டுபேரும் மாமாகூடவே போயிரலாம்"னு சொல்லிட்டு சின்னவையோட கையைக் கோத்துக்கிட்டு அப்படியே சிதையில பாஞ்சா வீரவை. ரெண்டு புள்ளைகளையும் நெருப்பு வாரி அணைச்சுக்கிச்சு.

தேவதை மாதிரி ஊருக்குள்ள உலவித்திரிஞ்ச பிள்ளைக, மாமங்காரன் மேல இருந்த பாசத்துல உசுரவிட்டதை நினைச்சு ஊரே கண்ணீர் விட்டுச்சு. தெய்வம்தான் இப்படி அந்தப்புள்ளைக உருவத்துல வந்து வாழ்ந்துட்டுப் போயிருக்குன்னு பேசிக்கிட்டாக. அதுக தீக்குளிச்ச எடத்துல சின்னதா ஒரு கோயில் எழுப்பிக் கும்பிட ஆரம்பிச்சாக.

தூத்துக்குடி பக்கத்துல மேலக் கல்லூரணின்னு ஒரு ஊரு இருக்கு. அங்கேதான் இப்போ சின்னவையும் வீரவையும் இருக்காக. கலியாணம் கூடிவராத ஆளுகெல்லாம் போயி அந்தப்புள்ளைககிட்ட கையெடுத்து வேண்டிக்குறாக. அதுகளும் ஆசீர்வாதம் பண்ணி அனுப்பி வைக்குதுக!